ഗ്രീൻ ബുക്സ്

ഒരു പെൺകുട്ടി മെട്രോപ്പോൾ ഹോട്ടലിൽ നിന്നും

ലൂദ്മിള പെത്രുഷേവ്സ്ക്കയ

റഷ്യൻ എഴുത്തുകാരി. കവയിത്രി, നോവലിസ്റ്റ്,
നാടകകൃത്ത്, തിരക്കഥാകൃത്ത്, വിവർത്തക,
ഗായിക എന്നീ നിലകളിൽ പ്രശസ്തയാണ്.
ജനനം: 1938. സ്റ്റാലിന്റേയും ബ്രഷ്നേവിന്റേയും
ഗോർബചേവിന്റേയും സോവിയറ്റ് യൂണിയനിൽ
ജീവിക്കുകയും കമ്മ്യൂണിസം ഉപേക്ഷിച്ച്
നവലിബറൽ മുതലാളിത്തത്തിന്റെ
പാതയിലേക്കു പ്രയാണം ചെയ്യുന്ന റഷ്യയിൽ
ജീവിച്ചുകൊണ്ടിരിക്കുകയും ചെയ്യുന്ന
പെത്രുഷേവ്സ്ക്കയ ഒരു അപൂർവ്വ പ്രതിഭാസമാണ്.
നിരവധി അനുഭവങ്ങളുടെ ജീവിക്കുന്ന കലവറയാണ് അവർ.
റഷ്യൻ ബുക്കർ പ്രൈസ്, 2003ലെ പുഷ്കിൻ പ്രൈസ്,
ലോക ഫാൻറസി അവാർഡ്, 2004ലെ റഷ്യൻ സ്റ്റേറ്റ് പ്രൈസ്
എന്നീ പുരസ്കാരങ്ങൾക്ക് അർഹയായി.

സി.എസ്. സുരേഷ്
സോവിയറ്റു യൂണിയനിലെ
പാട്രിസ് ലുമുംബ യൂണിവേഴ്സിറ്റിയിൽനിന്നും
മെക്കാനിക്കൽ എഞ്ചിനീയറിംഗിൽ ബിരുദം.
റഷ്യൻ ഭാഷയിൽനിന്ന് മലയാളത്തിലേക്ക്
നേരിട്ട് വിവർത്തനം ചെയ്ത ആദ്യ വ്യക്തി.
ആനുകാലികങ്ങളിൽ ലേഖനങ്ങൾ എഴുതുന്നു.
യെവ്ഗെനി വൊദലാസ്കിന്റെ Lavr (ലാറുസ് എന്ന വിശുദ്ധൻ),
നീലാകാശത്തിൽ നിന്ന്, മറീന സ്റ്റെപ്പ്നൊവയുടെ
Women of Lazaraus (ലാസറിന്റെ പെണ്ണുങ്ങൾ),
എന്നീ കൃതികൾ ഗ്രീൻ ബുക്സ് പ്രസിദ്ധീകരിച്ചു.
ഇത് ഗ്രീൻ ബുക്സ് പ്രസിദ്ധീകരിക്കുന്ന
നാലാമത്തെ വിവർത്തനമാണ്.

ഓർമ്മ

ഒരു പെൺകുട്ടി മെട്രോപ്പോൾ ഹോട്ടലിൽ നിന്നും

ലൂദ്മിള പെത്രുഷേവ്സ്ക്കയ

വിവർത്തനം
സി.എസ്. സുരേഷ്

ഗ്രീൻബുക്സ്

green books private limited
gb building, civil lane road, ayyanthole,
thrissur- 680 003, kerala, ph: +91 487-2381066, 2381039
website: www.greenbooksindia.com
e-mail: info@greenbooksindia.com

original russian title
Маленькая девочка из
<< МЕТРОПОЛЯ >>
memoir
by
ЛЮДМИЛА ПЕТРУШЕВСКАЯ
ludmilla petrushevskaya

malayalam
oru penkutty
metropol hotelil ninnum

translated by
c s suresh

published june 2022

институт перевода

published with the support of the institute
for literary translation, russia.
the publication of the book was negotiated
through banke, goumen & smirnova literary agency
(www.bgs-agency.com)

cover design : rajesh chalode

printed in india
repro india ltd.

branches:
thrissur 0487-2422515
thiruvananthapuram 0471-2335301
calicut 0495 4854662

isbn : 978-93-93596-36-9

₹ 170.00
GBPL/1231/2022

മുഖക്കുറി

സുഖസമൃദ്ധിയുടെ മടിത്തട്ടിൽ വളരേണ്ടിയിരുന്ന ആ പെൺകുട്ടി സൗജന്യമായി നൽകുന്ന റൊട്ടി ലഭിക്കാനായി മണിക്കൂറുകളോളം ക്യൂ നിൽക്കുന്ന അവസ്ഥയിലേക്ക് കൊണ്ടെത്തിക്കുന്ന റഷ്യൻ വിപ്ലവത്തിന്റെ ദാരുണമുഖം. അനുഗൃഹീത എഴുത്തുകാരിയായ ലൂദ്മിള പെത്രുഷേവ്സ്ക്കയ തന്റെ അനുഭവക്കുറിപ്പിൽ ഒരു നോവലിന്റെ ചാരുതയോടെ വരച്ചുവയ്ക്കുന്നത് ആ പെൺകുട്ടിക്ക് നിഷേധിക്കപ്പെട്ട ജീവിതസാഹചര്യങ്ങളാണ്. ഈ കുട്ടി തെരുവിൽ പാട്ടു പാടി ഭക്ഷണം തേടുന്നതും വലിയ ട്രക്കുകളുടെ അടിയിൽ കിടന്നുറങ്ങുന്നതും ഭക്ഷണം മോഷ്ടിക്കേണ്ടി വരുന്നതും കമ്യൂണൽ പാർപ്പിടങ്ങളിൽ എല്ലാവിധ ദൗർഭാഗ്യങ്ങളും ദാരിദ്ര്യവും അനുഭവിക്കുന്നതുമായ വിവരണം അതിന്റെ ആഖ്യാനരീതിയാൽ മനോഹരമാണ്. ദുഃഖപൂരിതമായ ഒരു രചന പ്രതീക്ഷിക്കുന്ന വായനക്കാർക്കു ലഭിക്കുന്നത് ജീവിതത്തിലെ പ്രതിസന്ധികളെ സാഹസിക ചടുലതയോടെ നേരിടുന്ന ഊർജ്ജസ്വലയായ പെൺകുട്ടിയുടെ കാഴ്ചകളും അനുഭവങ്ങളുമാണ്.

എഡിറ്റർ

വിവർത്തനക്കുറിപ്പ്

സോവിയറ്റ് യൂണിയന്റെ സോഷ്യലിസ്റ്റ് നിർമ്മാണ പ്രക്രിയകളിലെല്ലാം ഭാഗഭാക്കാകുകയും നിരവധി സ്വകാര്യ ദുഃഖങ്ങളും വ്യവസ്ഥിതിയോടുള്ള എതിർപ്പും ഉള്ളിലൊതുക്കി ജീവിക്കുകയും സോവിയറ്റ് യൂണിയൻ തകർന്നു വീണപ്പോൾ സ്വാതന്ത്ര്യത്തിന്റെ അനന്തവിഹായസ്സിലേക്ക് ഉൾക്കുളിരോടെ പറന്നുയരുകയും ചെയ്ത അപൂർവ്വമായ നിരവധി അനുഭവങ്ങളുടെ കലവറ ഉള്ളിലൊതുക്കുന്ന ഒരു സാഹിത്യകാരിയാണ് 83 വയസ്സു പ്രായമുള്ള ലൂദ്മിള പെത്രുഷേവ്സ്ക്കയ.

1938ൽ ജനിച്ച ലൂദ്മിള, സ്റ്റാലിന്റേയും ക്രൂഷ്ചേവിന്റേയും ബ്രഷ്നേവിന്റേയും കാലങ്ങളിൽ ജീവിച്ച അനുഭവസമ്പത്തുമായി ഗോർബച്ചേവിന്റെ തുറന്ന ചിന്താഗതിയും പുനർനിർമ്മാണവും സംഭവിച്ച നാളുകളിലാണ് ഔദ്യോഗികമായി തന്റെ പുസ്തകം പ്രസിദ്ധീകരിച്ചത്. തന്റെ കഥകളിലെ നിഗൂഢവും അന്തരാർത്ഥമുള്ളതുമായ രചനാസമ്പ്രദായത്തിലൂടെ സോവിയറ്റ് ജീവിതവും സോവിയറ്റുകാലത്തിനു ശേഷമുള്ള റഷ്യൻജീവിതവും അവർ പ്രതിപാദിക്കുന്നു.

കവയിത്രി, ഗദ്യകാരി, നാടകകൃത്ത്, നോവലിസ്റ്റ്, തിരക്കഥാകൃത്ത്, വിവർത്തക, ഗായിക എന്നീ നിലകളിലെല്ലാം അവർ പ്രശസ്തയാണ്. സാഹിത്യരംഗത്ത് ലൂദ്മിള പെത്രുഷേവ്സ്ക്കയ. തന്റെ അനുയോജ്യമായ ഇരിപ്പിടം കണ്ടെത്തി. തികച്ചും അനാകർഷകവും ആഴത്തിലുള്ളതും പരിപൂർണ്ണമായും വാണിജ്യ സാദ്ധ്യതകൾക്കുമപ്പുറത്തുള്ളതുമായ ഒരു തലത്തിലാണ് അവർ തന്റെ ജീവിതം സമർപ്പിച്ചത്. അവരുടെ കൃതി തെരഞ്ഞെടുത്ത ഒരു വായനക്കാരനേയും അവർ നിരാശപ്പെടുത്തിയില്ല. ഒരിക്കലെങ്കിലും

തന്റെ പുസ്തകം കയ്യിലെടുത്ത ഏതൊരു വായനക്കാരനും കൂടുതൽ താല്പര്യം ജനിപ്പിക്കാൻ അവർക്കു കഴിഞ്ഞു. ജീവിതം മുഴുവൻ അവർ തന്റേതായ ശൈലി അന്വേഷിക്കുകയായിരുന്നു. സാഹിത്യത്തിൽ മാത്രമല്ല സംഗീതത്തിലും അവരുടെ പ്രതിഭ ആദരിക്കപ്പെടുന്നു. അത്തരം പ്രതിഭാസത്തെ അവിശ്വസനീയമായ കലാചാതുര്യം എന്നു മാത്രമേ വിശേഷിപ്പിക്കാൻ കഴിയുകയുള്ളൂ. വളരെ ആശ്ചര്യകരമായ ഒരു ജീവിതമാണ് അവർ നയിച്ചത്.

രണ്ടാം ലോക മഹായുദ്ധത്തിന്റെ കാലത്ത് മോസ്കോവിൽ നിന്ന് വോൾഗാ നദീ തടത്തിലെ കുയ്ബിഷേവ് (സമാറ) എന്ന പട്ടണത്തിലേക്ക് ഒഴിപ്പിക്കപ്പെട്ട ജനങ്ങളുടെ കൂട്ടത്തിൽ ബാലികയായ ലൂദ്മിളയും ഉണ്ടായിരുന്നു. അവരുടെ അച്ഛൻ മോസ്കോവിൽ വെച്ചു തന്നെ അമ്മയെ ഉപേക്ഷിച്ചിരുന്നു. യുദ്ധാനന്തരം കുയ്ബിഷേവിൽ നിന്ന് ലൂദ്മിളയുടെ അമ്മ തന്റെ പഠിപ്പു തുടരാനായി മോസ്ക്കോവിലേക്ക് തിരിച്ചു പോയതിനു ശേഷം തന്റെ വല്യമ്മയുടേയും അമ്മൂമ്മയുടെയും കൂടെയാണെങ്കിലും ദാരിദ്ര്യത്തിന്റെ നെല്ലിപ്പടി കണ്ട ലൂദ്മിള ഭിക്ഷാടനം നടത്തി വരെ ജീവിക്കേണ്ടി വന്നു.

പിന്നീട് മോസ്കോവിൽ നിന്നും തിരിച്ചെത്തിയ അമ്മ ലൂദ്മിളയെ രക്ഷിച്ച് കൂടെ കൊണ്ടു പോയി. അവരുടെ ബാല്യകാല ജീവിതത്തിന്റെ രക്തം ചിന്തുന്ന ഓർമ്മക്കുറിപ്പുകളാണ് മെട്രോപ്പോൾ ഹോട്ടലിൽ നിന്ന് ഒരു പെൺകുട്ടി എന്ന ഈ കൃതിയിൽ മുഖ്യമായും വായനക്കാരെ ആകർഷിക്കുന്നത്. പതിനാറു വയസ്സുവരെ ലൂദ്മിള പെത്രുഷേവ്സ്ക്കയ അറിയപ്പെട്ടിരുന്നത് ഒളോറസ്യാക്കൊവ്ല്യേവ എന്ന പേരിലാണ്. പിന്നീട് അവർ തന്റെ അമ്മയുടെ സമ്മതത്തോടെ ലൂദ്മിള പെത്രുഷേവ്സ്ക്കയ എന്ന പേര് സ്വീകരിക്കുകയായിരുന്നു.

1977ൽ ആണ് പെത്രുഷേവ്സ്ക്കയയെ എഴുത്തുകാരുടെ സംഘടനയിൽ ചേർക്കുന്നത്. എന്നാൽ അക്കാലത്ത് ഔദ്യോഗികമായി അവരുടെ ഒരു പുസ്തകം പോലും പ്രസിദ്ധീകരിക്കപ്പെട്ടിരുന്നില്ല. എന്നാൽ സ്വതന്ത്ര പ്രസിദ്ധീകരണങ്ങൾ വഴി അവർ പ്രശസ്തയായിരുന്നു. സോവിയറ്റുകാലത്തെ സെൻസറിംഗ് ഒഴിവാക്കാൻ രഹസ്യമായി

പുസ്തകങ്ങളും രചനകളും അച്ചടിച്ച് പ്രസിദ്ധീകരിക്കുന്ന രീതിയാണ് സ്വതന്ത്രപ്രസിദ്ധീകരണം എന്ന് പറയുന്നത്. സോവിയറ്റുകാലത്ത് തികച്ചും നിയമവിരുദ്ധമായ കാര്യമായിരുന്നു ഇത്. പെത്രുഷേവ്സ്ക്കയയുടെ ആദ്യത്തെ ഗൗരവമുള്ള രചന 'അനശ്വരപ്രണയം' എന്ന ചെറുകഥാസമാഹാരമാണ്. അവർക്ക് 50 വയസ്സുള്ളപ്പോഴാണ് പ്രസിദ്ധീകരിക്കപ്പെട്ടത്. പുസ്തകത്തിന്റെ മുപ്പതിനായിരം കോപ്പികളാണ് രണ്ടു ദിവസങ്ങൾക്കുള്ളിൽ വിറ്റഴിക്കപ്പെട്ടത്. സ്വതന്ത്ര പ്രസിദ്ധീകരണങ്ങൾ വഴി അവർ പ്രശസ്തയായിരുന്നു എന്നാണ് ഇത് വ്യക്തമാക്കുന്നത്.

ഒരു പുസ്തകം പ്രസിദ്ധീകരിക്കാനുള്ള അവസരം നൽകണമെന്ന് ആവശ്യപ്പെട്ടുകൊണ്ട് അവർ ഗോർബച്ചേവിന് ഒരു കത്തെഴുതി. അതിന് അവർക്കു ലഭിച്ച മറുപടി ഇപ്രകാരമായിരുന്നു.

''പത്തു വർഷങ്ങൾക്കു മുൻപ് മരിച്ചു പോയ എഴുത്തുകാരുടെ കൃതികൾ വരെ പ്രസിദ്ധീകരിക്കാനുള്ള ആവശ്യക്കാരുടെ ലിസ്റ്റിൽ കാത്തു കിടക്കുകയാണ്.'' നോവെയ് മീർ എന്ന പ്രസിദ്ധീകരണ ശാലയുടെ എഡിറ്റർ പെത്രുഷേവ്സ്ക്കയയുടെ ചെറുകഥകൾ പ്രസിദ്ധീകരിക്കാൻ വിസമ്മതിച്ചു.

സോൾ ഷെനിത്സന്റെ 'ഇവാൻ ദനിസോവിച്ചിന്റെ ഒരു ദിവസം' എന്ന പ്രശസ്തമായ കൃതി പ്രസിദ്ധീകരിച്ചത് നോവെയ് മീർ ആയിരുന്നു. പ്രസിദ്ധീകരണശാലയുടെ എഡിറ്ററായ ത്വെവർദോസ്ക്കി ഇപ്രകാരമാണ് പെത്രുഷേവ്സ്ക്കയയെ വിലയിരുത്തിയത്. ''പ്രതിഭയുള്ള എഴുത്തുകാരിയാണ്. പക്ഷേ വേദനാജനകമായ മ്ലാനതയാണ് മുഖമുദ്ര. കുറച്ചു കൂടി തെളിമയുള്ള, വെളിച്ചം പരത്തുന്ന രചനകളാണ് ആവശ്യം.'' എഴുത്തുകാരുടെ യൂണിയൻ സെക്രട്ടറിയും കെ.ജി.ബി അംഗവുമായിരുന്ന വിക്റ്റർ ഇല്ലിൻ എന്നയാളാണ് പെത്രുഷേവ്സ്ക്കയയുടെ ആദ്യ പുസ്തകം പ്രസിദ്ധീകരിക്കാൻ സഹായിച്ചത്.

ലൂദ്മിള പെത്രുഷേവ്സ്ക്കയ പാട്ടുപാടുകയും ചിത്രം വരയ്ക്കുകയും തൊപ്പികളും ഷർട്ടും തുന്നുകയും കാർട്ടൂണുകൾ വരയ്ക്കുകയും ചെയ്യുന്നു. അവരുടെ ജീവിതത്തിന്റെ മുഖ്യഭാഗമായി അവർ കരുതുന്നത് ചിത്രരചനയാണ്.

വരയ്ക്കുന്ന ചിത്രങ്ങൾ അവർ വിൽക്കുകയും വിറ്റു കിട്ടുന്ന പണം 'റസ്തോക്ക്' എന്ന ധർമ്മ സ്ഥാപനത്തിന് സംഭാവന ചെയ്യുകയും ചെയ്യുന്നു. 1988ൽ അവർ എഴുതിയ 'എന്റെ വൃത്തം' എന്ന ചെറുകഥയുടെ സംക്ഷിപ്ത രൂപം ഇപ്ര കാരമാണ്: ''അമ്മയ്ക്ക് തീരാരോഗം. തന്റെ മകന്റെ ജീവിതം ഉടഞ്ഞുപോകാതിരിക്കാനും അയാൾ അനാഥാലയത്തിൽ എത്തിപ്പെടാതിരിക്കാനുമായി മരണത്തിനു മുൻപ് അമ്മ ഒരു പുതിയ കുടുംബം കണ്ടുപിടിക്കാൻ ശ്രമിക്കുന്നു.''

'കറുത്ത ഓവർകോട്ട്' എന്ന കഥ തത്ത്വചിന്താപരമാണ്. മരിച്ചയാളിന്റെ ആത്മാവ് എങ്ങോട്ടു പോകുന്നു എന്ന താണ് കഥയുടെ ഇതിവൃത്തം. ശൈത്യകാലത്തിന്റെ മധ്യ ത്തിൽ ഒരു പെൺകുട്ടി തനിക്ക് അപരിചിതമായ ഒരു വഴിയോരത്ത് എത്തിപ്പെട്ടതായി കാണുന്നു. മറ്റാരുടെയോ കറുത്ത ഒരു കോട്ടാണ് അവൾ ധരിച്ചിരിക്കുന്നത്. മരണ പ്പെട്ടവരുടെ ലോകവും ജീവിക്കുന്നവരുടെ ലോകവും തമ്മിൽ ബന്ധിപ്പിക്കുന്ന ഒരു കണ്ണിയാണ് ആ കറുത്ത കോട്ട്. മനുഷ്യാത്മാവിന്റെ ദുരിതകഥകൾ അന്ധകാര ത്തിൽ തിക്കിത്തിരക്കി വരുന്നു.

മഹത്തായ ദേശാഭിമാനയുദ്ധമെന്ന് റഷ്യക്കാർ വിശേ ഷിപ്പിക്കുന്ന രണ്ടാം ലോക മഹായുദ്ധത്തിന്റെ ദുരിതവും കഷ്ടപ്പാടുകളും നേരിട്ട് അനുഭവിച്ച പ്രമുഖയായ റഷ്യൻ എഴുത്തുകാരിയാണ് ലൂദ്മിള പെത്രുഷേവ്സ്ക്കയ. ആന്റൺ ചേക്കോവ്, അലക്സാണ്ടർ സോൾഷെനിത്സൻ എന്നീ സാഹിത്യകാരന്മാരുമായാണ് പെത്രുഷേവ്സ്ക്കയയെ റഷ്യൻ വിമർശകർ താരതമ്യം ചെയ്യുന്നത്. റഷ്യൻ ബുക്കർ പ്രൈസ്, 2003ലെ പുഷ്കിൻ പ്രൈസ്, ലോക ഫാന്റസി അവാർഡ്, 2004ലെ റഷ്യൻ സ്റ്റേറ്റ് പ്രൈസ് എന്നീ അവാർ ഡുകൾ ലൂദ്മിള പെത്രുഷേവ്സ്ക്കയ നേടിയിട്ടുണ്ട്.

ബോൾഷെവിക്കുകളായിരുന്ന പെത്രുഷേവ്സ്ക്കയ യുടെ കുടുംബാംഗങ്ങളെ ജനങ്ങളുടെ ശത്രുക്കളായി മുദ്രകുത്തി ആയിരത്തി തൊള്ളായിരത്തി മുപ്പതുകളുടെ അവസാനം വെടിവെച്ചു കൊല്ലുകയും ലൂദ്മിള ഉൾപ്പെടെ ബാക്കിയായവരെ നാടുകടത്തുകയും ചെയ്തതോടെ സമൂഹത്തിൽ അവർക്ക് അനുഭവിക്കേണ്ടി വന്ന ഒറ്റപ്പെടലും നിന്ദയും സങ്കൽപ്പിക്കാവുന്നതിലും അപ്പുറത്തായിരുന്നു.

ഒന്നിൽ കൂടുതൽ കുടുംബങ്ങൾ ഒരുമിച്ചു താമസിച്ചിരുന്ന കമ്മ്യൂണൽ ഫ്ളാറ്റിൽ താമസിക്കേണ്ടി വന്ന പെത്രുഷേവ് സ്ക്കയയും അവരുടെ അമ്മൂമ്മയും വല്യമ്മയും പൊതുവായ അടുക്കളയോ കുളിമുറിയോ ഉപയോഗിക്കാൻ മറ്റുള്ളവർ അനുവദിച്ചില്ല. സാമൂഹ്യദ്രോഹികളായി പാർട്ടി അവരെ മുദ്രകുത്തി ഒറ്റപ്പെടുത്തിയിരുന്നു. ഭക്ഷണത്തിനു വേണ്ടിയുള്ള അവസാനമില്ലാത്ത ക്യൂവിൽ നിൽക്കേണ്ടി വരുകയും എല്ലായിടത്തും അവസാനം മാത്രം പരിഗണിക്കപ്പെടുകയും ചെയ്ത അവരുടെ ജീവിത ക്ലേശങ്ങൾ പെത്രുഷേവ്സ്ക്കയ തന്മയത്വത്തോടെ ഈ കൃതിയിൽ പ്രതിപാദിക്കുന്നു. മെട്രോപ്പോൾ ഹോട്ടലിൽ നിന്നും ഒരു പെൺകുട്ടി എന്ന ഈ കൃതിയിൽ അമൂല്യങ്ങളായ അനുഭവസമ്പത്തിന്റെ ഉൾക്കാമ്പുകളിലേക്ക് ഇറങ്ങിച്ചെല്ലുന്ന വായനക്കാർ, ഒരു സോഷ്യലിസ്റ്റ് വ്യവസ്ഥിതി കെട്ടിപ്പടുക്കാനായി നിരപരാധികൾ പോലും അനുഭവിക്കേണ്ടി വന്ന കഷ്ടപ്പാടുകളുടെ നീറുന്ന കഥകൾക്ക് സാക്ഷ്യം വഹിക്കും.

സി.എസ്. സുരേഷ്

മെട്രോപ്പോൾ ഹോട്ടലിലെ പെൺകുട്ടി

മനുഷ്യരാശിയെക്കുറിച്ചു ചിന്തിക്കുമ്പോൾ ഞാനതിനെ ശാഖകളുള്ള ഒരു കുടുംബവൃക്ഷമായല്ല സങ്കൽപ്പിക്കുന്നത്.

ഗോത്രങ്ങൾ ഒരു കാടുപോലെ കാണപ്പെടുകയും കൈകോർത്തു നിൽക്കുന്ന മരങ്ങൾ ജനങ്ങളുടെ ചങ്ങലക്കണ്ണികളായും കാണുന്നു. എന്തുകൊണ്ടോ അത് അങ്ങനെയാണ്. അവിടെ കാലത്തിന്റേയും യുഗങ്ങളുടേയും മൂടൽമഞ്ഞിൽ ഒത്തിരി ശാഖകളുള്ള വൃക്ഷങ്ങൾ പോലെ മുൻതലമുറകൾ നിലകൊള്ളുന്നു. ഓരോ മുൻഗാമിയും ഒരുവശത്ത് തങ്ങളുടെ മാതാപിതാക്കളുമായും മറുവശത്ത് തങ്ങളുടെ കുട്ടികളുമായും ബന്ധപ്പെട്ടിരിക്കുന്നു.

മധ്യഭാഗത്ത് നിൽക്കുന്നയാൾക്ക് ശക്തിയുള്ളിടത്തോളം കാലം തന്റെ മുന്നിലും പിന്നിലുമുള്ളവരെ അയാൾ ഉറപ്പിച്ചു നിർത്തും. ഓരോ നൂറുവർഷങ്ങൾ കഴിയുമ്പോഴും മധ്യഭാഗം മാറ്റി സ്ഥാപിക്കപ്പെടും. മനുഷ്യന്റെ ശക്തി ക്ഷയിക്കുകയും അത് തന്റെ അടുത്ത തലമുറയിലേക്ക് പകർന്നു കൊടുക്കുകയും ചെയ്യും. അയാളുടെ ബുദ്ധിയും അറിവും അയാളോടൊപ്പം വിട്ടുപിരിഞ്ഞേക്കാമെങ്കിലും ചില സ്വഭാവങ്ങളും വിശേഷഗുണങ്ങളും അടുത്ത തലമുറയിലേക്ക് കൈമാറ്റം ചെയ്യപ്പെട്ടേക്കാം. സ്ഥിരോത്സാഹം, മൃഗീയമായ പിടിവാശികൾ, മനോബലം, ഭക്ഷണം ലളിതമായിരിക്കണമെന്നും കുളിക്കാനുള്ള വെള്ളം തണുത്തതായിരിക്കണമെന്നുമുള്ള വിശ്വാസം, വിശേഷദിനങ്ങളിലെ അമിതഭക്ഷണം, അധികാരികളോടുള്ള വിയോജിപ്പ്, ഒരാളുടെ വിശ്വാസപ്രമാണങ്ങളോടുള്ള ആത്മാർത്ഥത, സംഗീതത്തോടും കവിതയോടുമുള്ള പ്രേമം, നിസ്സാരകാര്യങ്ങൾക്കു വേണ്ടിയുള്ള കലഹങ്ങൾ, എല്ലാക്കാര്യങ്ങളോടുമുള്ള തികഞ്ഞ സത്യസന്ധതയും അന്ത്യശാസനങ്ങളെ മാനിക്കാതിരിക്കലും ശാന്തതയോടുള്ള ഇഷ്ടവും നിത്യവിലാപത്തിന്റെ ഉയർന്ന ശബ്ദം, പണമില്ലാതെ ജീവിക്കാനുള്ള കഴിവ്, സമ്മാനങ്ങൾക്കായി ബുദ്ധിയില്ലാതെ ചെലവാക്കുക, എല്ലാവരേയും സഹായിക്കാനുള്ള ആഗ്രഹം, മറ്റുള്ളവരുടെ

വൃത്തിയും വെടിപ്പും ആവശ്യപ്പെടുക, നിഷ്കളങ്ക സൗന്ദര്യത്തോടെ ഉറങ്ങുന്ന പിഞ്ചുകുഞ്ഞുങ്ങളോടുള്ള നിസ്സീമമായ സ്നേഹം എന്നിവ യെല്ലാം തലമുറകളിലേക്ക് പകർന്നു കിട്ടുന്ന സംഗതികളാണ്.

എന്റെ വലിയമ്മൂമ്മ ആസ്യ രക്തദൂഷണംമൂലം മുപ്പത്തി യേഴാം വയസ്സിലാണ് തന്റെ ആറുമക്കളേയും തനിച്ചാക്കി മരിച്ചത്. അവരുടെ ഭർത്താവായ എന്റെ വലിയപ്പൂൻ, ഡോക്ടറായ ഇല്യ സെർ ഗ്യേവിച്ച് അടുത്തുള്ള നദീതീരത്തേക്ക് ഓടി. ഭാര്യയുടെ മരണത്തിന് താനാണ് കുറ്റക്കാരനെന്ന് അയാൾ കരുതി. ഏറ്റവും ഇളയ കുട്ടിയെയും എടുത്തുകൊണ്ട് അഞ്ചുമക്കളും അയാളുടെ പിന്നാലെ ഓടി. നദീ തീരത്തുവെച്ച് അച്ഛനെ പിടിച്ചുനിർത്തി. ആസ്യയുടെ ശവസംസ്കാരം നടക്കുമ്പോൾ എന്റെ ഭാവിയിലെ അമ്മ വാളന്റീന തന്റെ അച്ഛന്റെ കാല്പാടുകൾ പിൻതുടർന്നുകൊണ്ട് ഇപ്രകാരം പറഞ്ഞു.

''എന്നും ഞാൻ അങ്ങയുടെ കാല്പാടുകൾ പിൻതുടരും.''

അവരെല്ലാം ഏതോ രഹസ്യസങ്കേതത്തിലെ അംഗങ്ങളായി. അപ്പൂപ്പൻ വിപ്ലവകാരിയായിരുന്നു. അടിച്ചമർത്തപ്പെട്ടവരുടെ അവ കാശങ്ങൾക്കുവേണ്ടി അയാൾ പൊരുതി. ഏതോ ഫാക്ടറിയിൽ ഡോക്ടറായി ജോലി നോക്കിയിരുന്ന അയാളുടെയടുത്തേക്ക് പാവ പ്പെട്ട ഗ്രാമീണരോഗികൾ ഒഴുകിയെത്തി. അദ്ദേഹം ചികിത്സയ്ക്ക് ഒരിക്കലും പണം പറ്റിയില്ല. ശമ്പളംകൊണ്ടു മാത്രമാണ് അദ്ദേഹം ജീവിച്ചിരുന്നത്. ഫാക്ടറി ജീവനക്കാരെ മാത്രം ചികിത്സിക്കാനാണ് അദ്ദേഹത്തെ നിയമിച്ചിരുന്നതെങ്കിലും പാവപ്പെട്ട രോഗികളെ അദ്ദേഹം സൗജന്യമായി ചികിത്സിച്ചു. ഈ കാരണത്താൽ അധികൃതർ അദ്ദേ ഹത്തെ ജോലിയിൽ നിന്നും പിരിച്ചുവിട്ടു. കോളറയോ പ്ലേഗോ പോലുള്ള സാംക്രമികരോഗങ്ങൾ ചികിത്സിക്കേണ്ടി വരുന്നയിട ങ്ങളിൽ അദ്ദേഹം ജോലി കണ്ടെത്തുകയും ചെയ്തു. സാംക്രമിക രോഗങ്ങൾ പടർന്നു പിടിക്കുന്ന സാഹചര്യങ്ങളിൽ കുറ്റവാളികൾ ഉൾപ്പെടെ എല്ലാവരേയും കൂലിക്കെടുത്തിരുന്നു.

സംസാരിക്കാൻ തുടങ്ങിയ കാലം മുതൽ ഞാൻ അദ്ദേഹത്തെ 'ജെജ്യ' എന്ന് വിളിച്ചു.

വെഗേറ കുടുംബത്തിന്റെ സാഹചര്യങ്ങൾ

ഞാൻ പിറന്നു വീണതു മോസ്കോവിലെ സുപ്രസിദ്ധമായ മെട്രോപ്പോൾ ഹോട്ടലിലാണ്. അക്കാലത്ത് ഹൗസ് ഓഫ് സോവി യറ്റിന്റെ രണ്ടാമത്തെ കെട്ടിടമെന്ന് അറിയപ്പെട്ടിരുന്ന മെട്രോപ്പോൾ ഹോട്ടലിലെ മുറികളെല്ലാം പഴയ ബോൾഷെവിക്കുകൾ കൈവശ പ്പെടുത്തിയിരുന്നു.

എന്റെ വലിയപ്പൂപ്പനായ ഇല്യ സെർഗ്യേവിച്ച് വെഗേറ അത്തരം ബോൾഷെവിക്കുകളിൽ ഒരാളായിരുന്നു. അദ്ദേഹം 1898 മുതൽ

സോഷ്യൽ ഡമോക്രാറ്റിക്ക് വർക്കേഴ്സ് പാർട്ടിയുടെ അംഗമായിരുന്നു. അതേ കെട്ടിടത്തിലായിരുന്നു ഇല്യ സെർഗ്യേവിച്ചിന്റെ മകളും വിധവയുമായ എന്റെ അമ്മൂമ്മ വാളന്റീന തന്റെ രണ്ടു പെൺകുട്ടികളോടൊപ്പം ജീവിച്ചിരുന്നത്. അമ്മൂമ്മയും 1912 മുതൽ പാർട്ടി അംഗമായിരുന്നു. വ്യേറനിക്കളായേവ്ന, വാളന്റീന നിക്കളായേവ്ന എന്നായിരുന്നു പെൺമക്കളുടെ പേരുകൾ. ഇതിൽ വാളന്റീന നിക്കളായേവ്നയായിരുന്നു എന്റെ അമ്മ. മൂന്നുപേരും യക്ഷിക്കഥകളിലെ പോലെ അതീവസുന്ദരികളായിരുന്നു. അക്കാലത്തെ യുവകവിയായിരുന്ന മയക്കോവ്സ്കി എന്റെ അമ്മൂമ്മയുടെ പുറകെ നടന്നിരുന്നു. പക്ഷേ അവർ ഇഷ്ടപ്പെട്ടതു വിദ്യാർത്ഥിയായിരുന്ന കോല്യയെയായിരുന്നു. അവരുടെ മകൾ വ്യേറ അതിസുന്ദരിയായി വളർന്നു വന്നു. കരിനീലമിഴികളും നിർമ്മലമന്ദഹാസവും പിന്നിയിട്ട മുടിയുമായി അതീവ സുന്ദരിയായ വിദ്യാർത്ഥിനിയായിരുന്നു വ്യേറ.

എന്റെ അമ്മയാകട്ടെ, പതിന്നാലാം വയസ്സിൽ അസാധാരണ പൊക്കമുള്ളതിനാൽ നിരവധി പൂവാലന്മാരെ ആകർഷിച്ചു. അവരിൽ കൂടുതലും പട്ടാളക്കാരായിരുന്നു. പേരെന്താണ്, വീടെവിടെയാണ് മുതലായ അവരുടെ ചോദ്യങ്ങൾക്ക് അമ്മ നിഷ്കളങ്കമായി മറുപടി പറഞ്ഞിരുന്നതിനാൽ പൂവാലശല്യം വർദ്ധിച്ചു. എന്നാൽ ഒരിക്കലും അമ്മ തന്റെ പ്രായം വെളിപ്പെടുത്തിയില്ല. ഇതു പലപ്പോഴും അമ്മയുടെ അമ്മയേയും ചേച്ചിയേയും ശുണ്ഠി പിടിപ്പിച്ചു. കുടുംബത്തിൽ എന്റെ അമ്മയുടെ വിളിപ്പേരു ലൂല്യ എന്നായിരുന്നു. ഏറ്റവും ഇളയ കുട്ടി അമ്മയായിരുന്നതിനാൽ എന്നും അമ്മയെ പ്രായോഗികപരിജ്ഞാനമില്ലാത്ത കുട്ടിയായി കരുതപ്പെട്ടു. സ്കൂളിൽ മല പോലെ പുസ്തകങ്ങൾ വായിക്കുകയും നന്നായി പഠിക്കുകയും ചെയ്തിരുന്നു എങ്കിലും അമ്മയെ എക്കാലവും കുട്ടിയായി മാത്രമാണ് പരിഗണിക്കപ്പെട്ടത്.

അമ്മയുടെ എഴുത്തുമേശയിൽ പിരമിഡുപോലെ പുസ്തകങ്ങൾ തലയുയർത്തി നിന്നു. അമ്മ സാഹിത്യത്തെ വളരെ ഗൗരവമായാണ് വീക്ഷിച്ചിരുന്നത്. സമയം കൊല്ലാനുള്ള വായനയെ അവർ ദൈവനിന്ദയായി കരുതി. യുവാവായ മാക്സിം ഗോർക്കിയുടെ ഛായാചിത്രവുമായി അവർ രഹസ്യപ്രണയത്തിലായി. നിഷ്ക്കളങ്കയും ഗൗരവക്കാരിയും തികച്ചും നിരപരാധിയുമായ ലൂല്യ തന്റെ ജന്മദിനമായ ആഗസ്റ്റ് 23ന് 1937ൽ ഗർഭിണിയായി. നിറഗർഭിണിയായ ജോലിക്കാരി പെണ്ണിനോട് എന്നെ ചുണ്ടിക്കാട്ടിക്കൊണ്ട് തനിക്ക് വളരെ നേരത്തെ ആദ്യഗർഭം ധരിക്കേണ്ടി വന്നു എന്ന് അമ്മ പറയുന്നതു ഞാൻ കേട്ടിട്ടുണ്ട്. ഞങ്ങൾ വാതിൽക്കൽ നിൽക്കുകയായിരുന്നു. എന്നെ ചൂണ്ടിക്കാട്ടിക്കൊണ്ട് അമ്മ പറഞ്ഞു. ''അതാണെന്റെ ആദ്യത്തെ കനി.''

അക്കാലത്ത് മോസ്കോവിലെ വേനൽക്കാലവസതികൾ കൂടുതലായി സ്ഥിതി ചെയ്യുന്ന സിൽവർ ഫോറസ്റ്റിലായിരുന്നു എന്റെ

ഭാവികുടുംബം വേനൽക്കാലം ചെലവഴിച്ചത്. അമ്മൂമ്മയുടെ മൂത്ത സഹോദരനായ വ്ളാഡിമിർ ഇല്ലിച്ച് വെഗേറയുടെ പേരിലുള്ള വേനൽ ക്കാല വസതിയായിരുന്നു അത്. 1905ലെ വിപ്ലവപ്രവർത്തനങ്ങളുടെ ഒരു പ്രധാനസംഘാടകനായിരുന്ന അദ്ദേഹം റഷ്യൻ സോഷ്യൽ ഡമോക്രാറ്റിക് പാർട്ടിയുടെ അറിയപ്പെടുന്ന നേതാവുമായിരുന്നു. പാർട്ടി വൃത്തങ്ങളിൽ കുറുക്കൻ എന്ന് വിളിപ്പേരുണ്ടായിരുന്ന അദ്ദേഹ മാണ് അക്കാലത്ത് പതിനഞ്ചു വയസ്സുകാരനായിരുന്ന മയക്കോവ് സ്കിയെ പാർട്ടിയിൽ ചേർത്തത്. അതിനുശേഷമാണ് വ്ളാഡിമിറിനെ ബുത്തീർക്ക ജയിലിലടച്ചതും അതേത്തുടർന്ന് പാർട്ടിവിട്ടതും.

വ്ളാഡിമിറിന്റെ വീട്ടിൽ വൈകുന്നേരങ്ങളിൽ പതിവായി വന്നി രുന്ന കവി മയക്കോവ്സ്കി വ്ളാഡിമിറിന്റെ ഇളയ സഹോദരികളു മായി പരിചയത്തിലായി. എന്റെ അമ്മൂമ്മയെ മയക്കോവ്സ്കി പ്രണ യിക്കാൻ തുടങ്ങി. പക്ഷേ അമ്മൂമ്മ അതിൽനിന്നും ഒഴിഞ്ഞുമാറുക യായിരുന്നു.

1937ൽ വ്ളാഡിമിർ കസാൻ റോഡിൽ പുതിയൊരു വീട് നിർ മ്മിച്ചു. സിൽവർ ഫോറസ്റ്റിലെ ഗവണ്മെന്റ് വേനൽക്കാല വസതി എന്റെ അമ്മൂമ്മയായ വാളന്റീനയ്ക്കും അവരുടെ കുട്ടികൾക്കുമായി നൽകി. അതേ വർഷം വസന്തകാലത്താണ് ഏറ്റവും നാശം പിടിച്ച സംഭവണ്ടായത്. ഒഡേസ പാർട്ടിക്കമ്മിറ്റി സെക്രട്ടറിയും ഉക്രയിൻ പോളിറ്റ്ബ്യൂറോ അംഗവുമായിരുന്ന അമ്മൂമ്മയുടെ ഇളയ സഹോ ദരൻ മെയ് മാസത്തിൽ അറസ്റ്റ് ചെയ്യപ്പെട്ടു.

അദ്ദേഹത്തിന്റെ രണ്ടു സഹോദരികളെയും അറസ്റ്റു ചെയ്യുകയും ഭർത്താക്കന്മാരെ വധിക്കുകയും ചെയ്തു. ലേന എന്ന സഹോദരിയെ വെടിവെച്ചു കൊന്നു. ആസ്യയെ മാത്രം വധിച്ചില്ല. നിരവധി വർഷ ങ്ങൾ കോൺസൻട്രേഷൻ ക്യാമ്പിൽ കിടന്നതിനുശേഷമാണ് അവർ പുറത്തുവന്നത്.

എന്റെ അമ്മൂമ്മ അവരുടെ ഊഴം കാത്തിരുന്നു. എല്ലാ രാത്രി കളിലും ആരോ ഗെയ്റ്റ് തുറക്കുന്നതായും വണ്ടിയിൽനിന്നും ഇറങ്ങി ചരലിൽ കിരുകിരെ ചവിട്ടിമെതിച്ച് വീട്ടിലേക്ക് നടന്നടുക്കുന്നതായും അവർക്കു തോന്നി. അന്നൊക്കെ അറസ്റ്റു ചെയ്യാനായി അവർ വന്നിരുന്നത് രാത്രിയായിരുന്നു. അവരെ മറ്റാരും കണ്ടിരുന്നില്ല. പക്ഷേ എന്നും രാത്രി ആരോ ഗെയ്റ്റു കടന്ന് മുറ്റത്തു വന്നു. വീട്ടിൽ പ്രവേശിച്ചില്ല. ഉറങ്ങാൻ സാധിച്ചില്ല. പുറത്തിറങ്ങി നോക്കാൻ അവർക്ക് ഭയമായിരുന്നു. അമ്മൂമ്മ ഒരു മാനസികരോഗ വിദഗ്ദ്ധനെ കണ്ടു. അയാൾ അവരോട് ആശുപത്രിയിൽ കിടക്കാൻ പറഞ്ഞു. അവർ അപ്രകാരം ചെയ്തു. അവരെ ആരും അറസ്റ്റു ചെയ്തില്ല. മാനസിക രോഗികളല്ലാത്തവരെ മാത്രമേ അറസ്റ്റു ചെയ്യുകയുള്ളൂ

എന്ന് അവർക്ക് അറിയാമായിരുന്നു. അറസ്റ്റു ചെയ്യപ്പെട്ട സഹോദരന്റെ യുവതിയായ ഭാര്യയെയും അറസ്റ്റു ചെയ്യുകയും ചോദ്യം ചെയ്യുകയും ചെയ്തു. മാനസികനില തെറ്റിയ അവരെ പിന്നീട് വിട്ടയച്ചു. അവരുടെ അവസാനം അതിഭയങ്കരമായിരുന്നു. അവളെയും അവളുടെ അമ്മയേയും പ്രായം കുറഞ്ഞ മകനേയും ജർമ്മൻപട്ടാളം മറ്റ് ഉക്രേനിയക്കാരായ ജൂതന്മാരോടൊപ്പം ജീവനോടെ കഴിച്ചുമൂടുകയായിരുന്നു.

എന്റെ അമ്മൂമ്മ തികച്ചും ആരോഗ്യവതിയായിരുന്നു. അതിഭീകരമായ യാതനകൾക്ക് എന്റെ ബന്ധുക്കൾ വിധേയരാകേണ്ടി വന്ന ആ വേനൽക്കാലത്ത് എന്റെ അമ്മൂമ്മയും കുടുംബവും സിൽവർ ഫോറസ്റ്റിലെ വേനൽക്കാല വസതിയിൽ താമസിക്കുകയായിരുന്നു. എന്റെ അച്ഛൻ സ്റ്റിഫാൻ അമ്മയോടൊപ്പം യൂണിവേഴ്സിറ്റി വിദ്യാർത്ഥിയായിരുന്നു. അമ്മ ലിറ്ററേച്ചറിനും അച്ഛൻ ഫിലോസഫിക്കുമായിരുന്നു പഠിച്ചിരുന്നത്. അച്ഛൻ അമ്മയെ കാണാനായി സിൽവർ ഫോറസ്റ്റിലെ വീട്ടിൽ അക്കാലത്ത് വന്നിരുന്നുവെന്ന് അമ്മ പറഞ്ഞിട്ടുണ്ട്. ഏതു സമയത്താണ് അച്ഛൻ വന്നതെന്ന് മാത്രം അമ്മ പറഞ്ഞില്ല. എന്റെ അമ്മൂമ്മ രാത്രിയിൽ ഭയപ്പാടോടെ കേട്ടത് സ്റ്റിഫാന്റെ കാലടി ശബ്ദങ്ങളായിരിക്കുമെന്നാണ് ഞാൻ കരുതുന്നത്.

പിന്നീട് എനിക്ക് മനസ്സിലായി എന്റെ അച്ഛൻ നിക്കൊളായ് പ്രോവിൻസിലെ ഒരു ഗ്രാമത്തിൽ നിന്നും ആരോരുമില്ലാതെ ലമണോസവിനെപോലെ മോസ്കോവിൽ ഓടിയെത്തി പാവപ്പെട്ടവർക്കായുള്ള പഠനവ്യവസ്ഥകൾ സ്വീകരിച്ച് പഠിച്ചിരുന്നയാളായിരുന്നു എന്ന്. അച്ഛന്റെ കുടുംബത്തിൽ ബന്ധുക്കൾ ക്ഷയരോഗബാധിതരായിരുന്നു. അച്ഛനും രോഗം പിടിപെട്ടിരുന്നു. അദ്ദേഹം ഡോക്ടറെ കാണാൻ പോയില്ല. ആശുപത്രിയിൽ കിടത്തി ചികിത്സിച്ചേക്കുമെന്നോ ഒരു വർഷം നഷ്ടമാകുമെന്നോ ഉള്ള പേടികൊണ്ട് അച്ഛൻ ചുമച്ചുകൊണ്ട് ജീവിച്ചു. നല്ല ഉയരവും ചുരുണ്ടമുടിയും ഉണ്ടായിരുന്ന അച്ഛൻ കാണാൻ സുന്ദരനായിരുന്നു.

അമ്മ ലിറ്ററേച്ചറിന് പഠിക്കുന്ന ചുറുചുറുക്കുള്ള വിദ്യാർത്ഥിനിയായിരുന്നു. ഗൗരവക്കാരിയും സുന്ദരിയുമായ അമ്മ ഒരു പുസ്തകപ്പുഴുവായിരുന്നു. മോസ്കോവിലെ ഏറ്റവും നല്ല കെട്ടിടങ്ങളിൽ ഒന്നായ മെട്രോപ്പോൾ ഹോട്ടലിൽ താമസിച്ചിരുന്നു എന്നതിനപ്പുറം ജീവിതത്തിൽ ഒന്നും അമ്മയ്ക്ക് മനസ്സിലായിരുന്നില്ല. അമ്മയുടെ അമ്മ ക്രെംലിൻ കൊട്ടാരത്തിലാണ് ജോലി ചെയ്തിരുന്നത് അതുകൊണ്ട് എന്റെ ഭാവിയിലെ അച്ഛന് അമ്മൂമ്മയെയും അമ്മയുടെ സഹോദരിയെയും പേടിയുണ്ടായിരുന്നു. അതുകൊണ്ട് ആ രാത്രിയിൽ താൻ പ്രേമിക്കുന്ന പെൺകുട്ടിയെ കാണാൻ അദ്ദേഹം ഒളിച്ചുവന്നിട്ടുണ്ടാകാം. അവസാനത്തെ ട്രോളിബസിൽ കയറി വന്ന സ്റ്റിഫാൻ ചരലിലൂടെ കിരുകിരെ ശബ്ദത്തോടെ നടന്ന് അമ്മയുടെ ജനാലയ്ക്കൽ

മുട്ടിവിളിച്ചിട്ടുണ്ടാകാം. ഞാൻ അങ്ങനെയാണ് കരുതുന്നത്. ആ കാലടികൾ ഒരിക്കലും വാതിൽക്കൽവരെ വന്നെത്തിയില്ല. അമ്മൂമ്മ മാനസികമായി നല്ല ആരോഗ്യം പുലർത്തിയിരുന്നു.

ഈ സംഭവങ്ങളെക്കുറിച്ചുള്ള എന്റെ വ്യാഖ്യാനം ഇതാണ്.

എല്ലാത്തിനും ഉപരിയായി കാലടിപ്പാടുകൾ ഉണ്ടായിരുന്നിട്ടും എന്റെ ബന്ധുക്കളെ ആരും ലുബ്യാൻകയിൽ (രഹസ്യപ്പൊലീസ് ആസ്ഥാനമായ റഷ്യയിലെ പ്രധാന ജയിൽ) കൊണ്ടുപോയില്ല എന്നതും വാസ്തവമായി ശേഷിക്കുന്നു. അറസ്റ്റു ചെയ്യപ്പെട്ടവരുടെ ബന്ധുക്കളായ ഞങ്ങളെ ശത്രുക്കളായി കാണുന്ന സമൂഹത്തിൽ അമ്മയേയും വയറ്റിലുള്ള എന്നേയും തള്ളിപ്പറയാൻ സ്റ്റിഫാൻ തയ്യാറായി. പിന്നീട് അദ്ദേഹത്തിന് മനംമാറ്റമുണ്ടാകുകയും വിവാഹം കഴിക്കുകയും ചെയ്തു.

ഏകദേശം രണ്ടു വർഷങ്ങൾക്കുശേഷം മെട്രോപ്പോൾ ഹോട്ടലിലെ തന്റെ അപ്പാർട്ടുമെന്റിലെത്തിയ എന്റെ അമ്മൂമ്മയും രണ്ടു മക്കളും കണ്ടതു തങ്ങളുടെ വസതി രഹസ്യപ്പൊലീസ് പൂട്ടി സീൽ ചെയ്തതായാണ്. എന്റെ അമ്മൂമ്മ അത് തുറക്കാൻ തുടങ്ങിയെങ്കിലും പിന്നീട് ആ ഉദ്യമം ഉപേക്ഷിച്ച് ഒരക്ഷരംപോലും പറയാതെ പിൻതിരിഞ്ഞു നടന്നു. അമ്മൂമ്മയെ പിൻതുടർന്നിരുന്ന വാവ അമ്മായി വാതിലിന്റെ കൈപ്പിടി ചുറ്റിക്കോർത്തിരുന്ന ഒരു കമ്പിയിൽ തൂങ്ങിയാടുന്ന ഈയത്തിന്റെ ഒരു സീൽ കണ്ടു.

അമ്മൂമ്മയും മക്കളും ഒരു മണിക്കൂർ നേരത്തെ എത്തിച്ചേർന്നിരുന്നുവെങ്കിൽ അവരേയും പൊലീസ് പിടിക്കുമായിരുന്നു. പക്ഷേ എന്റെ കുടുബം എപ്പോഴും വൈകിപ്പോകുമായിരുന്നു. പാത്രങ്ങളോ വസ്ത്രങ്ങളോ കിടക്കയോ പുസ്തകങ്ങളോ ഒന്നുമില്ലാതെ കൈയും വീശി അവർ അതേ കെട്ടിടത്തിലുണ്ടായിരുന്ന ജെജ്യയുടെ വീട്ടിലേക്ക് കയറിച്ചെന്നു. പക്ഷേ എന്റെ ആദ്യത്തെ വീടിനെക്കുറിച്ച് എനിക്ക് വികലമായ ഓർമ്മകൾ മാത്രമേ അവശേഷിക്കുന്നുള്ളൂ.

അടുത്തടുത്തായി രണ്ടുമുറികളും അവയെ ബന്ധിപ്പിക്കുന്ന വാതിലിനു മുകളിലായി എന്റെ വലിയമ്മൂമ്മയുടെ ഒരു ഛായാചിത്രവും മാത്രമാണ് എന്റെ ഓർമ്മ യിലുള്ളത്. ചുരുക്കിപ്പറഞ്ഞാൽ എന്റെ അമ്മയുടെ ഇരുപത്തിയൊന്നാം ജന്മദിനത്തിനുശേഷം ഏകദേശം ഒൻപതു മാസങ്ങൾക്കുശേഷം 1938 മെയ് 26ന് ഞാൻ ജനിച്ചു. അറസ്റ്റു ചെയ്യപ്പെട്ടവരുടെബന്ധുക്കളുടെ നവജാതശിശുക്കളെപ്പോലെ സീലു ചെയ്ത ഒരു ഫ്ളാറ്റിൽ ജനിക്കാനുള്ള ദൗർഭാഗ്യം എനിക്ക് വന്നു ചേർന്നില്ല. അമ്മൂമ്മയുടെ വശത്തുനിന്നും പൗരാണിക റഷ്യൻ വിശിഷ്ടകൃതികൾ വായിക്കുന്നതു കേട്ടാണ് ഞാൻ വളർന്നത്. അതിനെക്കുറിച്ച് വഴിയെ പ്രസ്താവിക്കാം.

യാക്കൊവ് കുടുംബക്കാർ

എന്റെ വലിയമ്മൂമ്മയുടെ ഛായാചിത്രമാണ് വാതിലിനു മുകളിൽ ഇടത്തുവശത്തായി തൂക്കിയിട്ടിരുന്നത് എന്ന് ഉറപ്പിച്ചു പറഞ്ഞത് എന്റെ അമ്മയാണ്. അന്ദ്രേവിച്ച് ഭൂപ്രഭുവിന്റെ വംശത്തിൽ ജനിച്ച അലക്സാണ്ട്ര കേൺസ്റ്റാന്റിനോവിച്ച് യാക്കൊവ് ല്യേവയായിരുന്നു അതെന്ന് എനിക്കിന്നറിയാം. അമ്മൂമ്മയുടെ കുടുംബത്തിന് പോളണ്ടിലെ രാജാവായിരുന്ന സിഗ്മണ്ട് ആഗസ്റ്റ് പതിനാറാം നൂറ്റാണ്ടിൽ കല്പിച്ചുകൊടുത്തതായിരുന്നു കുലീനപദവി. അന്ദ്രേവിച്ചിന്റെ സഹോദരന്മാർ കൊട്ടാരത്തിലെ കുതിരകളെ ഓടിച്ചിരുന്നു എന്നും ഒരിക്കൽ കുതിച്ചോടിയ രാജാവിന്റെ കുതിരയെ അവർ പിടിച്ചു കെട്ടിയതിൽ സന്തോഷിച്ച രാജാവ് കുലീന പദവി കല്പിച്ചു കൊടുത്തു എന്നുമാണ് കുടുംബപുരാണം. അദ്ദേഹത്തിന്റെ പിൻഗാമിയായിരുന്ന യാക്കൊവ്, റഷ്യൻ സാർചക്രവർത്തിക്ക് എതിരായി 1825ൽ നടന്ന ഡിസംബറിസ്റ്റ് കലാപത്തിൽ പങ്കെടുത്തു. പതിന്നാലു വർഷത്തെ ജയിൽവാസത്തിനുശേഷം 39 വയസ്സിൽ യാക്കൊവ് മരണമടഞ്ഞു.

അമ്മൂമ്മയുടെ ഛായാചിത്രം വരച്ചത് എന്റെ അപ്പൂപ്പന്റെ സഹോദരപുത്രനായ വാളന്റീൻ യാക്കോവ് ല്യേവിച്ചായിരുന്നു. വാളന്റീൻ 1919ൽ മരിച്ചു. ഇപ്പോൾ അദ്ദേഹത്തിന്റെ പെയിന്റിംഗുകൾ പല മ്യൂസിയങ്ങളിലും സൂക്ഷിച്ചു വെച്ചിട്ടുണ്ട്. ഞങ്ങളുടെ കയ്യിൽ ഇന്ന് അദ്ദേഹത്തിന്റെ ഒരു എണ്ണച്ഛായാചിത്രം മാത്രമാണ് അവശേഷിക്കുന്നത്. എന്റെ അപ്പൂപ്പൻ കോല്യയുടെ ഗ്രന്ഥശേഖരത്തിൽ ഉണ്ടായിരുന്ന അമൂല്യങ്ങളായ പല പുസ്തകങ്ങളും ഇപ്പോൾ കാണാനില്ല.

എന്റെ അപ്പൂപ്പൻ വളരെ ചെറുപ്പത്തിലെ വിവാഹിതനായി. കോളേജ് വിദ്യാഭ്യാസം കഴിഞ്ഞപ്പോൾ അദ്ദേഹത്തിന് രണ്ടു പെൺമക്കൾ ജനിച്ചിരുന്നു. ഒസ്തഷെൻക എന്ന സ്ഥലത്തെ ഒരു മനോഹര സൗധത്തിലാണ് എന്റെ അമ്മൂമ്മയുടെ അമ്മായിയമ്മയായ ഷൂറ താമസിച്ചിരുന്നത്. അപ്പൂപ്പൻ കോല്യ തന്റെ ചെറുപ്പക്കാരിയായ ഭാര്യയെ വിവാഹം ചെയ്ത് കൊണ്ടുവന്നതത് ഈ ജന്മിമന്ദിരത്തിലേക്കായിരുന്നു. ജന്മിമന്ദിരങ്ങളിലെ ചിട്ടവട്ടങ്ങളൊന്നും ശീലിച്ചിട്ടില്ലാത്ത എന്റെ അമ്മൂമ്മ പുതിയ സാഹചര്യങ്ങളുമായി ഒത്തിണങ്ങാൻ നന്നേ വിഷമിച്ചു.

ജന്മിമന്ദിരങ്ങളിൽ പ്രവേശന കവാടത്തിന് തൊട്ടടുത്തുള്ള ഒരു ചെറിയ മുറിയിലാണ് പരിചാരകർ താമസിച്ചിരുന്നത്. ഒരു തടിമാടൻ പരിചാരകൻ നവവധുവിന്റെ പാദങ്ങളിൽ കെട്ടി വീണു. അത് പാദരക്ഷകൾ അഴിച്ചുമാറ്റാനായിരുന്നു എന്നറിയാതെ അമ്മൂമ്മ കുഴങ്ങി. അപ്പൂപ്പന്റെ അമ്മയായ ഷൂറ അർദ്ധരാത്രിവരെ അതിഥികളുമായി ശീട്ടു കളിക്കുമായിരുന്നു. അതിഥികളില്ലെങ്കിൽ പരിചാരികയുമായി കളി തുടരും. തന്റെ ഭർത്താവുമായി ഷൂറ തെറ്റിപ്പിരിയുകയും

വിവാഹബന്ധം വേർപ്പെടുത്തുകയും ചെയ്തു. ഒരു ഇ.എൻ.ടി. സ്പെഷ്യലിസ്റ്റായിരുന്ന ഭർത്താവ് തന്റെ സഹായിയായ നഴ്സുമായി ചേർന്ന് ഒരു ക്ലിനിക്ക് നടത്തുകയും പില്ക്കാലത്ത് സോവിയറ്റ് ഗവണ്മെന്റിന് കൈമാറുകയും ചെയ്തു. അവരുടെ മകനായ എന്റെ അപ്പൂപ്പൻ കോല്യ ആദ്യം വൊൾഹോൻകയിലെ സ്കൂളിലും പിന്നീട് മോസ്കോ യൂണിവേഴ്സിറ്റിയിലും പഠിച്ചു. കാറോടിച്ച് യൂണിവേഴ്സിറ്റിയിൽ പോയിരുന്ന അദ്ദേഹം വയലിൻ വായിക്കുമായിരുന്നു. അദ്ദേഹത്തിന്റെ സഹോദരി മറിയ സുന്ദരിയായി വളർന്നു വരുകയും ഒരു കലാകാരിയായിത്തീരുകയും ചെയ്തു.

മറ്റൊരു സഹോദരനായ പാവെൽ ഒരു ഉദ്യോഗസ്ഥനായിത്തീരുകയും പിൽക്കാലത്ത് പാരീസിൽ ഒരു ടാക്സി ഡ്രൈവറായി ജോലി നോക്കി മരണമടയുകയും ചെയ്തു. ഇനിയും കുടുംബപുരാണം ഒത്തിരി പറയാനുണ്ട്. യാകോവ് ലേവുകളുടെ രണ്ടു പെൺമക്കളും ഒസ്തഷേൻകയിലെ വീട്ടിലാണ് ജനിച്ചത്. വേനൽക്കാലത്ത് പൂർണ്ണമായും തുറന്നിടുന്ന ഗ്രൗണ്ട് ഫ്ളോറിലെ ജനാലകൾ വഴി രണ്ടു കുട്ടികളും കിന്റർഗാർഡനിൽ പോകുമായിരുന്നു. ഞങ്ങളുടെ കുടുംബം തഗാൻകയിലെ മറ്റൊരു ഫ്ളാറ്റിലേക്ക് മാറി താമസിച്ചപ്പോൾ ഒരു സംഭവമുണ്ടായി.

രണ്ടു കുട്ടികളെയും മുകളിലത്തെ ഒഴിഞ്ഞ ഫ്ളാറ്റിലാക്കിയിട്ട് അവരുടെ അമ്മ (എന്റെ അമ്മൂമ്മ) ചുമട്ടുകാരെക്കൊണ്ട് വീട്ടുപകരണങ്ങൾ കോണിപ്പടി വഴി എടുപ്പിക്കുകയായിരുന്നു. അപ്പോഴാണ് മൂത്തകുട്ടി മൂന്നുവയസ്സുകാരി വാവ ഓടിവന്ന് നിർബ്ബന്ധപൂർവ്വം അമ്മയുടെ പാവാടത്തുമ്പിൽ പിടിച്ചു വലിക്കാൻ തുടങ്ങിയത്. ജോലിക്കാർക്ക് നിർദേശങ്ങൾ കൊടുക്കേണ്ടതുകൊണ്ട് അമ്മയ്ക്ക് കോണിപ്പടിയിൽനിന്നും വിട്ടുപോരാൻ കഴിയുമായിരുന്നില്ല. പക്ഷേ വാവ വിട്ടു കൊടുത്തില്ല. അമ്മയുടെ പാവാടയിൽ കുത്തിപ്പിടിച്ച് നിർബ്ബന്ധപൂർവ്വം മുകളിലേക്കു ചെല്ലാൻ കുട്ടി ആംഗ്യം കാട്ടി. അവസാനം മുകളിലത്തെ ഫ്ളാറ്റിൽ (അഞ്ചാംനിലയിൽ) ചെന്ന അമ്മ കണ്ടത് കുഞ്ഞുലൂല്യ (എന്റെ അമ്മ) തുറന്ന ജനാലപ്പടിയിൽ താഴേക്കു ചാടാൻ തയ്യാറായി നിൽക്കുന്നതാണ്. അങ്ങനെ വാവ ലൂല്യയുടേയും (എന്റേയും) ജീവൻ രക്ഷിച്ചു.

അപ്പൂപ്പന്റെ സുഹൃത്തായിരുന്ന കവിയും നരവംശശാസ്ത്രജ്ഞനുമായിരുന്ന യെവ്ഗെനി ഷില്ലിംഗിന്റെ അക്കാലത്തെ ഡയറിക്കുറിപ്പുകൾ അത്ഭുതകരമായി ഇന്നും സൂക്ഷിച്ചുവെച്ചിട്ടുണ്ട്. അവയിൽ അമ്മയെക്കുറിച്ചും അമ്മയുടെ സഹോദരിയെക്കുറിച്ചും പ്രതിപാദിക്കുന്നുണ്ട്. ആ പെൺകുട്ടികൾ ആർക്കും മനസ്സിലാക്കാൻ കഴിയാത്ത തരത്തിലായിരുന്നു എന്ന് അദ്ദേഹം എഴുതുന്നു. അക്കാലത്ത് യെവ്ഗെനിക്ക് ഇരുപതുവയസ്സും എന്റെ അമ്മൂമ്മയ്ക്ക് ഇരുപത്തിമൂന്നു വയസ്സുമായിരുന്നു.

ഡയറിക്കുറിപ്പുകൾ ഏതോ സിനിമയിലെ ജീവനുള്ള ചിത്രം പോലെ മൂന്നു വയസ്സുള്ള എന്റെ വല്യമ്മയും ഒന്നരവയസ്സുള്ള എന്റെ അമ്മയും ഒരു മേശയുടെ അടുത്ത് നിന്നും സുന്ദരനായ തങ്ങളുടെ യെവ്ഗെനിമാമനെ സാകൂതം നോക്കുന്ന കാഴചയാണ് എന്റെ മനസ്സിൽ കോറിയിട്ടത്.

ഈ ചിത്രം എന്റെ മനസ്സിൽ കോറിയിട്ടത് കാച്യഗ്രിഗറിയേവ്ന ഷില്ലിംഗ് എന്ന ചിത്രകാരിയാണ്. ഒരിക്കൽ ഒരു സൽക്കാരവേളയിൽ അടുത്തടുത്തിരിക്കുകയായിരുന്ന ഞങ്ങളെ ആതിഥേയൻ പരസ്പരം പരിചയപ്പെടുത്തി. എന്റെ ബാല്യകാലത്ത് ഷില്ലിംഗ് എന്ന് കുടുംബപ്പേരുള്ള ഒരാൾ എന്റെ അമ്മാവന്റെ സ്ഥാനത്ത് ഉണ്ടായിരുന്നു എന്ന് ഞാൻ അവരോടു പറഞ്ഞു. ഒരുപക്ഷേ അത് തന്റെ സ്വന്തം അമ്മാവനായിരിക്കാമെന്ന് അവർ പറഞ്ഞു. ഞങ്ങളുടെ ഫ്ളാറ്റുകളുടെ പ്രവേശനകവാടം ഒന്നുതന്നെയായിരുന്നു എന്ന് ഞങ്ങൾ വിസ്മയത്തോടെ മനസ്സിലാക്കി. കാരണം എന്റെ അപ്പൂപ്പനും അവരുടെ അച്ഛനും അടുത്ത കൂട്ടുകാരായിരുന്നു. 1920ൽ എന്റെ അപ്പൂപ്പൻ കുടുംബം വിട്ടുപോയപ്പോൾ അപ്പൂപ്പനെ കൂടെ താമസിപ്പിച്ചത് യവ്ഗെനി ഷില്ലിംഗായിരുന്നു. പിൽക്കാലത്ത് കുയ്ബിഷേവിൽനിന്നും തിരിച്ചെത്തിയ എന്റെ അമ്മയും അവരുടെ വീട്ടിൽ താമസിച്ചിരുന്നു.

ഷില്ലിംഗും എന്റെ അപ്പൂപ്പനും കൂടി ദഗിസ്ഥാനിലേക്ക് ഒരു യാത്ര നടത്തി. അപ്പൂപ്പൻ കോട്ടും സൂട്ടുമൊക്കെയിട്ട് ഒരു കൈത്തോക്കുമായി കൂട്ടുപോയപ്പോൾ നരവംശ ശാസ്ത്രജ്ഞൻ വെറുമൊരു നോട്ടുബുക്കുമായാണ് യാത്ര ചെയ്തത്. യെവ്ഗെനിയുടെ സഹോദരങ്ങളായ മൂന്നുപേർക്ക് അവകാശപ്പെട്ടതായിരുന്നു അയാളുടെ 37-ാംനമ്പർ ഫ്ളാറ്റ്. അതിൽ രണ്ടു സഹോദരങ്ങൾ നേരത്തെ മരിക്കുകയും മീഷ എന്ന ഒരാൾ മാത്രം അവശേഷിക്കുകയും ചെയ്തു. മീഷ ഷില്ലിംഗ് ആയിരുന്നു എന്റെ അമ്മാവന്റെ സ്ഥാനത്ത് ഞാൻ കണ്ടയാൾ.

ഇരുപതുകളിൽ സാമൂഹ്യജീവനത്തിന്റെ ഭാഗമായി അപരിചിതരായ പൗരന്മാരെ വീടുകളിൽ കയറ്റി താമസിപ്പിക്കാൻ സോവിയറ്റ് ഗവണ്മെന്റ് തീരുമാനിച്ചപ്പോൾ ഭാര്യയെ ഉപേക്ഷിച്ച് മാറിത്താമസിച്ചിരുന്ന എന്റെ അപ്പൂപ്പനെ യെവ്ഗെനി ഷില്ലിംഗ് സ്വന്തം ഫ്ളാറ്റിൽ കയറ്റി താമസിപ്പിക്കുകയും അയാൾ മുകളിലത്തെ ഫ്ളാറ്റിൽ തന്റെ അമ്മയോടൊപ്പം മാറി താമസിക്കുകയും ചെയ്തു.

എന്റെ പ്രിയപ്പെട്ട ബാല്യകാലസുഹൃത്തായിരുന്ന മീഷ അമ്മാവൻ യെവ്ഗെനി ഷില്ലിംഗിന്റെ സഹോദരനായിരുന്നു. കെ.ജി.ബിയുടെ ആശുപത്രിയിൽ റേഡിയോളജിസ്റ്റ് ആയി ജോലി നോക്കുകയായിരുന്നു അദ്ദേഹം നല്ല മാനസികാവസ്ഥയിൽ എന്റെയും അമ്മയുടേയും മുന്നിൽ ചാർളി ചാപ്ലിനെപ്പോലെ നൃത്തം ചെയ്യാൻ

അദ്ദേഹം മടിച്ചിരുന്നില്ല. സ്വർഗ്ഗത്തിലേക്ക് ചെല്ലുന്നതുപോലെയാണ് അദ്ദേഹത്തിന്റെ വൃത്തിയുള്ള മുറിയിലേക്ക് ഞാൻ ചെന്നിരുന്നത്. വൃത്തിയുള്ള തിരശ്ശീലകളും മേശവിരികളും കൊത്തുപണികളുമുള്ള ലാമ്പ്ഷേഡുകളും ക്ലോക്കും ആ മുറിയെ മനോഹരമായി അലങ്കരിച്ചിരുന്നു. ചിലപ്പോൾ ഇളംനീലനിറത്തിലുള്ള അടിവസ്ത്രങ്ങൾ മാത്രം ധരിച്ച് മീഷ അമ്മാവൻ മുറിയിൽ ഉലാത്തിയിരുന്നു.

എന്റെ സ്വപ്നങ്ങളിൽ അത്തരം മേശയും ചിത്രപ്പണികളുള്ള ക്ലോക്കും തിരശ്ശീലകളും സ്ഥാനം പിടിച്ചിരുന്നു. എന്റെ ജീവിതത്തിലെ രണ്ടാമത്തെ ചെറുകഥ ഞാൻ മീഷ അമ്മാവനെക്കുറിച്ചാണ് എഴുതിയത്. പക്ഷേ അത് ഒരിക്കലും പ്രസിദ്ധീകരിച്ചില്ല. അദ്ദേഹം വിവാഹം കഴിച്ചത് വാല്യ അമ്മായിയെയായിരുന്നു. കുട്ടികൾക്കുള്ള നാടകശാലയിൽ ജോലി ചെയ്തിരുന്ന അവർക്ക് ഒതുങ്ങിയ അരക്കെട്ടും വലിയ കാൽവണ്ണകളും പഴയൊരു സോവിയറ്റ് നടനോട് സാമ്യമുള്ള മുഖവുമുണ്ടായിരുന്നു. വിവാഹത്തിനും വളരെ മുൻപ് അവർ മീഷ അമ്മാവന്റെ വീട്ടിൽ വന്നിരുന്നു. ഇടയ്ക്ക് രാത്രിയിൽ കുളിമുറിക്കു പുറത്തുള്ള ലൈറ്റ് ഞാൻ ഓൺ ചെയ്യുമ്പോൾ കുളിമുറിയിൽ നിന്നും നഗ്നമായ ഒരു കൈ വിറയലോടെ പ്രത്യക്ഷപ്പെട്ട് ലൈറ്റ് അണച്ചിരുന്നു. അവരെ ചൂഴ്ന്നു നിന്ന രഹസ്യത്തിന്റെ മറ നീക്കി മീഷ അമ്മാവൻ തന്റെ വിവാഹക്കാര്യം പ്രഖ്യാപിച്ചു. അവരുടെ ദാമ്പത്യം വളരെ തൃപ്തികരമായി മുന്നോട്ടു പോയി.

യാക്കോവ് കുടുംബത്തിന്റെ വിശേഷങ്ങളിലേക്ക് മടങ്ങിവരാം. അപ്പൂപ്പൻ കോല്യ തന്റെ പെൺമക്കളെ ഉറക്കാൻ കിടത്തിയിട്ട് കട്ടിലുകളുടെ മദ്ധ്യത്തിലിരുന്ന് താരാട്ടുപാട്ടുകൾ പാടിയിരുന്നു. കൊസാഖ് പാട്ടുകളാണ് അപ്പൂപ്പൻ പാടിയിരുന്നത്. വിപ്ലവത്തിനുശേഷം പട്ടിണിയും ദാരിദ്ര്യവും കൊടുമ്പിരികൊണ്ട സമയത്ത് അപ്പൂപ്പന്റെ അമ്മയായ ഷൂറ ഭക്ഷണസാധനങ്ങൾ അവശ്യസാധനങ്ങളും (അക്കാലത്തെ അമൂല്യസാധനങ്ങൾ) കൊണ്ടുവരാനായി ഡോൺ നദീതടത്തിലേക്ക് പോയി. വഴിയിൽ വെച്ച് ചെമ്പടയുടെ വെടിയേറ്റ് അവർ മരിച്ചു. അവരുടെ കൂടെയുണ്ടായിരുന്ന ആരോ ഒരാൾ വഴിയരുകിൽ സംസ്കരിക്കുകയായിരുന്നു. അയാളാണ് ഈ വിവരം ഞങ്ങളെ അറിയിച്ചത്.

എന്റെ അപ്പൂപ്പനായിരുന്ന പ്രൊഫസർ യാക്കോവിനെക്കുറിച്ച് അദ്ദേഹത്തിന്റെ വിദ്യാർത്ഥികൾ എഴുതിയ ലേഖനത്തിൽ ഭാഷാശാസ്ത്രജ്ഞനായ അപ്പൂപ്പന്റെ പ്രവർത്തനങ്ങളെ പ്രകീർത്തിക്കുന്നുണ്ട്. കൊസാഖ് ഭാഷയ്ക്ക് പുതിയ അക്ഷരമാല ലാറ്റിൻ അക്ഷരങ്ങളുടെ ചുവടുപിടിച്ച് ഉണ്ടാക്കാൻ അദ്ദേഹം ശ്രമിച്ചു. ഏകദേശം എഴുപതോളം അക്ഷരങ്ങൾ അദ്ദേഹം സൃഷ്ടിച്ചു. കൊസാഖ്

ഭാഷയുടെ ലാറ്റിൻ അക്ഷരമാല പ്രവർത്തനം നിർത്തലാക്കിയത് സ്റ്റാലിനായിരുന്നു. അപ്പൂപ്പന്റെ ബൗദ്ധിക എതിരാളിയായിരുന്ന മാർ എന്ന പണ്ഡിതനെക്കുറിച്ചും ലേഖനത്തിൽ പ്രതിപാദിക്കുന്നുണ്ട്. പിൽക്കാലത്ത് സ്റ്റാലിന്റെ പുസ്തകത്തിൽ മാർ എന്ന പണ്ഡിതനെ വിമർശിച്ചപ്പോൾ അപ്പൂപ്പന്റെ വിമർശനം ചില കാര്യങ്ങളിലേക്ക് മാത്രം ഒതുങ്ങി. ചരിത്രത്തിൽ സ്വന്തം മനസ്സാക്ഷിക്ക് ചേർന്ന സത്യ ത്തിന്റെ ഭാഗത്ത് നിലയുറപ്പിച്ചവരുടെ കൂടെയാണ് എന്റെ അപ്പൂപ്പൻ. എന്റെ അപ്പൂപ്പന് നിരവധി വർഷങ്ങൾ ഒരു മാനസികരോഗാശു പത്രിയിൽ കഴിയേണ്ടതായി വന്നു. എന്റെ വല്യമ്മയായ വ്യേറയാണ് അദ്ദേഹത്തെ അവിടെ നിന്നും കൂട്ടിക്കൊണ്ടുവന്നത്.

യാക്കോവുകളുടെ യൗവനകാലത്തേക്ക് തിരിച്ചു പോയാൽ എന്റെ അപ്പൂപ്പൻ ഒരു കമ്മ്യൂണിസ്റ്റുകാരനായിരുന്നു എന്നും പിന്നീട് പാർട്ടി വിട്ടതാണെന്നും എനിക്ക് അറിയില്ലായിരുന്നു. യാക്കോവ് കുടുംബക്കാരുടെ ഒരു പഴയ ഫോട്ടോ എന്റെ മനസ്സിൽ തെളിഞ്ഞു നിൽക്കുന്നു. ഏതോ പുൽത്തകിടിയുടെ പശ്ചാത്തലത്തിൽ ഏടുത്ത ചിത്രത്തിൽ എന്റെ വല്യപ്പൂപ്പനും അപ്പൂപ്പനും അമ്മൂമ്മയും എല്ലാ വരും ഉണ്ടായിരുന്നു. ഏകദേശം 1912ലെ ഫോട്ടോയായിരുന്നു അത്.

ചെമ്പടയുടെ വെടിയേറ്റു മരിച്ച എന്റെ വല്യമ്മൂമ്മ ഷൂറയുടെ ഒരു ഛായാചിത്രം ആശ്ചര്യകരമായി എന്റെ മനസ്സിൽ തെളിഞ്ഞു നിൽ ക്കുന്നുണ്ട്. ഇന്നാ ചിത്രമില്ല. പക്ഷേ അതിൽ നിന്നാണ് എന്റെ ഓർമ്മകൾ തുടങ്ങുന്നത്. മനുഷ്യൻ എന്നു പറയുന്നത് അവന്റെ ഓർമ്മകളാണ്. ഉദാഹരണത്തിന് ഒരു സോഫയുടെ അരുകിൽകൂടി ഞാൻ ആദ്യമായി നടക്കാൻ പഠിച്ച കാര്യം ഓർമ്മിക്കുന്നു. സോഫ യുടെ സീറ്റിൽ കൈപിടിച്ചുകൊണ്ട് പിച്ചവെച്ചു നടക്കാൻ തുടങ്ങിയതേ ഉണ്ടായിരുന്നുള്ളൂ. സംഭവം നടക്കുന്നത് സന്ധ്യാകിരണങ്ങളിൽ മുങ്ങിക്കുളിച്ചു നിൽക്കുന്ന വേനൽക്കാല വസതിയുടെ വരാന്തയി ലായിരുന്നു. ഞാൻ വളരെ സന്തോഷവതിയായിരുന്നു. ന്യുമോണിയ ബാധിച്ച് കിടപ്പിലായതിനാൽ വളരെ താമസിച്ച് ഒരു വയസ്സു കഴി ഞ്ഞപ്പോഴാണ് ഞാൻ നടക്കാൻ തുടങ്ങിയത്. ഞാൻ പിച്ച വെച്ചു നടക്കുന്നതിൽ എന്റെ അമ്മയും സന്തോഷിച്ചു. സന്തോഷം ഊഷ്മള മാണ്. അത് വെളിച്ചവും പച്ചിലച്ചാർത്തും അമ്മയുമായും കെട്ടു പിണഞ്ഞുകിടക്കുന്നു. 1939 ലായിരുന്നു.

മെട്രോപ്പോൾ ഹോട്ടൽ. ഞാനൊരു വിശാലമായ മുറിയിൽ നിൽ ക്കുന്നു. എന്റെ മുന്നിൽ മറ്റൊരു മുറിയിലേക്കുള്ള വാതിൽ തുറന്നു മലർന്നു കിടക്കുന്നു. ഭിത്തിയിൽ ഷൂറ അമ്മൂമ്മയുടെ ഛായാചിത്രം. അരയന്നത്തിന്റെ കഴുത്തും ഇരുണ്ട ചുവപ്പുനിറമുള്ള തലമുടിയും. എന്റെ തൊട്ടുമുന്നിൽ മൂത്രമൊഴിക്കാനുള്ള പാത്രം. പുറത്തു നിന്ന്

ആരോ എന്നോട് പാത്രത്തിൽ ചവിട്ടരുതെന്ന് ഉറക്കെ വിളിച്ചു പറയുന്നു.

ഞാൻ കിടന്നുറങ്ങിയ ഒരു മരപ്പെട്ടിയുടെ മുകളിൽനിന്നും താഴെ വീണ കാര്യം ഓർമ്മിക്കുന്നു. ഒരു ഇരുണ്ട ഇടുങ്ങിയ മുറി. കുന്നുകൂടി കിടക്കുന്ന വീട്ടുസാമാനങ്ങളും പെട്ടികളും. എന്റെ തല പൊട്ടി. പൊക്കമുള്ള ആളുകളും നീളമുള്ള നിഴലുകളും. അപ്പോൾ ഞങ്ങൾ വീട്ടിലായിരുന്നില്ല. ഞങ്ങൾ ഏതോ അപരിചിതരുടെ കൂടെയായിരുന്നു. ഞങ്ങളുടെ ഫ്ളാറ്റ് രഹസ്യപ്പൊലീസ് പൂട്ടി സീൽ ചെയ്തിരുന്നു. ഞങ്ങൾ 'അലഞ്ഞുനടക്കുകയായിരുന്നു.' എന്റെ കുട്ടിക്കാലത്ത് പരിചിതമായ ഒരു വാക്കായിരുന്നു അത്. എന്റെ ഇടത്തെ പുരികത്തിനടുത്തായി നെറ്റിയിൽ മുറിവുണങ്ങിയ പാടുണ്ട്.

യുദ്ധകാലം

1941ലെ വേനൽകാലത്തെ യുദ്ധാരംഭത്തിൽനിന്നാണ് എന്റെ അഭംഗുരമായ ഓർമ്മകൾ തുടങ്ങുന്നത്. അമ്മ എന്നെയും എടുത്തുകൊണ്ടു സ്വെർദ്‌ളൊവസ്ക്വയർ എന്ന ഭൂഗർഭ മെട്രോ സ്റ്റേഷനിലേക്കു പോയി. നിരവധിയാളുകളെ ബോംബ് സ്ഫോടനത്തിൽ നിന്നു രക്ഷിച്ചത് ആ മെട്രോ സ്റ്റേഷനായിരുന്നു. രാത്രി തലയ്ക്കു മുകളിൽ ആകാശത്തിൽ ഉത്സവകാലത്തെന്നപോലെ പ്രകാശകിരണങ്ങൾ മിന്നിനിന്നു. കറുത്ത ആകാശത്തിൽ വെളിച്ചത്തിന്റെ നിരവധി രേഖകൾ കൂട്ടിമുട്ടി. യഥാർത്ഥത്തിൽ ബോംബിടാൻ വരുന്ന ശത്രുവിമാനങ്ങളെ കണ്ടുപിടിക്കാനുള്ള സെർച്ച്‌ലൈറ്റുകൾ ആയിരുന്നു അത്. ഭൂമിക്കടിയിലേക്കു പോകാൻ എനിക്ക് ഇഷ്ടമായിരുന്നില്ല. ദീർഘനേരം പിടലി നീട്ടിപ്പിടിച്ച് തലയുയർത്തിയിരുന്നത് ഞാൻ ഓർക്കുന്നു. പുറത്തുതന്നെ നിൽക്കാൻ വേണ്ടി ഞാൻ ശാഠ്യം പിടിച്ചു. പക്ഷേ എനിക്ക് ഭൂമിക്കടിയിലേക്ക് പോകേണ്ടിവന്നു. തുരങ്കങ്ങളിലെ റെയിൽപാളങ്ങളിൽ പുതപ്പുവിരിച്ചാണ് ഞങ്ങൾ കിടന്നിരുന്നത്. അമ്മ ഒരു സഞ്ചി നിറയെ പുതപ്പുകൾ കരുതിയിരുന്നു. പാളങ്ങളിലെ കട്ടിപ്പലകകളിൽ ഞങ്ങൾ പുതപ്പു വിരിച്ചു കിടന്നു. തലയ്ക്കു മുകളിൽ തുരങ്കത്തിന്റെ കറുത്ത കമാനം കാണാമായിരുന്നു. തികച്ചും ഒരു സാഹസിക കൃത്യമായിരുന്നു അത്.

1941 ഒക്ടോബറിൽ പിൽക്കാലത്ത് സമാറ എന്നറിയപ്പെട്ട കുയ്ബിഷേവ് പട്ടണത്തിലേക്കു ഞങ്ങൾ പോയി. എന്റെ വല്യപ്പൂപ്പനും അമ്മൂമ്മ വാല്യയും വല്യമ്മയും അമ്മയും ഞാനുമടങ്ങുന്നതായിരുന്നു ഞങ്ങളുടെ കുടുംബം. ഞങ്ങൾ യാത്ര ചെയ്യാൻ പോകുന്ന ട്രെയിൻ കാണാൻ വേണ്ടി എന്റെ വല്യമ്മ റെയിൽവേ സ്റ്റേഷനിലേക്ക് പോയി. തുറന്ന പ്ലാറ്റ്ഫോമിൽ കിടന്നിരുന്ന ട്രെയിനിൽ തിളങ്ങുന്ന ഇരുമ്പു

പെട്ടികൾ കൊളുത്തിയിട്ടതുപോലെ ബോഗികൾ കാണാമായിരുന്നു. ഏറ്റവും പുറകിലായി ഒരു വൃത്തികെട്ട ചരക്കുബോഗി ഉണ്ടായിരുന്നു. അതിന്റെ തറയിൽ ചോക്കുപോലെ വെളുത്ത ഒരു പൊടി കട്ടിയായി വിതറിയിട്ടിരുന്നു. ജനങ്ങളുടെ ശത്രുക്കളായി മുദ്രകുത്തപ്പെട്ട ഞങ്ങളെപ്പോലുള്ളവർക്ക് വൃത്തിയുള്ള ബോഗികൾ ലഭിക്കാൻ സാദ്ധ്യതയില്ലെന്ന് അറിയാമായിരുന്ന എന്റെ വല്യമ്മ ചരക്കുബോഗിയുടെ തറ തൂത്തു വൃത്തിയാക്കാൻ തുടങ്ങി.

അടുത്ത ദിവസം എന്റെ അമ്മ വാളന്റീനയേയും കൂട്ടി വല്യമ്മ വന്നു. ചോക്കുപൊടി തൂത്തു വാരിക്കളയാൻ നിരവധി മണിക്കൂറുകൾ വേണ്ടിവന്നു. എല്ലാം കഴിഞ്ഞപ്പോൾ ജെജ്യയെയും എന്നെയും അമ്മൂമ്മ വാല്യയേയും ജംഗമസ്വത്തുക്കളും കൊണ്ടുവന്നു. സ്വത്തുക്കൾ എന്നു പറയാൻ മുഖ്യമായും ഉണ്ടായിരുന്നത് പുതപ്പുകളായിരുന്നു. ഒക്ടോബർ മാസത്തിന്റെ അന്ത്യമായിരുന്നു. 1941ലെ കൊടും തണുപ്പിന്റെ തുടക്കം. ഞങ്ങളുടെ കുടുംബത്തിന് പുതപ്പുകളും ചുറ്റി നിരവധി ദിനങ്ങൾ റെയിൽവേ സ്റ്റേഷനിൽ കാത്തിരിക്കേണ്ടിവന്നു. പിന്നീട് ട്രെയിൻ വിടുന്നതിനു തൊട്ടു മുൻപ് ട്രെയിനിലെ പ്രധാന ഉദ്യോഗസ്ഥൻ അയാളുടെ ഭാര്യയേയും കുട്ടിയേയും ഞങ്ങൾ തൂത്തു വൃത്തിയാക്കിയ ബോഗിയിൽ കൊണ്ടു വന്നിരുത്തി. മറ്റു ബോഗികളിൽ തണുപ്പു കൂടുതലായിരിക്കുമെന്ന് ബുദ്ധിമാനായ ഉദ്യോഗസ്ഥൻ മനസ്സിലാക്കി.

പക്ഷേ അയാളുടെ സാമീപ്യം ഞങ്ങൾക്ക് ഗുണകരമായി ഭവിച്ചു. അടുത്ത സ്റ്റേഷനിൽ വണ്ടി നിർത്തിയപ്പോൾ ടിക്കറ്റ് പരിശോധിക്കുന്നയാൾ ഒരു കഴലുള്ള ഇരുമ്പുതൊട്ടി കൊണ്ടുവന്നു. ആവിയന്ത്രത്തിൽ പ്രവർത്തിക്കുന്ന എഞ്ചിനാണ് ആ ട്രെയിന് ഉണ്ടായിരുന്നത്. വണ്ടി നിർത്തിയ സ്റ്റേഷനുകളിൽ മുതിർന്നവർ പുറത്തിറങ്ങി മഞ്ഞിന്റെ കൂനകൾക്കു മീതെ തെറിച്ചു വീണ കൽക്കരികഷ്ണങ്ങൾ സംഭരിച്ചു. അവർ ആ തൊട്ടിയിൽ നിക്ഷേപിച്ച് കത്തിച്ചു. അത്ര വലിയ തണുപ്പുണ്ടായിരുന്നില്ല. കൂടാതെ കൽക്കരിത്തൊട്ടിയുടെ കുഴലിനടുത്ത് രണ്ടു ചായക്കെറ്റിലുകൾ സദാ തിളച്ചുകൊണ്ടിരുന്നു.

കറുത്ത ശൂന്യതയിൽ ഒരു തീപ്പെട്ടിക്കൊള്ളി കത്തുമ്പോൾ ലഭിക്കുന്ന സാന്ത്വനം, ഒരു തീ കൊളുത്തപ്പെടുന്നു, ഇവിടെ ഒരു കോപ്പ ചൂടുവെള്ളവും ഒരു റൊട്ടിക്കഷ്ണവും ഒളിച്ചിരിക്കാൻ ഒരു കമ്പിളിക്കുപ്പായം ഇത്തരം ചിന്തകളാണ് ഒരു പുതിയ സ്ഥലത്ത് താമസം തുടങ്ങേണ്ടി വരുമ്പോൾ എന്നെ ഭരിക്കുന്നത്. വെളിച്ചത്തിന്റെ ഒരു കുഞ്ഞു വൃത്തവും അല്പം ചൂടും കുട്ടികളെ ഊട്ടാനും ഉറക്കാനുമുള്ള ഇടവുമുണ്ടെങ്കിൽ ജീവിതം ആരംഭിക്കുകയായി. പരിതസ്ഥിതികൾ ഒരിക്കലും എന്നെ ഭയപ്പെടുത്തിയിട്ടില്ല. കുട്ടികൾ മുക്കിലും മൂലയിലും ജീവിതത്തിന്റെ അനശ്വരമായ കളിയും സന്തോഷവും കണ്ടെത്തും.

വല്യപ്പൂപ്പന്റെ കയ്യിൽ അദ്ദേഹത്തിന്റെ രോമക്കുപ്പായത്തിനുള്ളിൽ ഒളിച്ചിരുന്നുകൊണ്ട് കുപ്പായത്തിന്റെ വിടവിലൂടെ അടുപ്പിന്റെ വാതിലിനുള്ളിൽ കത്തിയമരുന്ന തീയും നോക്കി ഞാനിരുന്നത് എന്റെ മനസ്സിൽ നന്നായി തെളിഞ്ഞു നിൽക്കുന്നു. ജെജ്യ ആ യാത്രയിൽ ഒരു കങ്കാരുവിനെപ്പോലെ എന്നെ പരിരക്ഷിച്ചു. ആഹാരം കഴിക്കാൻ മാത്രമേ അദ്ദേഹം എന്നെ വിട്ടയച്ചുള്ളൂ.

മോസ്കോവിലേക്ക് പോകുന്ന പട്ടാള ട്രെയിനുകൾക്ക് കടന്നു പോകാൻ വേണ്ടി രാത്രികളിൽ ഞങ്ങളുടെ തീവണ്ടി പുൽത്തകടികൾക്കു സമീപം നിർത്തിയിടുമായിരുന്നു. നന്നായി വസ്ത്രധാരണം ചെയ്ത, നന്നായി തീറ്റിപ്പോറ്റിയ, ആയുധധാരികളായ സൈബീരിയൻ പട്ടാളക്കാരായിരുന്നു അതിൽ ഉണ്ടായിരുന്നത്. ഫാക്ടറി തൊഴിലാളികളും ഗുമസ്തന്മാരും വിദ്യാർത്ഥികളുമായിരുന്നു മോസ്കോയുടെ സംരക്ഷകർ. വിന്റർകോട്ടുകളും തോക്കുകളുമില്ലാതെ വലഞ്ഞു. തണുത്തുറഞ്ഞ വേനൽക്കാല വസതികളിൽ അവർ കൂട്ടത്തോടെ മരിച്ചുവീണു. നഗരം ഉപേക്ഷിച്ചുപോകാൻ തയ്യാറെടുത്തിരുന്ന അധികാരികൾക്ക് അവരെ നോക്കാൻ സമയമുണ്ടായിരുന്നില്ല. നവംബറിൽ ശക്തമായി മഞ്ഞു വീഴാൻ തുടങ്ങി. ഭീകരമായ ശൈത്യകാലം തൊട്ടടുത്തെത്തിയിരുന്നു.

കമ്പാർട്ട്മെന്റിൽനിന്നും താഴേക്കിറങ്ങി റെയിൽപ്പാളത്തിനു സമീപമുള്ള മഞ്ഞുകൂമ്പാരങ്ങളുടെയടുത്തു പോകാൻ എന്നെ അനുവദിച്ചിരുന്നു. അത്തരം സമയങ്ങളിൽ എനിക്ക് ആഹാരം തരുവാൻ അമ്മ ശ്രമിച്ചിരുന്നത് ഞാൻ ഓർക്കുന്നു. മധുരപലഹാരങ്ങൾ കയ്യിലെടുത്ത് അമ്മ എനിക്ക് നല്കി. വെളുത്ത റൊട്ടിയുടെ ഒരു കഷ്ണവും ഉണ്ടായിരുന്നു. എനിക്ക് പൊതുവെ വിശപ്പു കുറവായിരുന്നു. അതുകൊണ്ട് അച്ഛനെപ്പോലെ എനിക്കും ക്ഷയരോഗം ബാധിച്ചിട്ടുണ്ടോ എന്ന് വീട്ടുകാർ സംശയിച്ചിരുന്നു. പക്ഷേ അവിടത്തെ വെളുത്ത ചക്രവാളത്തിനു മേലെയുള്ള കറുത്ത ആകാശം വരാൻ പോകുന്ന പട്ടിണിയെക്കുറിച്ച് എനിക്ക് എന്തോ സൂചന നൽകി. റൊട്ടിയുടെ പൊട്ടും പൊടിയുമെല്ലാം ഞാൻ നൊട്ടി നുണഞ്ഞു.

കുടുംബസാഹചര്യങ്ങൾ

എന്റെ അച്ഛൻ വിദ്യാർത്ഥിയായിരുന്ന കാലത്ത് അദ്ദേഹത്തിന് ക്ഷയരോഗമുണ്ടായിരുന്നു. ഇക്കാര്യം ഞാൻ മുൻപ് സൂചിപ്പിച്ചിട്ടുണ്ട്. അമ്മയുടെ കൂടെ മെട്രോപ്പോൾ ഹോട്ടലിൽ താമസമാക്കിയ അച്ഛൻ വൈദ്യപരിശോധനയ്ക്ക് പോയില്ല. ഗർഭിണിയായ അമ്മ ചുമയ്ക്കാനും ചോര തുപ്പാനും തുടങ്ങിയപ്പോഴാണ് വീട്ടിലെ എല്ലാ അംഗങ്ങളും വൈദ്യപരിശോധനയ്ക്ക് വിധേയരായത്. അങ്ങനെ ദീർഘ

കാലം പഴക്കം ചെന്ന ക്ഷയരോഗം എന്റെ അച്ഛന് ഉണ്ടായിരുന്നു എന്ന് കണ്ടുപിടിക്കപ്പെട്ടു. ഭാവിയിലെ എന്റെ പാവം അച്ഛനെ ആശുപത്രിയിൽ കിടത്തി. അദ്ദേഹത്തെ ശസ്ത്രക്രിയയ്ക്ക് വിധേയനാക്കണമെന്ന് അമ്മൂമ്മ നിർബന്ധിച്ചു. ശസ്ത്രക്രിയ വിജയകരമായി നടന്നു. എന്റെ അച്ഛൻ, സ്റ്റിഫാൻ അന്തനോവിച്ചിന്റെ ആയുസ്സ് നീട്ടിക്കിട്ടി. അദ്ദേഹം ദീർഘനാൾ ജീവിക്കുകയും ചെയ്തു. പക്ഷേ താൻ രോഗം ഒളിച്ചുവെച്ചതായി വീട്ടുകാർ സംശയിച്ചിരുന്നു എന്ന കാരണത്താൽ അച്ഛന് അമ്മയുടെ കുടുംബത്തോട് പിണക്കം തോന്നി. ആ പിണക്കം ജീവിതകാലം മുഴുവൻ തുടർന്നു.

യുദ്ധത്തിനു മുൻപ് മോസ്കോ നഗരം മുഴുവൻ ക്ഷയരോഗം പടർന്നുപിടിച്ചിരുന്നു. എവിടെയാണെങ്കിലും രോഗം പകരാനുള്ള സാദ്ധ്യത മോസ്കോവിൽ വളരെ കൂടുതലായിരുന്നു. സ്ട്രെപ്റ്റോസൈഡ് എന്ന ഒരു മരുന്നാണ് ക്ഷയരോഗത്തെ നേരിടാൻ ഏറ്റവും കൂടുതൽ ഉപയോഗിച്ചിരുന്നത്. ക്ഷയരോഗിയായ ഒരു വിദ്യാർത്ഥിയായിരുന്നു വല്യമ്മ വാവയുടെ ഇഷ്ടക്കാരൻ. ലൂല്യയുടെ ആത്മാർത്ഥ സ്നേഹിതനായിരുന്ന വളോജ്യ ക്ഷയരോഗത്തിന്റെ മൂർദ്ധന്യാവസ്ഥയിലായിരുന്നു. അവരുടെ കോളേജിലെ ഒരു അദ്ധ്യാപക-വിദ്യാർത്ഥി പൊതുയോഗത്തിൽ വിദ്യാർത്ഥിനിയായ എന്റെ അമ്മയുടെ ഗർഭം ചർച്ചാവിഷയമായി. ഗർഭത്തിന് ഉത്തരവാദിയായ സ്റ്റിഫാൻ അമ്മയെ കൈയ്യൊഴിഞ്ഞു. ജനങ്ങളുടെ ശത്രുക്കളായി മുദ്ര കുത്തപ്പെട്ട കുടുംബത്തിലെ അംഗമായതിനാലാണ് എന്റെ അച്ഛൻ അങ്ങനെ പറഞ്ഞത്. അപ്പോൾ വളോജ്യ എഴുന്നേറ്റുനിന്ന് പ്രസംഗിക്കുകയും ഗർഭിണിയായ എന്റെ അമ്മയെ വിവാഹം കഴിക്കാൻ താൻ സന്നദ്ധനാണെന്ന് പറയുകയും ചെയ്തു. പക്ഷേ യോഗം കഴിഞ്ഞപ്പോൾ എന്റെ ഭാവിയിലെ അച്ഛൻ അമ്മയെയും എന്നെയും പെട്ടെന്ന് വിവാഹം കഴിച്ചു. പക്ഷേ താമസിയാതെ എന്റെ അച്ഛനും അമ്മയും വേർപിരിഞ്ഞു.

ഈ കുടുംബരഹസ്യങ്ങൾ അസഹ്യവും അപമാനകരവുമാണ്. ഈ കത്തുകളും പ്രസ്താവനകളും വിവാഹങ്ങളും വിവാഹമോചനങ്ങളും യാത്രകളും എല്ലാം ജീവിതത്തോളംതന്നെ ദൈർഘ്യമുള്ള നിശ്ശബ്ദതയാണ്. കുടിയൊഴിപ്പിക്കലും തിരിച്ചുവരവിന്റെ പ്രശ്നങ്ങളും രജിസ്ട്രേഷൻ പ്രശ്നങ്ങളും ഓരോ കുടുംബവും അനുഭവിച്ചിട്ടുണ്ട്. സ്കൂൾ കുട്ടികളായ പെൺകുട്ടികളുടെ ഗർഭങ്ങളും പല കുടുംബങ്ങളിലും ഉയർന്നുവന്നിട്ടുണ്ട്. ജനിച്ച കുട്ടികളെ അമ്മമാർ സ്വീകരിക്കാതെ അനാഥരാക്കുന്ന സംഭവങ്ങളും നിരവധി ഉണ്ടായിട്ടുണ്ട്.

കുയ്ബിഷേവ്

ഒരു സ്റ്റേഷനിലെത്തിയപ്പോൾ എന്നെ സ്ത്രീകളുടെ കയ്യിൽ ഏൽപ്പിച്ചിട്ട് ജെജ്യ പ്ലാറ്റ്ഫോമിലേക്ക് ഇറങ്ങി നടന്ന് അപ്രത്യക്ഷനായി. അദ്ദേഹം ഞങ്ങളുടെ ട്രെയിൻ കയ്ബിഷേവിൽ എത്തുന്നതിനു മുൻപെ അവിടെയെത്താൻ വേണ്ടി വേഗത കൂടിയ ഒരു പാസഞ്ചർ ട്രെയിനിൽ കയറി പുറപ്പെട്ടു. അവിടെയെത്തി ഞങ്ങൾക്കു താമസിക്കാൻ വീടു കണ്ടുപിടിക്കുകയായിരുന്നു അദ്ദേഹത്തിന്റെ ലക്ഷ്യം. പഴയ ബോൾഷെവിക് എന്ന പരിഗണനയിൽ കുയ്ബിഷേവിൽ അദ്ദേഹത്തിന് ഹോട്ടലിൽ പ്രത്യേക മുറി ലഭിച്ചു. അദ്ദേഹം ആഭ്യന്തര യുദ്ധത്തിൽ പങ്കെടുത്ത് തുർക്കിസ്ഥാനിൽ കമ്മിസാർ ആയി ജോലി നോക്കിയിരുന്നു. റഷ്യയിലെ പ്രശസ്തമായ 'ഛപ്പായെവ്' കഥകൾ രചിച്ച ഫുർമാനൊവുമായി വല്യപ്പൂപ്പൻ ഒരുമിച്ച് ജോലി നോക്കിയിട്ടുണ്ട്. തന്റെ സൈന്യത്തിനു മുന്നേ എത്തിച്ചേരുന്ന സേനാനായകനെപ്പോലെ ജെജ്യ മുൻപേ പോകുകയും ഞങ്ങൾക്ക് താമസിക്കാൻ വീട് തരപ്പെടുത്തുകയും ചെയ്തു.

വല്യപ്പൂപ്പൻ മുൻകൂട്ടി കണ്ടുപിടിച്ച പാർപ്പിടത്തിലേക്കാണ് ഞങ്ങൾ ചെന്നത്. ഇടുങ്ങിയ ഒരു മുറിയും അതിൽ കട്ടിലുകളും ചെറിയ ഒരു മേശയും ഇതായിരുന്നു ഞങ്ങൾക്കു കിട്ടിയ വീട്. ഒരു കട്ടിലിൽ ഞാനും ജെജ്യയും കിടന്നു. മറ്റേ കട്ടിലിൽ അമ്മൂമ്മയും രണ്ടു പെൺമക്കളും ഉറങ്ങി. തങ്ങളുടെ കാലുകൾ വെയ്ക്കാൻ അവർക്ക് കസേരകളും ഉപയോഗിക്കേണ്ടിവന്നു. ഈ സാഹചര്യങ്ങളിലും ജെജ്യ തണുത്ത വെള്ളത്തിൽ കാക്കക്കുളി നടത്തിയിരുന്നു. (ഒരു കോപ്പ വെള്ളവും തോർത്തുമുയോഗിച്ചായിരുന്നു അദ്ദേഹത്തിന്റെ കുളി). അക്കാലത്ത് ഡച്ചുകാരനായ മുള്ളറുടെ വ്യായാമമുറകൾ വളരെ പ്രശസ്തമായിരുന്നു.

കുളി കഴിഞ്ഞ് ദിവസവും ജെജ്യ മുള്ളറുടെ വ്യായാമമുറകൾ പരിശീലിച്ചിരുന്നു. അമ്മൂമ്മ (ജെജ്യയുടെ മകൾ) കൂടുതൽ നേരവും കട്ടിലിൽതന്നെ ചെലവഴിച്ചു. പാർട്ടിയുടെ മോസ്കോ കമ്മിറ്റിയിലുണ്ടായ ബോംബുസ്ഫോടനത്തിൽ അമ്മൂമ്മയുടെ കാലിന് ചതവുപറ്റിയിരുന്നു. മോസ്കോവിലെ ഗവണ്മെന്റ് ഓഫീസുകൾ താമസിയാതെ കുയ്ബിഷേവിലേക്ക് മാറ്റി സ്ഥാപിക്കാൻ തുടങ്ങി. ബൾഷോയ് തീയേറ്റർ, ദുറോവസർക്കസ്, ബാൾബയറിംഗ് കമ്പനി എന്നീ സ്ഥാപനങ്ങൾ മോസ്കോവിൽ നിന്നും കുയ്ബിഷേവിലേക്ക് മാറ്റി സ്ഥാപിച്ചു.

ബാൾ ബയറിംഗ് കമ്പനിയിലെ പാക്കിങ് വിഭാഗത്തിൽ എന്റെ അമ്മയ്ക്ക് ജോലി ലഭിച്ചു. എഞ്ചിനീയറിംഗ് പഠനം പൂർത്തിയാക്കിയിരുന്നില്ലെങ്കിലും എന്റെ വല്യമ്മയ്ക്കും അതേ കമ്പനിയിൽ ജോലി കിട്ടി. മുറിവേറ്റ പട്ടാളക്കാരെ ചികിത്സിക്കുന്ന ആശുപത്രികളിൽ പോയി അമ്മ കവിതകൾ വായിച്ചു കൊടുക്കുകയും പട്ടണത്തിൽ

പ്രസിദ്ധീകരിച്ചിരുന്ന പ്രാദേശികപത്രത്തിൽ ലേഖനങ്ങൾ എഴുതുകയും ചെയ്തിരുന്നു. കുയ്ബിഷേവ് റെയിൽവേസ്റ്റേഷനിൽ വെച്ചിരുന്ന ഒരു ചിത്രത്തെക്കുറിച്ച് അക്കാലത്ത് അമ്മ എഴുതുകയുണ്ടായി. ശൈത്യകാലത്തെ പുൽമേട്ടിൽ മരിച്ചു വീഴുന്ന ഒരു ഫാസിസ്റ്റ് പട്ടാളക്കാരനെ നോക്കിയിരിക്കുന്ന ചെന്നായ ആയിരുന്നു ആ ചിത്രത്തിൽ ഉണ്ടായിരുന്നത്. എന്തുകൊണ്ടോ ആ ചിത്രം എന്റെ മനസ്സിൽ ഇന്നും മായാതെ നിലനിൽക്കുന്നു. വളരെ ഭീകരമായ ഒരു ചിത്രമായിരുന്നു അത്. പിൽക്കാലത്തെ ഞങ്ങളുടെ യാത്രയ്ക്കിടയിൽ നിരവധി മണിക്കൂറുകൾ റെയിൽവേ സ്റ്റേഷനിൽ ഇരിക്കേണ്ടി വന്നപ്പോൾ ആ ചിത്രം വളരെ വ്യക്തമായി എന്റെ മനസ്സിൽ ഇടം പിടിച്ചു. ഒരു തരത്തിലും സംതൃപ്തിയടയാത്ത പ്രതികാരഭാവമാണ് ആ ചിത്രം പ്രദാനം ചെയ്തത്. അമ്മ അതിനെക്കുറിച്ച് നീണ്ട ഒരു ലേഖനമെഴുതി.

ഇതിനകം മിലിറ്ററി ഉദ്യോഗസ്ഥർ താമസിക്കുന്ന കെട്ടിടത്തിൽ രണ്ടു മുറികൾ ഒരു ഫ്ളാറ്റിൽ തരപ്പെടുത്താൻ ജെജ്യയ്ക്ക് കഴിഞ്ഞു. തന്റെ മക്കളെ ദേശവിരുദ്ധ പ്രവർത്തനം ആരോപിച്ച് വെടിവെച്ചു കൊന്നതാണെങ്കിലും ജെജ്യയെ പാർട്ടിതലങ്ങളിൽ ബഹുമാനിക്കുന്നവർ ഉണ്ടായിരുന്നു. അദ്ദേഹത്തിന്റെ പഴയ ശിഷ്യന്മാർ ചിലപ്പോൾ വീട്ടിലേക്ക് ഭക്ഷണസാധനങ്ങൾ കൊണ്ടുവന്ന് ജെജ്യയ്ക്ക് കൊടുത്തിരുന്നു. ഒരിക്കൽ ഒരു തളിക നിറയെ മുന്തിരിപ്പഴങ്ങൾ ആരോ അദ്ദേഹത്തിന് സമ്മാനിച്ചത് ഞാൻ കണ്ടു. ജെജ്യയാണ് എനിക്ക് ആഹാരം തന്നിരുന്നതും എന്നെ നോക്കി വളർത്തിയതും. ഞാൻ കൂടുതൽ സമയവും അദ്ദേഹത്തിന്റെ മുറിയിലായിരുന്നു. പക്ഷേ അദ്ദേഹത്തിന് മോസ്കോവിലേക്ക് തിരിച്ചു പോകേണ്ടകതായി വരുകയും എന്റെ അമ്മയ്ക്ക് മോസ്കോവിലെ ഇൻസ്റ്റിറ്റ്യൂട്ട് ഓഫ് തിയേറ്റർ ആർട്ട്സിൽ തുടർന്നു പഠിക്കാനുള്ള അഡ്മിഷൻ കിട്ടുകയും ചെയ്തു. ശരിക്കും അമ്മയ്ക്ക് തുടർന്നു പഠിക്കാൻ അവസരം കിട്ടിയത് അത്ഭുതകരമായ കാര്യമായിരുന്നു.

എന്നെ ഗർഭിണിയായിരുന്ന സമയത്ത് കോളേജിൽനടന്ന പൊതുയോഗത്തിൽ നിന്നും അമ്മയെയും എന്നെയും പുറത്താക്കിയതിനു ശേഷം അമ്മ പഠിക്കാൻ പോയിരുന്നില്ല. പുതിയ സ്ഥാപനത്തിലേക്ക് അയച്ച രേഖകളിൽ താൻ നാലു വർഷത്തെ കോളേജ് വിദ്യാഭ്യാസം നടത്തിയിട്ടുണ്ട് എന്നു മാത്രമേ അമ്മ കാണിച്ചിരുന്നുള്ളൂ. കൂടാതെ തന്റെ ബന്ധുക്കളെ രാജ്യദ്രോഹക്കുറ്റം ചുമത്തിയിട്ടുണ്ട് എന്ന കാര്യവും അമ്മ മറച്ചു വെച്ചു. (1960 വരെ സ്റ്റാലിനിസത്തെ ഭാഗികമായി കുറ്റപ്പെടുത്തുന്നതുവരെ തന്റെ കുടുംബത്തെക്കുറിച്ചുള്ള സത്യം അമ്മ ഒളിച്ചുവെച്ചു. തന്റെ ഭൂതകാലത്തെക്കുറിച്ച് പറയാൻ അമ്മ ഇഷ്ടപ്പെട്ടില്ല. അമ്മ കിടപ്പിലായ അവസാന നാളുകളിൽ ഞാൻ അമ്മയോടു പറഞ്ഞു. ‘‘നോക്കൂ, അമ്മയുടെ ജീവിതത്തിലെ എന്തെങ്കിലും സന്തോഷകരമായ കാര്യത്തെക്കുറിച്ച് നമുക്ക് ഓർമ്മിക്കാം.’’

അവർ ഒന്നും മറുപടി പറയാതെ തന്റെ കൈവിരലുകൾകൊണ്ട് ഒരു വശത്തേക്ക് എന്തോ തുടച്ചു മാറ്റുന്നതുപോലെ ആംഗ്യം കാണിച്ചു. പക്ഷേ സന്തോഷകരമായ ഒത്തിരി നിമിഷങ്ങൾ അമ്മയുടെ ജീവിതത്തിൽ ഉണ്ടായിരുന്നു. ഉദാഹരണത്തിന്, അമ്മയ്ക്ക് തുടർന്നു പഠിക്കാൻ അഡ്മിഷൻ ലഭിച്ചു എന്ന അറിയിപ്പു വന്ന ദിവസം. തുടർന്നു പഠിക്കുക എന്നത് അമ്മയുടെ ഏറ്റവും വലിയ അഭിലാഷമായിരുന്നു. അഡ്മിഷൻ കിട്ടി എന്നറിഞ്ഞതു മുതൽ അമ്മ മോസ്കോവിലേക്ക് പോകാൻ ട്രെയിൻ ടിക്കറ്റ് വാങ്ങാൻ ശ്രമിച്ചു. പക്ഷേ ടിക്കറ്റു കിട്ടുക എന്നത് അസാദ്ധ്യമായിരുന്നു. അമ്മയുടെ ഈ തീരുമാനത്തോട് അമ്മൂമ്മയും വല്യമ്മ വാവയും എങ്ങനെയാണ് പ്രതികരിച്ചതെന്ന് എനിക്കറിയില്ല. ഇപ്പോൾ അതിനെക്കുറിച്ച് പ്രായമായിരിക്കുന്ന വല്യമ്മയോടു ചോദിക്കുന്നത് ശരിയല്ല. അക്കാലത്ത് അമ്മ നിത്യേന കണ്ണീർ വാർത്തിരുന്നു എന്നുമാത്രം എനിക്കറിയാം. ടിക്കറ്റു കിട്ടാതെ വലഞ്ഞ അമ്മ എല്ലാ ദിവസവും റെയിൽവേ സ്റ്റേഷനിൽ പോയി മോസ്കോയ്ക്ക് പോകാൻ തയ്യാറായി നിൽക്കുന്ന ട്രെയിനിൽ എങ്ങനെയെങ്കിലും കയറിപ്പറ്റാൻ ശ്രമിച്ചിരുന്നു.

അപ്രതീക്ഷിതമായി ഒരു ദിവസം തയ്യാറായിക്കിടന്ന ഒരു ചരക്കു വണ്ടിയുടെ ഡ്രൈവർ അമ്മയെ കൊണ്ടുപോകാൻ തയ്യാറായി. റേഷൻകടയിൽ പോയി ക്യൂ നിന്ന് സൺഫ്ളവർ ഓയിൽ വാങ്ങി വരുന്ന വഴിയാണ് അമ്മ റെയിൽവേസ്റ്റേഷനിൽ കയറിയത്. അങ്ങനെ ഉടുത്തിരുന്ന തുണിയും ഒരു കുപ്പി എണ്ണയും ആ മാസത്തെ ശമ്പളവും മാത്രമാണ് അമ്മയുടെ കയ്യിൽ ഉണ്ടായിരുന്നത്. ശമ്പളം മുഴുവനും എഞ്ചിൻ ഡ്രൈവർക്ക് കൊടുത്തു. തിരിച്ചുപോയി യാത്ര പറയാൻ സമയമില്ലാതിരുന്നതിനാൽ ആരോടും പറയാതെ എന്നെ അമ്മൂമ്മയുടേയും വല്യമ്മയുടേയും അടുത്ത് നിർത്തിയിട്ട് അമ്മ പോകുകയായിരുന്നു.

കുയ്ബിഷേവിലെ ഫാക്ടറിയിൽ പാക്കിങ് വിഭാഗത്തിൽ ജോലി നോക്കിയിരുന്ന അമ്മയ്ക്ക് കിട്ടിയ വലിയ സൗഭാഗ്യമായിരുന്നു മോസ്കോവിൽ തുടർന്നു പഠിക്കാനുള്ള അഡ്മിഷൻ ലെറ്റർ. സീലു വെച്ച ആ കടലാസ് ദീർഘനാൾ അമ്മ തന്റെ ബാഗിൽ സൂക്ഷിച്ചു വെച്ചിരുന്നു.

എന്റെ ബാല്യകാലത്തെ പേടിസ്വപ്നമായിരുന്ന കുയ്ബിഷേവിലെ ഞങ്ങളുടെ അയൽക്കാരി റഹീലുമായി അമ്മ ടിക്കറ്റു ലഭിക്കാൻ വേണ്ടി രഹസ്യസംഭാഷണം നടത്തി. റഹീലിന്റെ ഭർത്താവ് റെയിൽവേ ജീവനക്കാരനായിരുന്നു. നിരവധി ദശാബ്ദങ്ങൾക്കുശേഷം ഇക്കാര്യം എന്നോട് പറഞ്ഞത് റഹീൽ തന്നെയാണ്.

പിൽക്കാലത്ത് എന്റെ നാടകം സംബന്ധിച്ച് ഞാൻ സമാറ (കുയ്ബിഷേവ് സന്ദർശിച്ചപ്പോൾ ഞാൻ ഞങ്ങളുടെ പഴയ ഫ്ളാറ്റിൽ ചെന്നു.

അയൽക്കാരിയായ റഹീൽ അപ്പോഴും ഏകയായി അവിടെ താമസി ച്ചിരുന്നു. എന്റെ അമ്മൂമ്മയും വല്യമ്മയും മോസ്കോവിലേക്ക് പുനരധിവാസം നടത്തിയെന്നും എന്റെ അമ്മൂമ്മയ്ക്ക് ഗവണ്മെന്റ് പുരസ്കാരങ്ങളും മോസ്കോവിൽ നല്ല ഫ്ളാറ്റും ലഭിച്ചുവെന്നും എന്റെ അമ്മ മരിച്ചു പോയി എന്നും എന്റെ വല്യമ്മ ഇപ്പോഴും മോസ്കോവിലെ ഫ്ളാറ്റിൽ പെൻഷൻ വാങ്ങി ജീവിക്കുന്നുവെന്നും ഞാനവരോട് പറഞ്ഞു. എപ്പൊഴോ അമ്മയ്ക്ക് മോസ്കോവിൽ പോകാനായി താൻ ടിക്കറ്റു വാങ്ങിക്കൊടുത്തുഎന്ന് റഹീൽ പറഞ്ഞു. അമ്മ ഏതോ ചരക്കുവണ്ടിയിൽ കയറി രക്ഷപ്പെട്ടു എന്നാണ് ഞാനറിഞ്ഞത് എന്നു ഞാൻ പറഞ്ഞു. അപ്പോൾ അയൽക്കാരായ മറ്റാളുകളുടെ സാന്നിദ്ധ്യത്തിൽ ക്രുദ്ധയായ റഹീൽ യുദ്ധകാലത്ത് ഞങ്ങളെ ഒളിപ്പിക്കാൻ വേണ്ടിഎല്ലാ ആഹാരസാധനങ്ങളും അടുക്കളയിൽനിന്നും തനിക്ക് എടുത്തുകൊണ്ടുപോയി പൂട്ടിവെയ്ക്കേണ്ടതായി വന്നിരുന്നു എന്നു പറഞ്ഞു.

‘‘തീർച്ചയായും. ഞങ്ങൾ പട്ടിണി കിടക്കുകയായിരുന്നു. എനിക്കന്ന് അഞ്ചു വയസ്സായിരുന്നു പ്രായം. എനിക്ക് വിശപ്പടക്കാൻ ഒന്നുമുണ്ടായിരുന്നില്ല.’’

ആ വൃത്തികെട്ട അടുക്കളയിൽ ഇരുന്നു കൊണ്ട് ഞാനിതു പറഞ്ഞപ്പോൾ എന്റെ കണ്ണുകൾ നിറഞ്ഞു. കണ്ടു നിന്ന അയൽക്കാരുടെ കണ്ണുകൾ തുറിച്ചു. അഞ്ചു വയസ്സുള്ള ഒരു കുട്ടിക്ക് ആഹാരം കൊടുക്കാതെ പൂട്ടി വെക്കുവെന്നോ? ബലഹീനയായ പാവം റഹീൽ കഴിയാവുന്നത്ര വേഗത്തിൽ എഴുന്നേറ്റു പോയി.

ചരക്കുവണ്ടിയിൽ ആവി എഞ്ചിന്റെ ഡ്രൈവർ ക്യാബിനിൽ തന്റെ വേനൽക്കാല വസ്ത്രങ്ങളും ധരിച്ച് മോസ്കോവിലേക്ക് ദിവസങ്ങളോളം യാത്ര ചെയ്തപ്പോൾ എന്റെ അമ്മ എന്തായിരിക്കും ചിന്തിച്ചിരുന്നത്? എന്നെക്കുറിച്ചായിരിക്കാം ചിന്തിച്ചിരിക്കുക എന്നതിലാണ് കൂടുതൽ സാദ്ധ്യത. തന്റെ മകൾ അമ്മൂമ്മയുടേയും സഹോദരിയുടേയും കൂടെ സുരക്ഷിതയാണ് എന്നോർത്ത് അമ്മ സമാധാനിച്ചിരിക്കാം. സാരമില്ല. കുറച്ചു നാൾ വേർപിരിഞ്ഞു ജീവിക്കട്ടെ. വിദ്യാഭ്യാസം പൂർത്തിയാക്കേണ്ടത് ആവശ്യമാണ്. അതു കഴിഞ്ഞു മകളെ കൂട്ടിക്കൊണ്ടു വരാമല്ലോ. ആ ട്രെയിനിലിരുന്ന് മോസ്കോവിലേക്ക് യാത്ര ചെയ്യുമ്പോൾ അമ്മയുടെ ഹൃദയം എങ്ങനെ തുടിച്ചിരിക്കുമെന്ന് എനിക്കറിയാം. അമ്മയ്ക്ക് അന്ന് 27 വയസ്സായിരുന്നു. മോസ്കോവിൽ എത്തിച്ചേർന്ന അമ്മ തന്റെ അച്ഛൻ താമസിച്ചിരുന്ന ഒന്നിൽ കൂടുതൽ കുടുംബങ്ങൾ ഒരുമിച്ചു താമസിക്കുന്ന ഒരു വീട്ടിൽ അച്ഛന്റെ മുറിയിൽ താമസിക്കാൻ തുടങ്ങി. നിറയെ പുസ്തകങ്ങൾ അടുക്കി വെച്ച ഷെൽഫുകൾ ഉണ്ടായിരുന്ന ആ മുറിയിൽ ഊൺ മേശയുടെ കീഴെയാണ് അമ്മയ്ക്ക് ഉറങ്ങാൻ ഇടം കിട്ടിയത്. ഒട്ടും

താമസിയാതെ അമ്മ ഞങ്ങൾക്ക് കത്തെഴുതുകയും തന്റെ മുൻഭർത്താവിനോട് കുട്ടിയുടെ ചെലവിനുള്ള പണം വാങ്ങുകയും അത് ഞങ്ങൾക്ക് അയച്ചുതരുകയും ചെയ്തു. അമ്മ തന്റെ അച്ഛന്റെ പഴയ വിന്റർ കോട്ടും ധരിച്ചാണ് ക്ലാസിൽ പോയിരുന്നത്. കുയ്ബിഷേവിൽ അമ്മൂമ്മയും വല്യമ്മയും അമ്മയുടെ തിരോധാനം സന്തോഷത്തോടെയല്ല സ്വീകരിച്ചത്. പിന്നീട് അമ്മയുടെ പേര് ഒരിക്കലും പരാമർശിക്കപ്പെട്ടില്ല. അക്കാലത്ത് ഒരാൾ പെട്ടെന്ന് അപ്രത്യക്ഷമാകുന്നത് സർവ്വസാധാരണമായ കാര്യമായിരുന്നു. പക്ഷേ ഞാനെന്റെ അമ്മയെ നോക്കി രാത്രിയും പകലും കാത്തിരുന്നു. നാലുവർഷങ്ങൾക്കു ശേഷമാണ് അമ്മ തിരിച്ചു വന്നത്.

എനിക്കു വേണ്ടിയാണ്, എന്റെ നന്മയ്ക്കു വേണ്ടിയാണ് അമ്മ പോകേണ്ടിവന്നത് എന്ന് അമ്മ പലവട്ടം. എന്നെ പറഞ്ഞു വിശ്വസിപ്പിക്കാൻ ശ്രമിച്ചു. ഒരു കോളേജ് ഡിഗ്രി ഇല്ലാതെ അമ്മയ്ക്ക് ഞങ്ങളെ സഹായിക്കാൻ കഴിയുമായിരുന്നില്ല എന്ന് അമ്മ പല തവണ പറയുകയുണ്ടായി. തന്റെ തുടർന്നുള്ള ജീവിതത്തിൽ അമ്മ സ്വയം ന്യായീകരിച്ചു.

കുയ്ബിഷേവ് അതിജീവനത്തിന്റെ മാർഗ്ഗങ്ങൾ

അങ്ങനെ ഞങ്ങൾ മൂന്നു പേരാണ് കുയ്ബിഷേവിൽ ബാക്കിയായത്. ഞാനും മുത്തശ്ശിയും വല്യമ്മയും. പട്ടിണിയുടെ കാലം ശരിക്കും ആരംഭിച്ചത് അവിടെ വെച്ചാണ്. വാവ എന്ന് വിളിപ്പേരുള്ള വല്യമ്മയെ ജോലിയിൽ നിന്നും പിരിച്ചുവിട്ടു. ഭരണകൂടം ശത്രുക്കളുടെ ബന്ധുവാണ് എന്ന കുറ്റം ചുമത്തി ഒരു രാത്രിയിലെ ചോദ്യം ചെയ്യലിനുശേഷം ജോലിയിൽനിന്നും പിരിച്ചുവിടുകയായിരുന്നു. എന്റെ അമ്മ അയച്ചുതരുന്ന പണം മാത്രമായിരുന്നു ഏക ഉപജീവന മാർഗ്ഗം. എന്റെ അച്ഛൻ പ്രൊഫസർ. സ്റ്റിഫാൻ എനിക്കു വേണ്ടി കൊടുത്ത ജീവനാംശം മാത്രമായിരുന്നു ഞങ്ങളെ ജീവിപ്പിച്ചത്.

യുദ്ധകാലത്ത് എല്ലാത്തിനും റേഷൻ സമ്പ്രദായം ഏർപ്പെടുത്തിയിരുന്നു. ഒരു കുട്ടിക്കും രണ്ടു ആശ്രിതർക്കുമുള്ള റേഷനായിരുന്നു ഞങ്ങൾക്ക് ലഭിച്ചത്. കറുത്ത റൊട്ടി വാങ്ങുമ്പോൾ ഓരോ തവണയും വിൽപ്പനക്കാരി ഞങ്ങളുടെ കാർഡിലെ ഓരോ കൂപ്പൺ കീറിയെടുത്തിരുന്നു. മാസാവസാനമാകുമ്പോൾ റൊട്ടിക്കൂപ്പണുകളെല്ലാം തീർന്നുപോകും.

ശൈത്യകാലത്ത് വെള്ള കീറുന്നതിനു മുൻപ് കൊടുംതണുപ്പിൽ ക്യൂവിൽ ഇടം പിടിക്കേണ്ടത് ആവശ്യമായിരുന്നു. ക്യൂവിന്റെ നീണ്ടുപോകുന്ന വാൽ വെളുത്ത മഞ്ഞിൽ ചുരുണ്ടു കിടന്നു. മറ്റേ അറ്റം ബേക്കറിയുടെ തണുത്തുറഞ്ഞ വെളുത്ത ഇരുമ്പുവാതിലിൽ മുട്ടിനിന്നു. അവസാനം നിങ്ങൾ വാതിലിനുള്ളിലെ ഊഷ്മളതയിൽ പ്രവേശിക്കുന്നു. തിക്കിലും തിരക്കിലും തന്റെ മുന്നിലുള്ളയാളെ

നഷ്ടപ്പെടാതിരിക്കുവാൻ ഓരോരുത്തരും മുന്നിലുള്ളവരെ സർവ്വ ശക്തിയുമെടുത്ത് തള്ളിക്കൊണ്ടേയിരിക്കുന്നു. ''ആരാണ് അവസാനം നിൽക്കുന്നത്, ഞാൻ നിങ്ങളുടെ പുറകിലാണ്'' എന്നതായിരുന്നു താറുമാറായ യുദ്ധകാലജീവിതത്തിലെ രക്ഷാകവചമായ ആപ്ത വാക്യം. തന്റെ മുന്നിൽ നിൽക്കുന്നയാളെ സർവ്വശക്തിയുമെടുത്ത് തള്ളിപ്പിടിക്കുമ്പോൾ ന്യായത്തിന്റെ വഴിയിൽ ജീവിക്കാനുള്ള അവ കാശം നിങ്ങൾക്കു സ്വായത്തമാകുകയായിരുന്നു. മറ്റാരെയും മുന്നോട്ടു കടത്തിവിടാതെ നിങ്ങളുടെ സ്ഥാനം നിങ്ങൾ പൊരുതി നേടുക യായിരുന്നു. അപ്പോൾ ക്യൂവിൽനിന്നും ഒഴിഞ്ഞുപോകാൻ നിങ്ങൾക്കു കഴിയില്ല. കടയ്ക്കുള്ളിലെ സ്വാദുള്ള കറുത്ത റൊട്ടിയുടെ രൂക്ഷ ഗന്ധം നാവിൽ വെള്ളമൂറാൻ പോരുന്നതായിരുന്നു. ഒഴിഞ്ഞ വയ റിൽ വിശപ്പിന്റെ ചാലകയന്ത്രങ്ങൾ ഉച്ചസ്ഥായിയിൽ പ്രവർത്തിക്കു കയും മുന്നോട്ടു പോകാനുള്ള ആജ്ഞ തരുകയും ചെയ്തു. ഞങ്ങൾ കഴുത്തുകൾ നീട്ടിപ്പിടിച്ച് മർക്കടമുഷ്ടിയോടെ മുന്നോട്ട് ചവിട്ടി ത്തള്ളിയെങ്കിലും ലക്ഷ്യത്തിലേക്ക് കടുകുമണി ദൂരംപോലും അടു ക്കാനായില്ല. ജനക്കൂട്ടം ഇളകിയാടിക്കൊണ്ടിരുന്നു.

അവസാനം ക്യൂവിൽ ഞങ്ങളുടെ ഊഴമെത്തി. വില്പനക്കാരി നിയമം അനുശാസിക്കുന്നതിലും കുറവു തൂക്കമുള്ള ഒരു റൊട്ടി ക്കഷ്ണം ത്രാസിന്റെ തട്ടിൽ എടുത്തുവെയ്ക്കും. എന്നിട്ട് ഒരു കഷ്ണം റൊട്ടി വളരെ ഉയരത്തിൽനിന്നും ത്രാസിന്റെ തട്ടിലേക്ക് ഇടും. ത്രാസിന്റെ സൂചി ഒരു നിമിഷാർദ്ധം ഇളകിയാടി നിർദ്ദിഷ്ടതൂക്കം കാട്ടും. ഉടനെ തന്നെ രണ്ടാമത് ഇട്ട റൊട്ടിക്കഷ്ണം വില്പനക്കാരി എടുത്തു മാറ്റും. പരസ്യമായ വെട്ടിപ്പിന്റെ ഒരു സാധാരണ രൂപ മായിരുന്നു അത്. ചിലപ്പോൾ വാങ്ങാൻ വരുന്നവരുടെ കൂടെ കുട്ടി കളുണ്ടെങ്കിൽ തൂക്കം വെട്ടിക്കാൻ ഉപയോഗിച്ച കുഞ്ഞു കഷ്ണം റൊട്ടി കുട്ടികൾക്ക് കൊടുക്കുമായിരുന്നു. എന്തു സ്വാദോടെയാണ് ആ റൊട്ടിക്കഷ്ണം ഞാൻ കടയിൽവെച്ചു തന്നെ ഞൊട്ടിനുണഞ്ഞത് എന്ന് ഓർത്തുപോകുന്നു.

പിന്നീട് ഞങ്ങൾ റൊട്ടി കൃത്യം മൂന്നു ഭാഗമാക്കി പങ്കുവെയ്ക്കു മായിരുന്നു. ഞാൻ എന്റെ ഭാഗം തലയിണയ്ക്കടിയിൽനിന്നും കഷ്ണ ങ്ങളായി കീറിയെടുത്ത് ഉടനെതന്നെ തിന്നു തീർക്കും. പിന്നീടു വല്യമ്മയും അമ്മൂമ്മയും അവരുടെ ഭാഗംകൊണ്ട് എന്നെ ഊട്ടിയി രുന്നു. പിന്നീട് എന്റെ വല്യമ്മയോട് നമ്മൾ എങ്ങനെയാണ് ദുഷ്കര മായ ആ കാലം തരണം ചെയ്തത് എന്ന എന്റെ ചോദ്യത്തിന് തോളുകൾ കുലുക്കിക്കൊണ്ട് 'എനിക്കറിയില്ല' എന്നായിരുന്നു വല്യമ്മ മറുപടി പറഞ്ഞത്.

കുറച്ചുകാലം ഞാൻ നഴ്സറി സ്കൂളിൽ പോയിരുന്നു. അക്കാ ലത്ത് ഞങ്ങൾ കുട്ടികൾ ടീച്ചറെ കാണിക്കാതെ ഒളിച്ച് അവിടെ മേശപ്പുറത്തിരുന്ന കുപ്പിയിലെ പശ തിന്നുമായിരുന്നു. കടലാസ്

രൂപങ്ങൾ ഉണ്ടാക്കുന്ന ക്രാഫ്റ്റ് ക്ലാസ്സിൽ ചിലപ്പോൾ ഞങ്ങളെ തനിച്ചാക്കി ടീച്ചർ പുറത്തു പോകുമായിരുന്നു. അത്തരം സന്ദർഭങ്ങളിൽ പശയുടെ കുപ്പിയിൽ വിരലുകൾ കടത്തി ഞങ്ങൾ നൊട്ടി നുണഞ്ഞു. പശയിൽ ചെറിപ്പഴം ചേർത്തിരുന്നു എന്ന ധാരണയിലാണ് ഞങ്ങൾ അങ്ങനെ ചെയ്തത്. സ്കൂളിലെ ഇടനാഴിയിൽ പിശാചുണ്ടെന്നും പ്രത്യേകിച്ച് തിണ്ണ തുടയ്ക്കുന്ന സമയത്ത് ആരും പുറത്തിറങ്ങരുത് എന്നും പറഞ്ഞു ഞങ്ങളെ പേടിപ്പിച്ചിരുന്നു.

സ്കൂളിലെ അക്കാലത്തെ മറ്റൊരു നിയമം എന്നെ വിഷമിപ്പിച്ചിരുന്നു. ഏതെങ്കിലും ഒരു യുദ്ധവിമാനം മുകളിലൂടെ പറന്നു കഴിഞ്ഞാൽ കുട്ടികൾ മുറ്റത്തിറങ്ങിനിന്ന് മുകളിലേക്ക് നോക്കി യുദ്ധരംഗത്തുള്ള തങ്ങളുടെ ബന്ധുവിന്റെ പേരു പറഞ്ഞ് വിളിക്കണമായിരുന്നു. അങ്ങനെ തങ്ങളുടെ അമ്മാവന്റെയോ അച്ഛന്റെയോ പേരു വിളിക്കുന്ന കുട്ടികൾ അവരാണ് വിമാനം പറത്തിയത് എന്ന ഭാവത്തിൽ പരസ്പരം അഭിമാനത്തോടെ നോക്കിയിരുന്നു. എനിക്കു മാത്രം പേരെടുത്തു വിളിക്കാൻ ആരുമുണ്ടായിരുന്നില്ല. എന്റെ വീട്ടിലെ ആണുങ്ങളൊക്കെ വെടിവെച്ചു കൊല്ലപ്പെടുകയോ ജയിലിൽ അടയ്ക്കപ്പെടുകയോ ചെയ്തിരുന്നു. മനസ്സു നൊന്ത ഞാൻ വീട്ടിൽ വന്ന് വല്യമ്മയോടു ചോദിച്ചു. ഞാൻ, ആരുടെ പേരാണ് പറയേണ്ടതെന്ന് വല്യമ്മ ഒത്തിരി നേരം ആലോചിച്ചു. വല്യമ്മ രണ്ടു പേരുകൾ കണ്ടുപിടിച്ചു. സ്കൂളിൽ അഭിമാനത്തോടെ ഞാനും പറയാൻ തുടങ്ങി.

''എന്റെ സിര്യോഷയും വളോജ്യയുമാണ് ആ വിമാനം പറത്തുന്നത്.'' പക്ഷേ അവർ ആരാണെന്ന് എനിക്കറിയില്ലായിരുന്നു. പിന്നീടെനിക്കു മനസ്സിലായി, വളോജ്യ എന്റെ വല്യമ്മയുടെ ആദ്യത്തെ ഭർത്താവായിരുന്നു. സിര്യോഷയാകട്ടെ, എന്റെ അപ്പൂപ്പനായിരുന്നു. ഞാനും സിര്യോഷയും തമ്മിൽ പതിനേഴു വയസ്സിന്റെ വ്യത്യാസമേ ഉണ്ടായിരുന്നുള്ളൂ. എന്റെ അമ്മയുടെ അമ്മാവനായിരുന്നു സിര്യോഷ. ജെജ്യഎന്നു ഞാൻ വിളിച്ചിരുന്ന വല്യപ്പൂപ്പന് അമ്പതുവയസ്സു കഴിഞ്ഞു മൂന്നാംഭാര്യയിൽ ഉണ്ടായ പുത്രനായിരുന്നു സിര്യോഷ. അറുപതു വർഷങ്ങൾക്കുശേഷം എന്റെ വല്യപ്പൂപ്പൻ ഇല്യ സെർഗേവിച്ചിന്റെ നൂറ്റിനാല്പതാമത്തെ ജന്മദിനം മെട്രോപ്പോൾ ഹോട്ടലിൽ ബന്ധുക്കൾ ആഘോഷിച്ച സമയത്താണ് ഞാൻ ആദ്യമായി സിര്യോഷ എന്ന അപ്പൂപ്പനെ കണ്ടത്. സത്യത്തിൽ യുദ്ധകാലത്ത് അദ്ദേഹം ഒരു വൈമാനികനായി സൈനികസേവനം അനുഷ്ഠിച്ചിരുന്നു.

ഒരു ശൈത്യകാല സായാഹ്നത്തിൽ നഴ്സറിയിൽ വൈദ്യുതി നിലച്ചു. കുട്ടികൾ കൂട്ടത്തോടെ ഇടനാഴിയിലേക്ക് ഇറങ്ങി. പെട്ടെന്നു കിട്ടിയ സ്വാതന്ത്ര്യത്തിൽ തുള്ളിക്കളിച്ച കുട്ടികൾ ആർത്തലച്ചു നടന്നു. അകലെയുള്ള വലിയ ജനാലയിൽ കൂടി മങ്ങിയ വെളിച്ചം ഇടനാഴിയിലേക്ക് തുളുമ്പി വീഴുന്നുണ്ടായിരുന്നു. വലിയ ജനാലയുടെ ഏറ്റവും മുകളിലെ കുട്ടി ജനാലയുടെ മുകളിലായി സീലിംഗിനു

താഴെ ഒരു കറുത്ത കുരങ്ങനെപോലെ കെട്ടുപിണഞ്ഞ നിഴൽ ഞാൻ കണ്ടു. അതാണ് ഇടനാഴിയിലെ പിശാച് എന്നു ഞാൻ തീർച്ചയാക്കി. പക്ഷേ നഴ്സറിയിൽ എനിക്കു തുടർന്നു പഠിക്കാൻ കഴിഞ്ഞില്ല. ഫീസു കൊടുക്കാൻ പണമില്ലായിരുന്നു എന്നതും വിന്റർ ഷൂസുകൾ ഇല്ലാതിരുന്നതുമായിരുന്നു പഠിപ്പു നിർത്താനുള്ള കാരണങ്ങൾ. രാജ്യത്തിന്റെ വടക്കുഭാഗത്തുള്ള ദരിദ്രർക്ക് ഷൂസില്ലാത്തത് വലിയ പ്രശ്നമായിരുന്നു. ഗ്രാമങ്ങളിലാകട്ടെ, ജനങ്ങൾ മരത്തിന്റെ പട്ടകൊണ്ടു ഷൂസുണ്ടാക്കിയിരുന്നു. ഞങ്ങൾ പട്ടണത്തിലായതുകൊണ്ട് അതും സാദ്ധ്യമായിരുന്നില്ല. ഒരു ശൈത്യകാലത്തിന്റെ അവസാനം മുതൽ അടുത്ത ശൈത്യകാലത്തിന്റെ ആരംഭം വരെ ഞാൻ നഗ്നപാദയായി നഴ്സറി സ്കൂളിൽ പോയി. ആരും ക്ഷയരോഗത്തെക്കുറിച്ച് പരാമർശിച്ചില്ല. എന്റെ മൂക്കൊലിപ്പും പൂർണ്ണമായി നിലച്ചിരുന്നു.

വോൾഗാ നദിയിൽനിന്നും എന്നെ രക്ഷപ്പെടുത്തി

ഞങ്ങൾ കുട്ടികളുടെ ഒരു കൂട്ടം നേരം വെളുത്താൽ ഇരുളുന്നതുവരെ മുഴുവൻ സമയവും വോൾഗാനദിയിലെ വെള്ളത്തിലായിരുന്നു കഴിച്ചു കൂട്ടിയത്. എനിക്ക് നീന്തൽ വശമുണ്ടായിരുന്നില്ല. അതിന്റെ ആവശ്യവുമുണ്ടായിരുന്നില്ല. കാരണം തീരം വളരെ ആഴം കുറഞ്ഞതായിരുന്നു. പക്ഷേ വസന്തകാലത്തെ വോൾഗ കരകവിഞ്ഞൊഴുകിയപ്പോൾ വെള്ളത്തെ നിസ്സാരവൽക്കരിച്ച എന്റെ സ്വഭാവവും നീന്തൽ അറിയാതിരുന്നതും ഞാൻ മുങ്ങിമരിക്കാൻ കാരണമായേനേ.

മെയ്മാസത്തിൽ വോൾഗ നദി കടൽപോലെ കര കവിഞ്ഞൊഴുകി. ഞങ്ങളുടെ താഴ്ന്ന തീരങ്ങളെല്ലാം വെള്ളത്തിനടിയിലായി. അപ്പുറത്തെ കര കാണാൻ കഴിയാത്തതുപോലെ വെള്ളം പെരുകി. ഞാനും കൂട്ടുകാരിയുംകൂടി അക്കരെയ്ക്ക് പോകാൻ തീരുമാനിച്ചു. കടത്തുബോട്ടിൽ ടിക്കറ്റെടുക്കാതെ ഞങ്ങൾ അക്കരെയ്ക്ക് പോയി. ഞങ്ങൾ തീരത്ത് വെള്ളത്തിൽ ഇറങ്ങി. ആഴം കുറഞ്ഞ ഞങ്ങളുടെ തീരം പോലെയാണ് അക്കരെയിലും എന്നാണ് ഞങ്ങൾക്ക് കാഴ്ചയിൽ തോന്നിയത്. പുൽത്തകിടിയിൽ ഇരുന്നുകൊണ്ട് ഞാൻ കാലുകൾ നീട്ടിവെച്ചു. എന്റെ കാലുകൾ ഒരു പടിയിൽ സ്പർശിച്ചു. പടിയിൽ കയറി ഇരുന്നുകൊണ്ട് ഞാൻ പാദങ്ങൾ വെള്ളത്തിലേക്ക് നീട്ടി നോക്കി. പക്ഷേ പാദങ്ങൾ അടിത്തട്ടിൽ തൊട്ടതേയില്ല. അടിത്തട്ടിൽ തൊടാമെന്ന പ്രതീക്ഷയിൽ ഞാൻ താഴേക്ക് ചാടി. പൊടുന്നനെ അന്ധയും ബധിരയുമായിമാറിയതുപോലെ ഞാൻ ആഴത്തിലേക്ക് മുങ്ങിപ്പോയി.

പിന്നീട് ഞാൻ കണ്ണുകൾ തുറന്നപ്പോൾ പൂർണ്ണ കാഴ്ചയോടെയുള്ള മുങ്ങൽ തുടർന്നു. തിളയ്ക്കുന്ന വെള്ളത്തിലെ നീർക്കുമിളകൾ

പോലെ എന്റെ ചുറ്റും കുമിളകൾ മുകളിലേക്കു പോകുന്നത് കണ്ടു. ഏതോ വലിയ പുൽച്ചെടിയുടെ നീണ്ട പത്രങ്ങൾ തൂവലുകൾ പോലെ ഇളകിയാടി. അടിത്തട്ടിൽ തൊട്ട ഞാൻ ലഘുവായി മുകളിലേക്ക് കുതിച്ചു. മുകളിൽ ജലവിതാനം വളരെ അടുത്തായി കാണാമായിരുന്നു. പകൽവെളിച്ചം എനിക്ക് കാണാൻ കഴിഞ്ഞു. ഞാനെന്റെ കഴുത്ത് നീട്ടി അല്പം വായു ശ്വസിക്കാൻ ശ്രമിച്ചതും വീണ്ടും താഴേക്ക് ആഴ്ന്നു പോകാൻ തുടങ്ങി. വളരെ ലാഘവത്തോടെയുള്ള ആ തിരിച്ചുപോക്ക് ഒരു ഗർഭസ്ഥശിശുവിന്റെ നീന്തൽപോലെയായിരുന്നു. വീണ്ടും അടിത്തട്ടിൽ ചെന്നു മുട്ടിയ ഞാൻ വീണ്ടും മുകളിലേക്ക് ഉയർന്നു വരാൻ തുടങ്ങി. ഇത്തവണ തല ഉയർത്തരുത് എന്ന് എനിക്കു തോന്നി. ഒരു ഭാരം കുറഞ്ഞ വസ്തുപോലെ ഞാൻ വെള്ളത്തിൽ ഒഴുകി നടന്നു. നിസ്സഹായതയോടെ ഞാൻ കറുത്ത ആഴങ്ങളെ തുറിച്ചു നോക്കി. എനിക്ക് ശ്വസിക്കാനുള്ള അദമ്യമായ ആഗ്രഹമുണ്ടായിരുന്നു. ഹൃദയം തുടിച്ചു. തലയ്ക്കുള്ളിൽ പെരുമ്പറയടിച്ചു. ഒഴുകുന്ന വെള്ളത്തിന്റെ ശബ്ദം കാതുകളെകൊട്ടിയടച്ചു.

അപ്പോഴാണ് എന്റെ കൺകോണുകളിലൂടെ എന്റെ നേരെ തൂങ്ങിയാടുന്ന എന്തോ ഒരു വസ്തുവിനെ കണ്ടത്. ഒരു മരച്ചില്ല പോലെ എന്തോ ഒന്ന്. ഉടനെ ഞാൻ കൈ നീട്ടി അതിൽ പിടിക്കുകയും ഒരു പൊങ്ങുതടിപോലെ വെള്ളത്തിനു പുറത്തേക്ക് ചാടി വരുകയും ചെയ്തു. പിന്നീടാണ് അതെന്തായിരുന്നുവെന്ന് മനസ്സിലായത്. ഒരു ചെറുപ്പക്കാരി നദിയിൽനിന്നും വെള്ളം കോരാൻ ബക്കറ്റുകളുമായി വന്ന് കുനിഞ്ഞ് വെള്ളം കോരുമ്പോഴാണ് വെള്ളത്തിനടിയിൽ കിടന്ന് എന്തോ പിടയുന്നതുപോലെ തോന്നിയത്. വെള്ളത്തിൽ വീണു പോയ ഏതോ പട്ടിക്കുഞ്ഞായിരിക്കുമെന്നു കരുതി രണ്ടറ്റത്തും ബക്കറ്റുകൾ തൂക്കിയ തന്റെ തോൾക്കവരത്തിൽ ഒന്ന് വെള്ളത്തിലാഴ്ത്തി അവൾ പട്ടിക്കുഞ്ഞിനെ കോരിയെടുക്കാൻ ശ്രമിച്ചു. പെട്ടെന്നാണ് ഒരു പെൺകുട്ടിയുടെ കൈ ഉയർന്നു വന്ന് ബക്കറ്റിൽ പിടിച്ചത്. ചെറുപ്പക്കാരി സത്യത്തിൽ പേടിച്ചു പിന്മാറിയെങ്കിലും തോൾക്കവരത്തിലെ അവളുടെ പിടുത്തം ഒട്ടും അയഞ്ഞില്ല. ഞാൻ വെള്ളത്തിൽ നിന്നും പൊങ്ങിവന്നില്ല എന്നുകണ്ട എന്റെ കൂട്ടുകാരി സാധാരണ പേടിക്കുമ്പോൾ കുട്ടികൾ ചെയ്യുന്നതു പോലെ ഓടിക്കളഞ്ഞു.

പിന്നീട് പ്രത്യക്ഷപ്പെട്ട എന്റെ കൂട്ടുകാരിയുമൊത്ത് ഉപേക്ഷിക്കപ്പെട്ട ഒരു പെട്ടിക്കടയുടെ പിന്നിൽ ഞാൻ നനഞ്ഞ വസ്തങ്ങൾ ഊരിപ്പിഴിഞ്ഞു. കൂളിപിള്ളേർ തുണിയില്ലാത്ത പെൺകുട്ടിയെ കണ്ണെറിയുകയും കളിയാക്കി ചിരിക്കുകയും ചെയ്തു. എനിക്ക് ഏഴോ എട്ടോ വയസ്സു മാത്രമേ ഉണ്ടായിരുന്നുള്ളൂവെങ്കിലും വിവസ്ത്രയായി നിൽക്കുന്നത് ശരിയായ കാര്യമല്ല എന്ന് എനിക്കറിയാമായിരുന്നു. ഞാനെന്റെ കൂട്ടുകാരിയുടെ പുറകിലൊളിച്ചു. മൈതാന നിയമങ്ങൾ

ശരിയത്ത് നിയമങ്ങളേക്കാൾ മോശമാണ്. മറ്റൊരു കാര്യം കൂടിയുണ്ടായിരുന്നു. പട്ടിണി കിടക്കുന്ന ഏതൊരു കുട്ടിയെയും പോലെ തീപ്പെട്ടിക്കൊള്ളി പോലുള്ള കാലുകളും വല്ലാതെ ഉന്തിയ വയറുമാണ് എനിക്കും ഉണ്ടായിരുന്നത്. അപരിചിതരായ ആരോ ഒരിക്കൽ എന്റെ നേരെ കൈ ചൂണ്ടിപറഞ്ഞു.

''നോക്കൂ, പെൺകുട്ടി ഗർഭിണിയാണ്.'' ഞാൻ ഉടനെ അതു വിശ്വസിച്ചു. എങ്ങനെയാണ് ഗർഭം ഉണ്ടാകുന്നതെന്നോ അതെങ്ങനെയാണ് അവസാനിക്കുന്നതെന്നോ എനിക്ക് അറിയില്ലായിരുന്നു. പക്ഷേ അതെനിക്ക് നാണക്കേടാണെന്നും എന്റെ രഹസ്യമാണെന്നും എനിക്കറിയാമായിരുന്നു. ഞാനെന്റെ ദൈവത്തിന്റെ മുന്നിൽ ഉള്ളുരുകി പ്രാർത്ഥിച്ചു. എന്നിൽ കനിയേണമേ, എന്നെ രക്ഷിക്കേണമേ എന്നൊക്കെയായിരുന്നു പ്രാർത്ഥനകൾ. എനിക്ക് പ്രാർത്ഥനകൾ ഒന്നും അറിയില്ലായിരുന്നു. എന്റെ ബാല്യകാലത്തെ ഒരു പ്രധാന പേടിസ്വപ്നമായിരുന്നു സാങ്കല്പികമായ ഗർഭം. എന്നിൽ ആരാണ് ഒളിച്ചിരിക്കുന്നത്? ഞരങ്ങുകയും മുരളുകയും മൂളുകയുമൊക്കെ ചെയ്യുന്നതാരാണ്? പാമ്പോ കുട്ടിയോ ആരാണ്? ഞാനും എന്റെ കൂട്ടുകാരിയും വൈകുന്നേരത്തെ കടത്തുബോട്ടിൽ തിരിച്ചെത്തി. ഞാൻ കുറേ സമയം ഉടുപ്പുകൾ ഉണങ്ങിക്കിട്ടാനായി പാർക്കിൽ ചുറ്റിക്കറങ്ങി. നനഞ്ഞ ഉടുപ്പുകളുമായി വീട്ടിൽ ചെന്നാൽ അവർക്ക് കാര്യം പിടികിട്ടും. വെള്ളത്തിലിറങ്ങാൻ എനിക്ക് അനുവാദമുണ്ടായിരുന്നില്ല.

ദുറോവ് സർക്കസ്

വേനൽക്കാലത്തെ ഞങ്ങളുടെ ജീവിതം മുഴുവനും ഞങ്ങൾ ചെലവഴിച്ചത് വോൾഗ നദീതീരത്തെ സ്ത്റുക്കോവ്സ്കി പാർക്കിലായിരുന്നു. വൈകുന്നേരങ്ങളിലും ഞായറാഴ്ച പകലും അവിടെ വാദ്യോപകരണങ്ങളോടെ സംഗീതം വായിച്ചിരുന്നു.

പാർക്ക് വളരെ വിശാലവും കാടുപോലെ പരന്നു കിടക്കുന്നതും നിരവധി ഉദ്യാനപഥങ്ങളും വോൾഗയിലേക്ക് ചരിഞ്ഞു കിടക്കുന്ന പുൽത്തകിടികളും കൊണ്ട് മനോഹരവുമായിരുന്നു. പുല്ലുകൾക്കിടയിൽ വളർന്നു നിന്നിരുന്നതിന്നാൽ കൊള്ളാവുന്ന പൂച്ചെടികളായിരുന്നു ഞങ്ങൾ കുട്ടികൾ എപ്പോഴും തിരഞ്ഞുനടന്നത്. ചില ദിവസങ്ങളിൽ ഞങ്ങൾ കുട്ടികളുടെ ഒരു ദിവസത്തെ ആഹാരം പാർക്കിലെ കായ്കനികൾ മാത്രമായിരുന്നു. അക്കേഷ്യയുടെ പൂക്കളും ഞങ്ങൾ തിന്നുമായിരുന്നു. ചെറുപഴങ്ങൾ അവിടെ വളർന്നിരുന്നില്ല. ദുറോവ് സർക്കസ് കൂടാരം പാർക്കിൽ സ്ഥാപിച്ചതിനുശേഷം ഞങ്ങൾ കുട്ടികളുടെ പ്രധാന പരിപാടി ടിക്കറ്റെടുക്കാതെ സർക്കസ് കാണാൻ കയറുകയെന്നതായിരുന്നു. ടിക്കറ്റെടുക്കാതെ കയറാനുള്ള സൂത്രം ഞങ്ങൾ കണ്ടുപിടിച്ചു. തിക്കും തിരക്കുമുള്ള പ്രധാന വാതിലിൽ അടി ഇഴഞ്ഞു നീന്തി അകത്തു കയറുന്നതായിരുന്നു ഞങ്ങളുടെ

തന്ത്രം. ടിക്കറ്റു നോക്കാൻ നിൽക്കുന്നവർ സാധാരണ തറയിലേക്കു നോക്കാറില്ല. വളരെ നിബിഡമായതിക്കും തിരക്കും ഉണ്ടായിരുന്നതിനാൽ നടന്നുപോകുന്നവരുടെ കാലിനടിയിലേക്ക് നോക്കാൻ പോലും കഴിയുമായിരുന്നില്ല. ആളുകളുടെ ചവിട്ടുകൊള്ളാതെ സൂക്ഷിച്ചാൽ മാത്രം മതി. അകത്തു പ്രവേശിച്ചു കഴിഞ്ഞു ജോലിക്കാരുടെ കണ്ണിൽ പെടാതിരിക്കാൻ പ്രായമായവരുടെയുത്തുനിന്ന് അവരുടെ കൂടെ വന്ന കുട്ടിയാണെന്ന ഭാവത്തിൽ എന്തെങ്കിലും സംസാരിക്കണമായിരുന്നു.

ദുറോവ് സർക്കസ്സിലെ പേരു കേട്ട ഐറ്റമായ ആനയുമായുള്ള പ്രദർശനം ഞാൻ കണ്ടു. രംഗത്ത് ഭീമാകാരമായ തലയിണയോടു കൂടിയ വളരെ വലിയ ഒരു കട്ടിലുണ്ടായിരുന്നു. ആന ഒരു മനുഷ്യനെപ്പോലെ കട്ടിലിലിരുന്ന് തുമ്പിക്കൈ കൊണ്ട് ഒരു വലിയ അലാറം ക്ലോക്കെടുത്ത് കീ കൊടുക്കാൻ തുടങ്ങുകയും അത് മണിയടിക്കുകയും ചെയ്തു. ആന അതെടുത്ത് ചുവരലമാരയിൽ വെച്ചു. പിന്നീട് ആന ഒരു വശത്തേക്ക് ചരിഞ്ഞു കിടന്നു. താഴ്ന്ന ശബ്ദത്തിൽ പശ്ചാത്തലസംഗീതം കേൾക്കാമായിരുന്നു. വ്‌ളാഡിമിർ ദുറോവ് ആയിരുന്നു ആനയെ നീയന്ത്രിച്ചിരുന്നത്. ദുറോവിന്റെ പ്രോത്സാഹനത്താൽ ആന എഴുന്നേറ്റു. ഉടൽ കുലുക്കികൊണ്ട് ആന തലയിണ എടുത്തുയർത്തി. പിന്നെ തലയിണയിൽനിന്നും ഒരു ചായപ്പാത്രത്തിന്റെ വലിപ്പത്തിലുള്ള മൂട്ടയെ പുറത്തെടുത്തു. അത് നിലത്തിട്ട് തന്റെ വലിയ കാലുകൊണ്ട് ചവിട്ടി. മൂട്ട പൊട്ടിത്തെറിച്ചു. കൂടാരത്തിൽ ചിരിയുടെ മാലപ്പടക്കം പൊട്ടി. ഉയരത്തിലെ ചുവരലമാരയിലേക്ക് എന്തോ എടുത്തുവെയ്ക്കുന്ന ലാഘവത്തോടെ ദുറോവ് ആനയുടെ വായിലേക്ക് എന്തോ ഇട്ടുകൊടുത്തു. കൂടാതെ കുരങ്ങന്മാരുടെ പ്രദർശനവും ഉണ്ടായിരുന്നു. ഒരു പെൺകുരങ്ങ് കോട്ടും സ്യൂട്ടും ധരിച്ചുകൊണ്ട് തടിച്ച ഒരു പുസ്തകം വായിക്കുന്ന ഭാവത്തിൽ താളുകൾ വളരെ വികാരവിവശയായി വേഗത്തിൽ മറിച്ചുകൊണ്ടിരുന്നു. താളുകൾക്കിടയിൽ സ്വാദിഷ്ഠമായ എന്തോ ആഹാര പദാർത്ഥങ്ങൾ ഒളിപ്പിച്ചുവെച്ചിട്ടുണ്ടായിരുന്നു. കുരങ്ങ് അതിന്റെ തോളുകൾക്കു മുകളിലൂടെ കടക്കണ്ണാൽ നോക്കുകയും ഇമകളടയ്ക്കുകയും പുസ്തകത്തിൽ മാന്തുകയും ചെയ്തു. അതിന്റെ ധൃതി പിടിച്ചുള്ള നുണയലും മാന്തിപ്പറിക്കലും വിശന്നു പൊരിഞ്ഞ തലയിൽ നിറയെ പേനുള്ള ഒരു ചെറുക്കനെയോ പെൺകുട്ടിയോ ഓർമ്മിപ്പിച്ചു.

ആഹാരം അന്വേഷിച്ച്

വിശന്നു വലഞ്ഞ തെരുവു നായ്ക്കളെപോലെ ഞങ്ങൾ ആഹാരം തേടി നടന്നു. ഒരിക്കൽ ഞാൻ ഒരു ലോറിയുടെ ക്യാബിനിൽ വലിഞ്ഞു കയറി. മുൻപിലെ ഗ്ലാസിന്റെ പിന്നിലായി തൂക്കിയിട്ടിരുന്ന ചെറിയ തട്ട് ഞാൻ ഇളക്കി നോക്കി. അതിന്റെ ഇടയിൽ നിന്നും എനിക്ക്

മൂന്നു റൂബിൾ കിട്ടി. കൂട്ടത്തിലുള്ള മറ്റുള്ളവരോടു ഞാൻ പറഞ്ഞു. ‘‘ആ ഗ്ലാസിനടിയിൽ നിന്നും മൂന്ന് റൂബിൾ എനിക്ക് കിട്ടി.’’ ഉടനെ എല്ലാവരും ക്യാബിനിൽ ചാടിക്കയറി. പക്ഷേ ആർക്കും ഒന്നും കിട്ടിയില്ല. ഞാനൊരു വിജയിയായി ഞെളിഞ്ഞു നിന്നു. പിന്നീട് എന്റെ പണം അവർ തട്ടിപ്പറിച്ചെടുത്തു.

‘‘കാണട്ടെ.’’ അവർ പറഞ്ഞു.

‘‘ഇല്ല, ഞാൻ കാണിക്കില്ല.’’

‘‘പിന്നെ, നിന്റെ കയ്യിൽ ഒരു ചുക്കുമില്ല.’’

‘‘ഇല്ല, ഞാൻ കാണിക്കില്ല.’’

‘‘നിന്റെ മോന്തയ്ക്ക് ഒന്നു തരട്ടെ?’’

‘‘എന്നെ വെറുതെ വിടൂ, മന്ദബുദ്ധികളേ.’’

‘‘നമുക്കു പോകാം കൂട്ടുകാരെ, അവളുടെ കയ്യിൽ ഒരു ചുക്കു മില്ല, തേവിടിശ്ശിയുടെ മോൾ.’’

‘‘ഇല്ല, ഇല്ല, അല്ലേ? നോക്കെടാ ദാ, നോക്കെടാ.’’

എന്റെ ഉള്ളംകയ്യിൽ പണമുണ്ടായിരുന്നു. ആരോ കയ്യിൽ തട്ടി. പണം താഴെ വീണു അപ്രത്യക്ഷമായി.

ഗ്രീഷ്മത്തിന്റെ അന്ത്യത്തിൽ പഴയ കവി ലർമന്തോവ് പറഞ്ഞതു പോലെ ‘ഞാനെന്റെ ഹിമഗൃഹത്തിലേക്ക്’ മടങ്ങിവന്നു. അമ്മൂമ്മ യുടേയും വല്യമ്മയുടേയും അടുത്തേക്ക്. മഞ്ഞിൽ നഗ്നപാദയായി നിങ്ങൾക്ക് നടക്കാൻ കഴിയില്ല. ആഹാരമോ ബൂട്ടുകളോ വസ്ത്രങ്ങളോ ഒന്നുമുണ്ടായിരുന്നില്ല.

സ്കൂളിൽ ഞാൻ പോകുന്നില്ലായിരുന്നു. പക്ഷേ സെപ്റ്റംബർ മാസത്തിൽ ബാൽക്കണിയിൽനിന്നു കൊണ്ട് ബാഗും തൂക്കി സ്കൂ ളിൽ പോകുന്ന കുട്ടികളെ ഞാൻ വീക്ഷിക്കുമായിരുന്നു. ഫ്രൂൺ സിൻസ്ക്കയ തെരുവിലൂടെ വലിയ വെളുത്ത ബട്ടനുകളുള്ള തെളിഞ്ഞ നീല വിന്റർ കോട്ടിട്ട ഒരു പെൺകുട്ടി എന്നും രാവിലെ നടന്നു പോയിരുന്നു. ഞാനത് എത്ര വ്യക്തമായി ഓർക്കുന്നു. (എന്റെ മകൻ കിരിലേവിന് രണ്ടു വയസ്സായപ്പോൾ അവനും അവന്റെ കസിൻ സിര്യോഷയ്ക്കും നല്ല തെളിഞ്ഞ, നീലനിറത്തിലുള്ള കമ്പിളി തുണി യിൽ വെള്ള ബട്ടനുകളുള്ള കോട്ടുകൾ വാങ്ങി. സാധനങ്ങളുടെ ലഭ്യത കടകളിൽ കുറവായിരുന്ന അക്കാലത്തെ വെറും സാധാരണ കമ്പിളിക്കുപ്പായമായിരുന്നുവെങ്കിലും വളരെ സന്തോഷത്തോടെ യാണ് ഞാനവ വാങ്ങിയത്.) ഓഫീസർമാരുടെ ഫ്ളാറ്റിലെ കാന്റീ നിലെ ചവറുകൂനയിൽ നിന്നും വല്യമ്മ വാവ ഉരുളക്കിഴങ്ങിന്റെ തൊലി ചെത്തി മാറ്റി സംഭരിച്ചു. അമ്മൂമ്മ ഒരു ഫ്രയിംഗ് പാനിൽ മണ്ണെണ്ണ സ്റ്റൗവിൽ എണ്ണയില്ലാതെ അത് വറുത്തെടുത്തു. കരിഞ്ഞ ഉരുളക്കിഴങ്ങു തൊലിയുടെ അപാരമായ സ്വാദ് ഇന്നും നാവിൽ തുമ്പിൽ നിറഞ്ഞുനിൽക്കുന്നു.

'പ്രൈമൂസ്' എന്ന മണ്ണെണ്ണ ഗ്യാസ് സ്റ്റൗവ് ഞങ്ങളുടെ മുറിയുടെ ജനാലപ്പടിയിലിരുന്നു. അടുക്കള പങ്കുവെയ്ക്കാൻ അയൽവക്കക്കാർ ഞങ്ങളെ അനുവദിച്ചില്ല. അതുപോലെ അയൽവക്കക്കാരുടെ കുപ്പ ത്തൊട്ടിയിലും ഞങ്ങൾ ആഹാരം കണ്ടെത്താൻ ശ്രമിച്ചു. അവർ പണക്കാരായിരുന്നു. മുൻപ് ജെജ്യ താമസിച്ചിരുന്ന മുറിയിൽ താമസിക്കുന്നയാൾ ഒരു ആർമി മേജറായിരുന്നു. അയാൾക്ക് ഒരു ഗ്രാമഫോണും റെക്കോർഡും ഉണ്ടായിരുന്നു. ഞങ്ങളുടെ മുറിയും അയാളുടെ മുറിയുമായി ബന്ധിപ്പിക്കുന്ന വാതിൽ കൊട്ടിയടച്ച് ആണിയടിച്ചിരുന്നു. അതിന്റെ വിടവിലൂടെ ഞാൻ ബീഥോവന്റെ സംഗീതം കേട്ടു. മറ്റൊരു മുറിയിൽ താമസിച്ചിരുന്നത് റെയിൽവേ സ്കൂളിലെ ഡയറക്ടറായ റഹീലും കുടുംബവുമായിരുന്നു. എന്തോ കാരണത്താൽ റഹീൽ എന്ന അയൽക്കാരിയെ എന്റെ അമ്മൂമ്മ ഫൂറിയ എന്നാണ് വിളിച്ചിരുന്നത്. അവർക്ക് എന്നേക്കാൾ പ്രായമുള്ള രണ്ടു പെൺകുട്ടികളുണ്ടായിരുന്നു. റെയിൽവേയിലെ ഒരു പ്രധാന ഉദ്യോഗസ്ഥനായ, ഭീതിയുണർത്തുന്ന ഭാവമുള്ള ഒരാളായിരുന്നു അവരുടെ ഭർത്താവ്.

ഫ്ളാറ്റിലെ കുളിമുറി വിറകു കത്തിച്ചാണ് ചൂടാക്കിയിരുന്നത്. ഞങ്ങൾക്ക് വിറക് വാങ്ങാൻ കഴിവില്ലായിരുന്നു. അവിടെ ഒരു കോടാലി കിടന്നിരുന്നു. ഞങ്ങൾ തണുത്ത വെള്ളം കൊണ്ട് ഞങ്ങളുടെ മുറി യിലാണ് കുളിച്ചിരുന്നത്. ഒരു ദിവസം ഇടനാഴിയിൽനിന്നും അമ്മൂമ്മ യുടെ കരച്ചിൽ ഉയർന്നു കേട്ടു. ഞങ്ങൾ ഓടിച്ചെന്നു. അവിടെ അമ്മൂമ്മ രക്തത്തിൽ കുളിച്ച് കിടക്കുന്ന കാഴ്ചയാണ് കണ്ടത്. അമ്മൂമ്മ കുളിമുറി ഉപയോഗിക്കുന്നതു കണ്ട ഫൂറിയയുടെ ഭർത്താവ് അമ്മൂമ്മയെ ഒരു പാഠം പഠിപ്പിക്കാൻ കോടാലിയെടുത്ത് അമ്മൂമ്മ യുടെ തലയ്ക്കടിച്ചു. വാവ വിളിച്ചു വരുത്തിയ ആംബുലൻസിൽ അമ്മൂമ്മയെ ഹോസ്പിറ്റലിലെത്തിച്ചു. ദൈവം സഹായിച്ച് അടി യുടെ ആഘാതം തലയ്ക്ക് ഏറ്റിരുന്നില്ല. പുറംതൊലി പൊട്ടി ചോര ഒഴുകിയെന്നുമാത്രം. ഡോക്ടർ അമ്മൂമ്മയുടെ നെറ്റിയിൽ ഒരു വെളുത്ത നനുത്ത തുണി കെട്ടിക്കൊടുത്തു. അവർ ആരോടും പരാതിപ്പെട്ടില്ല. ഭർത്താവിന്റെ ഇരട്ടപ്പേര് ക്രേറ്റിൻ എന്നായിരുന്നു. വക്രതയുടെ പര്യായമായിരുന്നു ആ കുടുംബം. ആർമിമേജറും റഹീലിന്റെ കുടും ബവും കട്ടിയുള്ള ഉരുളക്കിഴങ്ങ് തൊലികളും മീൻതലകളും ചില പ്പോഴൊക്കെ ക്യാബേജ് ഇലകളും കുപ്പത്തൊട്ടിയിൽ നിക്ഷേപിച്ചിരുന്നു. ഒരിക്കൽപോലും ഒരു റൊട്ടിക്കഷ്ണം അതിൽ കണ്ടില്ല. പക്ഷേ ഈ വിഭവങ്ങൾ കിട്ടുന്നതിനും ഞങ്ങൾക്ക് ഒത്തിരി അവഹേളനവും പീഡനങ്ങളും സഹിക്കേണ്ടിവന്നു. അതുകൊണ്ട് അയൽക്കാർ ഉറങ്ങു മ്പോൾ ഞങ്ങൾ ആഹാരം കൊള്ളയടിക്കാൻ തുടങ്ങി. ഞങ്ങളുടെ സ്റ്റൗവിൽ അല്പം മണ്ണെണ്ണയുള്ളപ്പോഴൊക്കെ അമ്മൂമ്മ സൂപ്പ് ഉണ്ടാ ക്കിയിരുന്നു.

പാവകൾ

ഒരു രാത്രി വീടു നിശ്ശബ്ദമായി. വിശപ്പ് ഞങ്ങളുടെ കുടലിന് തീ പിടിപ്പിച്ചു. എല്ലാവരും ഉറക്കമായെന്ന് ബോധ്യം വന്നപ്പോൾ മുതിർന്നവർ എന്നെ അയൽവക്കക്കാരുടെ കുപ്പത്തൊട്ടി തിരയാനായി പറഞ്ഞയച്ചു. കോടാലിയെക്കുറിച്ച് ഓർത്തുകൊണ്ട് ഞാൻ ശബ്ദമുണ്ടാക്കാതെ അടുക്കളയിൽ പ്രവേശിച്ചു. കുപ്പത്തൊട്ടിയുടെ സമീപത്തുള്ള ബഞ്ചിൽ തുണിയുരിഞ്ഞു നഗ്നമാക്കപ്പെട്ട രണ്ട് പാവക്കുട്ടികൾ കിടന്നിരുന്നു. ഞങ്ങളുടെ അയൽക്കാരി ഹൂറിയുടെ മക്കൾ ഉപേക്ഷിച്ച പാവകളായിരിക്കാം അത്. പേപ്പർ പൾപ്പുകൊണ്ട് നിർമ്മിച്ച അതിന്റെ തലയിൽ മുടിയൊന്നും ഉണ്ടായിരുന്നില്ല. അടർന്നുപോയ മൂക്കും കീറത്തുണികൾ ചുറ്റിയ കാലുകളുമുള്ള കബന്ധങ്ങളായിരുന്നു അത്.

എനിക്ക് ഒരു ചെറിയ പാവയുണ്ടായിരുന്നു. പ്ലാസ്റ്റിക്കുകൊണ്ട് നിർമ്മിക്കപ്പെട്ട ആ പാവയ്ക്ക് ഒരു കാൽ നഷ്ടപ്പെട്ടിരുന്നു. അതുകൂടാതെ എനിക്കൊരു കുതിരയുടെ പാവയുണ്ടായിരുന്നു. കട്ടിക്കടലാസുകൊണ്ട് ഞാൻ തന്നെ നിർമ്മിച്ച കുതിരയെ എന്റെ ഒരേയൊരു ചായപ്പെൻസിൽകൊണ്ട് നിറം പിടിപ്പിച്ചു. ഞാനവന് കണ്ണ് വരച്ചുവെച്ചു. എന്നിട്ടും എനിക്കവനെ യഥാർത്ഥ കുതിരയായി തോന്നിയില്ല. കീറത്തുണികൊണ്ട് കുതിരയുടെ വയറ്റിൽ ചുറ്റിവെച്ച് ഞാനവന്റെ തടി കൂട്ടി. എന്റെ നോട്ടത്തിൽ ഇവിടെ ഇതാ, അതിമനോഹരികളായ രണ്ടു പാവക്കുട്ടികൾ ബഞ്ചിലിരിക്കുന്നു. ഇപ്പോൾ എനിക്കറിയാം, പെൺകുട്ടികൾക്ക് പാവക്കുട്ടികൾ എന്നു പറയുന്നത് ആജ്ഞാനുവർത്തികളായ ദേവതകളാണ്. ഈ ചെറുദേവതകൾ ആരാധ്യമായ അർച്ചനാഭാവവും വന്യമായ അത്യാർത്തിയും ഉടമസ്ഥതാഭാവവും ഉണർത്തുന്നതാണ്.

എന്റെ കയ്യിലെങ്ങാൻ കിട്ടിപ്പോയാൽ എനിക്കു തോന്നുന്നതെന്തും അതിനെക്കൊണ്ടു ചെയ്യിക്കാൻ എനിക്കവകാശമുണ്ട്. മാറിൽ ചേർത്തു പിടിച്ചു അതിനെ തീറ്റിപ്പോറ്റുകയോ തിരിഞ്ഞുനോക്കാതെ എവിടെയെങ്കിലും ഉപേക്ഷിക്കുകയോ ചെയ്യാം. നിങ്ങൾക്കതിന്റെ മുഖത്ത് ചായം തേയ്ക്കുകയോ പിന്നീട് കഴുകി വൃത്തിയാക്കുകയോ ചെയ്യാം. അതുപോലെതന്നെ പുരികം വരയ്ക്കുകയോ ചുണ്ടിൽ ചായം തേക്കുകയോ ചെയ്യാം. മുടിമുറിച്ചു മാറ്റുകയോ പിന്നെ അതോർത്ത് പശ്ചാത്തപിക്കുകയോ പിന്നീട് കൂടുതൽ സ്നേഹിക്കുകയോ ചെയ്യാം. പെൺകുട്ടികൾക്ക് തങ്ങളുടെ പാവക്കുട്ടികളോടുള്ള സ്നേഹം മറ്റൊന്നിനോടും താരതമ്യപ്പെടുത്താൻ കഴിയില്ല. (ഒരുപക്ഷേ അമ്മയോടും അച്ഛനോടുമുള്ള സ്നേഹം ഉമിനീരിറക്കിക്കൊണ്ട് ഉന്മത്തമായ സ്നേഹവും അമ്മൂമ്മയോടും അപ്പൂപ്പനോടുമുള്ള അമാനുഷികമായ പ്രതിപത്തിയുംപോലെ) ഒരു പാവയുമായി നിങ്ങൾക്ക് എന്തും ചെയ്യാം. ഡോക്ടറും രോഗിയും കളിക്കാം. ഉമിനീരിറക്കിക്കൊണ്ട്

ഓപ്പറേഷൻ ചെയ്യാം. പാവക്കുട്ടി ആൺകുട്ടികളുടെ കയ്യിൽപെടാതിരിക്കാൻ മാത്രം ശ്രദ്ധിക്കണം. അവരതിനെ വലിച്ചു കീറിക്കളയും. പാവകൾക്ക് വീടുണ്ടാക്കണം. കിടക്ക ഒരുക്കണം, അത് കസേരയുടേയോ മേശയുടേയോ അടിയിലാകുന്നതാണ് ഉത്തമം. ഞാനവിടെ മരവിച്ചു നിന്നു. എനിക്ക് ഒന്നും ചെയ്യാൻ കഴിഞ്ഞില്ല. വലിച്ചെറിയപ്പെട്ട പാവകൾ ബഞ്ചിൽ കിടന്നു. ഞാനെന്റെ സൗഭാഗ്യത്തിൽ വിശ്വസിച്ചില്ല. ഞങ്ങൾക്ക് ഒരുമിച്ചുള്ള ഒരു ഭാവികാലം ഉണ്ടാകുമെന്ന് എനിക്ക് പ്രതീക്ഷയുണ്ടായിരുന്നില്ല. അവയെക്കുറിച്ച് സ്വപ്നങ്ങൾ കാണാൻ എനിക്ക് അവകാശമുണ്ടായിരുന്നില്ല. അവയ്ക്ക് ഉടുപ്പുകൾ തുന്നാനോ അവയെ സൂക്ഷിച്ചു വെയ്ക്കുവാനോ ഒരുമിച്ച് എങ്ങനെ ജീവിക്കാനാവുമെന്നോ എനിക്കറിയില്ല. അവയെ പിരിഞ്ഞുപോകേണ്ടിവരുമെന്ന് ഞാനറിഞ്ഞു.

രണ്ടു വലിയ പാവകൾ എന്റെ ആദ്യത്തെ ദേവതകളായി മാറി. അവയെയോർത്ത് ഞാൻ വികാരവതിയായി. ഞങ്ങൾക്ക് വേർപാടിന്റെ വേദന അനുഭവവേദ്യമായി. ഞാൻ മുട്ടുകുത്തിയിരുന്നു പഞ്ഞി കുത്തി നിറഞ്ഞ, അഴുക്കു പുരണ്ട അവയുടെ കയ്യുകൾ എടുത്ത് മടിയിൽ വെച്ചു. ഭീമൻപാവകൾ സാവധാനം എന്റെ ആത്മാവിൽ നിറഞ്ഞു. എന്റെ മനസ്സ് പൂരിതമായി. ഒരു കുട്ടിയെ കെട്ടിപ്പിടിക്കുമ്പോൾ അമ്മയുടെ ആത്മാവിൽ കുട്ടി നിറഞ്ഞു നിൽക്കുന്ന പോലെ പാവകൾ എന്റെ ആത്മാവിൽ നിറഞ്ഞുനിന്നു. പിന്നീട് ഞാനവയെ കയ്യിലെടുത്ത് മൃദുലമായ കബന്ധത്തിലേക്ക് തല പൂഴ്ത്തി. അവ വളരെ മനോഹരങ്ങളും അനുസരണയുള്ളവരും ഉയരമുള്ളവരുമായിരുന്നു.

ഞാനെത്രനേരം അങ്ങനെ ഇരുന്നു എന്നറിയില്ല. ഒരുപക്ഷേ പുലരുവോളം അത് തുടർന്നിരിക്കാം. പാവകളെ എടുത്ത് വീട്ടിൽ കൊണ്ടുപോകാൻ എനിക്ക് ധൈര്യമുണ്ടായിരുന്നില്ല. ജോലിക്കു പോകുന്നതിനു മുൻപ് റഹീൽ അടുക്കളയിൽ എത്തി നോക്കി. പുറകെ അവരുടെ രണ്ടു പെൺകുട്ടികളും കടന്നുവരുകയും പ്രതികാരഭാവത്തോടെ പാവക്കുട്ടികളെ എടുത്തു കൊണ്ടുപോകുകയും ചെയ്തു.

വിജയദിനം

യുദ്ധം വിജയിച്ച സന്തോഷകരമായ രാത്രിയെക്കുറിച്ച് പറയാം. ശരിക്കും രാത്രിയായിരുന്നു ആ ഭാഗ്യം വന്നു ചേർന്നത്. അത് പകലായിരുന്നില്ല. അന്ന് രാത്രി പട്ടണത്തിൽ ആരുംതന്നെ ഉറങ്ങിയിരുന്നില്ല. ഏതു സമയത്തും 'ഉപാധികളില്ലാത്ത കീഴടങ്ങൽ' എന്ന പ്രഖ്യാപനം പ്രതീക്ഷിച്ചിരുന്ന ഞങ്ങൾക്ക് സന്തോഷിക്കാനുള്ള സമയം വന്നുചേർന്നു. വീഥികളിലെ ശബ്ദകോലാഹലങ്ങൾ നാലുമണി വെളുപ്പിന് എന്നെ ഉണർത്തി. അവസാനമില്ലാത്ത തീവണ്ടി

പോലെ ഒരു മഹാജനക്കൂട്ടമായിരുന്നു. ഞാൻ സന്തോഷത്തോടെ എന്തൊക്കെയൊ വിളിച്ചു പറഞ്ഞുകൊണ്ട് ഓടിനടന്നു. ഇരുട്ടു പൂർണ്ണമായും മാറിയിരുന്നില്ല. ഞങ്ങൾക്ക് ക്ലോക്ക് ഉണ്ടായിരുന്നില്ല, എങ്കിലും നാലുമണിയായിക്കാണുമെന്നാണ് ഞാൻ കരുതുന്നത്. മെയ്മാസത്തിൽ പൊതുവെ അഞ്ചുമണി വെളുപ്പാൻകാലത്ത് സൂര്യനുദിക്കും. ഞാനെന്റെ വേനൽക്കാലകുപ്പായവുമണിഞ്ഞ് നഗ്നപാദയായി പുറത്തേക്ക് ഓടി. ദിവസം മുഴുവൻ ഞാൻ പട്ടണത്തിൽ ചുറ്റിനടന്നു. എല്ലായിടത്തും പട്ടാളക്കാർ ചുറ്റിക്കറങ്ങിയിരുന്നു. ഓഫീസർമാരുടെ ക്ലബ്ബിലെ ജോലിയില്ലാത്ത പട്ടാളക്കാരും ആഹ്ലാദിച്ചു നടന്നു. ഹോസ്പിറ്റലിൽ മുറിവേറ്റ് ചികിത്സയിൽ കഴിഞ്ഞിരുന്നവരും വളരെ സൂക്ഷിച്ച് പുറത്തിറങ്ങി നടന്നു. എല്ലായിടത്തും അക്കോർജിയോൺ, ബഗലായ്ക്ക മുതലായ സംഗീതോപകരണങ്ങൾ വായിച്ചുകൊണ്ട് ജനം ആനന്ദിച്ചു. സ്ട്രുക്കോവ്സ്കി പാർക്കിൽ നൃത്തം വെയ്ക്കുന്ന ഒരു ജനക്കൂട്ടമുണ്ടായിരുന്നു. പാർക്കിന്റെ പ്രവേശന കവാടത്തിൽ വെളുത്ത പുഷ്പക്കുലകൾ വിൽക്കുന്ന സ്ത്രീകൾ ഉണ്ടായിരുന്നു. ഒരു പുതുജീവിതം നാമ്പിടുകയായിരുന്നു. അതോടൊപ്പം യുദ്ധാനന്തരകാലത്തെ മഹത്തായ പട്ടിണിക്കാലവും ആരംഭിക്കുകയായിരുന്നു.

സൈനിക ഉദ്യോഗസ്ഥരുടെ ക്ലബ്ബ്

ഞാൻ കൂടുതൽ സമയവും വീട്ടിൽ നിന്നും വിട്ടുനിന്നു. ആദ്യമായി ഞാൻ വീട്ടിൽനിന്നും വിട്ടുനിന്നത് എനിക്ക് ഏകദേശം തിരിച്ചറിവായ ഏഴുവയസ്സുള്ളപ്പോഴായിരുന്നു. മഹത്തായ സോവിയറ്റ് വിക്ടറി ഡേയുടെ അടുത്ത ദിവസമായിരുന്നു അത്. ജൂൺ മാസത്തിന്റെ തുടക്കത്തിൽ ഞാൻ നിരവധി ദിവസങ്ങൾ സ്വതന്ത്രമായി ചെലവഴിച്ചു. തെരുവിൽ കിടന്നുറങ്ങിയില്ല. സ്ട്രുക്കോവ്സ്കി ഗാർഡനിലെ സ്റ്റേജിന്റെ അടിയിൽ കിടന്ന് ഉറങ്ങിയില്ല. അവിടെ മലമൂത്രത്തിന്റെ ഗന്ധമുണ്ടായിരുനു. അവിടെ എല്ലാം താറുമാറായി കിടക്കുകയായിരുന്നു. പകൽ ഞാൻ ചുറ്റി നടന്നു ആ രാത്രി തല ചായ്ക്കാൻ ഇടം നോക്കി. ഓഫീസർമാരുടെ ക്ലബ്ബിൽ ഡയറക്ടറുടെ ഓഫീസിൽ ഞാൻ ഒരു ഇടം കണ്ടെത്തി.

മറ്റു കുട്ടികളുമായി ചേർന്ന് ഓഫീസേഴ്സ് ക്ലബ്ബിലെ കാവൽക്കാരുടെ കണ്ണുവെട്ടിച്ച് സിനിമാപ്രദർശനം ആസ്വദിക്കാനും അവിടത്തെ കാന്റീനിലേക്ക് കൊണ്ടുവരുന്ന ഭക്ഷണവണ്ടിയിൽ നിന്നും അവസാനത്തെ ക്രേറ്റുമെടുത്ത് ഡ്രൈവറും പാചകക്കാരനും പോകുന്ന സമയത്ത് ഒറ്റക്കുളമ്പിൽ ഊന്നിനിന്ന് കുതിര വിശ്രമിക്കുമ്പോൾ വണ്ടിയിൽ ചാടിക്കയറി ഞങ്ങൾ വിശക്കുന്ന കുട്ടികൾ റൊട്ടിയുടെ പൊടിക്കഷ്ണങ്ങൾ സംഭരിക്കാനും പഠിച്ചു. ഓഫീസേഴ്സ് ക്ലബ്ബ് ഞങ്ങൾ കുട്ടികളുടെ ഒരു പ്രധാന ഒളിത്താവളമായിരുന്നു. ഞങ്ങളുടെ

പിൻമുറ്റത്തുനിന്നും അവിടേക്ക് ഒളിച്ചു കടക്കാൻ സാധ്യമായിരുന്നു. നിരവധി ഷെഡ്ഡുകളും ഗാരേജുകളുംകൊണ്ട് നിറഞ്ഞതായിരുന്നു അവരുടെ കെട്ടിടം. ക്ലബ്ബിലെ പട്ടാളക്കാർ റൊട്ടിക്കഷ്ണങ്ങളെടുത്ത് പ്രാവിനെ ഓടിക്കാനായി എറിയുമായിരുന്നു. അവ കെട്ടിടത്തിന്റെ തകിടുമേൽക്കൂരയിൽ വീണ് ഉണങ്ങിക്കിടന്നിരുന്നു. ഉണങ്ങിയ റൊട്ടിക്കഷ്ണങ്ങൾ പ്രാവുകൾക്ക് കൊത്തിത്തിന്നാൻ കഴിയാത്തവ അവിടെ കിടന്നിരുന്നു. അയൽവക്കത്തെ വിശന്നു പൊരിയുന്ന കുട്ടികൾ ചുട്ടുപൊള്ളുന്ന മേൽക്കൂരയിൽ കയറി ഉണങ്ങിയ റൊട്ടിക്കഷ്ണങ്ങൾ സംഭരിച്ചു. മേൽക്കൂരയിൽ കയറിപ്പറ്റാൻ അവിടെ കിടന്നിരുന്ന ഒരു ടാർവീപ്പയുടെ വക്കിൽ തള്ളവിരലുകളിൽ ഊന്നിനിന്ന് ചാടിക്കയറുക മാത്രമേ വഴിയുണ്ടായിരുന്നുള്ളൂ. ആരാണ് ആ വീപ്പ അവിടെ കൊണ്ടുവന്നിട്ടത് എന്ന് അറിയില്ല. പക്ഷേ അതു വിശക്കുന്ന പിള്ളേരെ പിടിക്കാനുള്ള ഒരു കെണിയായിരുന്നു. എന്തായാലും കുട്ടികൾ അതിൽ വലിഞ്ഞുകയറുമെന്ന് മുതിർന്നവർക്ക് അറിയാമായിരുന്നു. അതുകൊണ്ട് വീപ്പ അവിടെനിന്നും മാറ്റിയില്ല.

ചുടുകൂടുമ്പോൾ ടാർ ഉരുകി വിടവുകളിലൂടെ വെളിയിൽവന്ന് വീപ്പയ്ക്കു ചുറ്റും തളം കെട്ടിനിന്നിരുന്നു. വീപ്പയ്ക്കുള്ളിൽപെട്ടാൽ മരണം ഉറപ്പാണെന്ന് എല്ലാവർക്കും അറിയാമായിരുന്നു. എന്നാലും കുട്ടികൾ അതിൽ ചാടിക്കയറി അതിന്റെ വക്കിൽ ചവിട്ടി മേൽക്കൂരയ്ക്കു മുകളിലുള്ള ഉണങ്ങിയ റൊട്ടിക്കഷ്ണങ്ങൾ എടുത്തിരുന്നു. എനിക്ക് അപകടത്തേക്കാൾ ആവശ്യം വിശപ്പടക്കുക എന്നതായിരുന്നു. വീപ്പയ്ക്കു ചുറ്റും ആൺകുട്ടികൾ ചുറ്റിയടിക്കാത്ത അവസരത്തിനായി ഞാൻ കാത്തിരുന്നു.

വീപ്പയുടെ കീഴിൽ തളം കെട്ടിനിന്ന ഉരുകിയ ടാറിൽ കുത്തനെയുള്ള വലിയ ഒരു ഏണി കിടന്നിരുന്നു. ഒരു ദിവസം എന്നെ അതിൽ തള്ളിയിട്ടു. ഞാനാ ഒട്ടുന്ന ഭീകരവസ്തുവിൽ ഇരുന്നു. കരയാതിരിക്കാൻ ശ്രമിച്ചു. ചുറ്റും വന്യമായ ഒരു ചിരി മുഴങ്ങി. എനിക്ക് എഴുന്നേൽക്കാൻ കഴിഞ്ഞില്ല. സ്വപ്നത്തിലെന്നപോലെ വലിയ കറുത്ത കൈകൾകൊണ്ട് തുഴയാൻ മാത്രമേ എനിക്കു കഴിഞ്ഞുള്ളൂ. ഉരുകിയ ടാറിൽ കൈകുത്തി എഴുന്നേൽക്കാൻ ഞാൻ ഭയന്നു. ചില മുതിർന്നയാളുകൾ എന്നെ വഴക്കു പറയുകയും എഴുന്നേൽക്കാൻ സഹായിക്കുകയും ചെയ്തു. തെറിച്ച ആൺപിള്ളേരുടെ വന്യമായ ചിരിക്കിടയിലൂടെ തലയിൽ കൈതൊടാതെ ഞാൻ വീട്ടിലേക്കു നടന്നു. വീട്ടിലെത്തിയ എന്നെ അമ്മൂമ്മയും വല്യമ്മയും ചേർന്ന് സോപ്പും ചൂടുവെള്ളവുമില്ലാതെ ഒരു വിധം തുടച്ചു വൃത്തിയാക്കി. എന്റെ പാന്റീസ് മുഴുവനായി നശിച്ചു പോയിരുന്നു. മാറിയിടാൻ എനിക്കു മറ്റൊന്നുണ്ടായിരുന്നില്ല. ഷെമ്മീസിന്റെ അറ്റം വലിച്ചു താഴ്ത്തി ഞാൻ നഗ്നത മറയ്ക്കാൻ ശ്രമിച്ചു.

ഈ ലോകത്ത് ചിന്തകൾക്ക് ഒരു സ്ഥാനവുമില്ല. ഓടുകയോ ഒളിക്കുകയോ ചെയ്യുക. അവർ നിങ്ങളെ മറികടക്കുന്നുവെങ്കിൽ അലറി വിളിക്കുകയോ പൊരുതുകയോ ചെയ്യുക. മറ്റു കാര്യങ്ങളിലെല്ലാം എന്റെ ബാല്യകാലം സാധാരണമായിരുന്നു. ഒളിച്ചുകളിക്കുകയോ കള്ളനും പൊലീസും കളിക്കുകയോ ചെയ്യുന്ന മുറ്റത്തെ നിഷ്കളങ്ക സൗഹൃദങ്ങളായിരുന്നു ഉണ്ടായിരുന്നത്. മുറ്റത്ത് ഒരു കുഴി കുഴിച്ച് നിറമുള്ള കുപ്പിച്ചില്ലുകൾ ഒരു 'രഹസ്യനിധി' എന്ന പോലെ അതിൽ ഒളിപ്പിച്ചുവെയ്ക്കും. അതിന്റെ മുകളിൽ വലിയ ഒരു ചില്ലുകഷ്ണംകൊണ്ടു മൂടിവെയ്ക്കും. പിന്നീടു അതിനു മുകളിൽ മുറ്റത്തെ ചപ്പുചവറുകളോ കരിമണ്ണോ നിരത്തിവെയ്ക്കും. നിധി കണ്ടുപിടിക്കുന്നതായിരുന്നു ഒരു പ്രധാന കളി. സ്വന്തം നിധികൾ ഒളിപ്പിച്ചുവെച്ച് മറ്റുള്ളവരുടെ നിധികൾ കണ്ടുപിടിക്കുന്നവരായിരുന്നു വിജയികൾ. എന്റെ മോസ്കോ ചുവയുള്ള സംസാര രീതിയെ മറ്റുള്ള കുട്ടികൾ കളിയാക്കിയിരുന്നു.

ദാംക എന്ന നായ എനിക്ക് ഏറ്റവും പ്രിയമുള്ളവളായിരുന്നു. ഞാൻ അവളുടെ മെലിഞ്ഞ കഴുത്തിൽ കെട്ടിപ്പിടിച്ചുകൊണ്ട് നടക്കുമായിരുന്നു. ഞാൻ ദൂരേക്ക് എറിയുന്ന വടിക്കഷ്ണം അവൾ ഓടിപ്പോയി എടുത്തുകൊണ്ടു വരുമ്പോൾ ഞാൻ ആർത്തുചിരിച്ചു. പക്ഷേ ഒരിക്കൽ എന്നിൽനിന്നും ദൂരത്തേക്ക് അവൾ അതിവേഗം ഓടിപ്പോയി. പട്ടാളക്കാർ അടുക്കളയിൽനിന്നും വലിച്ചെറിഞ്ഞ ഒരു എല്ലുകഷ്ണം അവൾക്കു കിട്ടിയിരുന്നു. അവളുടെ പിന്നാലെ ഓടിയ എന്റെ നേരെ ആദ്യമായി അവൾ ദേഷ്യത്തോടെ മുരണ്ടു. ഞാൻ ഓട്ടം നിർത്തി. ദാംക തമാശയ്ക്കായിരുന്നില്ല മുരണ്ടത്.

ഞാനെന്റെ അമ്മൂമ്മയോടും വല്യമ്മയോടും എനിക്കൊരു പട്ടിക്കുഞ്ഞിനെയല്ലെങ്കിൽ ഒരു പൂച്ചക്കുട്ടിയെയെങ്കിലും തരണമെന്ന് കെഞ്ചി പറഞ്ഞു.

ശൈത്യകാലത്ത് ഒരിക്കൽ എന്റെ സ്വപ്നം പൂവണിഞ്ഞു. അത് പുതുവത്സരദിനത്തിന്റെ സായന്തനത്തിലായിരുന്നു. ആഘോഷദിനത്തിന്റെ ഭാഗമായി ഞങ്ങളുടെ വീട്ടിൽ മണ്ണെണ്ണവിളക്ക് തെളിച്ചിരുന്നു. വെളിച്ചം അവാച്യമായ സൗന്ദര്യം പകർന്നു. വാതിൽപ്പടിയിൽ കരഞ്ഞുകൊണ്ട് ഒരു പൂച്ചക്കുട്ടി നിൽക്കുന്നു. ഞാനവളെ അകത്തു കയറാൻ അനുവദിച്ചു. മൂറ എന്നു ഞാൻ പേരിട്ട കുഞ്ഞിപ്പൂച്ചയെയും കെട്ടിപ്പിടിച്ചുകൊണ്ട് ഞാൻ സെറ്റിയിൽ കിടന്നു. അവൾ മൃദുവായി കരയുന്നുണ്ടായിരുന്നു. ഞങ്ങൾ അയൽക്കാരുടെ കുപ്പത്തൊട്ടി നിറയാനായി അർദ്ധരാത്രിവരെ കാത്തിരുന്നു. അവർ വലിച്ചെറിഞ്ഞ സാധനങ്ങൾകൊണ്ട് ഞങ്ങൾ ആഘോഷിച്ചു. അവൾ മത്തിയുടെ തലയും ഉരുളക്കിഴങ്ങു തൊലിയുമുൾപ്പെടെ എല്ലാം

തിന്നു. അത്താഴത്തിനുശേഷം ഞാനും മൂറയും ചേർന്ന് ഞങ്ങളുടെ ക്രിസ്തുമസ്സ് ട്രീയുടെ ചുറ്റും നടന്നു. ആർമി മേജറുടെ ഗ്രാമഫോണിൽനിന്നും ഉയർന്ന സംഗീതത്തിനൊപ്പിച്ച് ഞാനും മൂറയും ചുവടുവെച്ചു നൃത്തം ചെയ്തു. മൂറയുടെ മുൻകാലുകൾ താൻ പൊക്കിപ്പിടിച്ചതിനാൽ അവൾ പിൻകാലുകൾ അമർത്തിയാണ് എന്നോടൊപ്പം കളിച്ചത്. അങ്ങനെ ഞങ്ങൾ പുതുവത്സരം ആഘോഷിച്ചു. പിന്നീട് അവൾ കരഞ്ഞുകൊണ്ട് പുറത്തു പോകാൻ തുനിഞ്ഞു. പിന്നീട് അവൾ ഓടിപ്പോയി. ഒരിക്കലും തിരിച്ചുവന്നില്ല.

എന്റെ യഥാർത്ഥ ജീവിതം ചെലവഴിച്ചത് വേനൽക്കാലത്തായിരുന്നു. ഓഫീസേഴ്സ് ക്ലബ്ബിന്റെ പുരപ്പുറത്തു കയറി ചിലപ്പോൾ ഞാൻ ഉണക്കറൊട്ടി പെറുക്കിയെടുത്തു. ടാർവീപ്പയിൽ ചവിട്ടിയിറങ്ങാൻ ഭയമായിരുന്നതുകൊണ്ട് ഞാൻ ക്ലബ്ബിന്റെ മുറ്റത്ത് ഒളിച്ച് ഇറങ്ങുകയും കാവൽക്കാരുടെ കണ്ണുവെട്ടിച്ച് പ്രത്യക്ഷപ്പെടുകയും ചെയ്തു. ഓഫീസേഴ്സ് ക്ലബ്ബിലെ പ്രധാന ആകർഷണം അവിടെ കാണിച്ചിരുന്ന സിനിമകളായിരുന്നു. ഏറോൾഫ് ലിന്നിന്റേയും ഡിയന്നഡൂർബിന്റേയും അമേരിക്കൻ സിനിമകളായിരുന്നു.

വേനൽക്കാലം മുഴുവൻ സിനിമകൾ കണ്ട് ഞങ്ങൾ ആഹ്ലാദകരമായി ചെലവഴിച്ചു. ഞങ്ങൾ എല്ലാ സിനിമകളും വാതിൽക്കൽ കർട്ടനു പിന്നിലായി ഒളിച്ചിരുന്നാണ് കണ്ടത്. ഒരിക്കൽ സിനിമ തീർന്നു കഴിഞ്ഞിട്ടും എനിക്ക് ഒളിച്ചിരിക്കേണ്ടിവന്നു. പിന്നീട് സ്വപ്നത്തിലെന്നപേലെ ആളൊഴിഞ്ഞ ഇടനാഴികളിലൂടെ ഓടി നടന്ന ഞാൻ രാത്രി കഴിച്ചുകൂട്ടാൻ കണ്ടുപിടിച്ചത് ഡയറക്ടറുടെ മുറിയായിരുന്നു. പരുപരുത്ത കമ്പിളികൊണ്ടുള്ള ഒരു സോഫ ആ മുറിയിൽ ഉണ്ടായിരുന്നു. അത് രാത്രി മുഴുവൻ എന്റെ കവിളിൽ കുത്തിക്കൊണ്ടു. എന്റെ മുട്ടുകൈയിൽ തല ചായ്ച്ച് ഞാൻ സോഫയിൽ കിടന്നു. ജൂൺമാസത്തിലെ രാത്രിയിലും ദീർഘനേരം സൂര്യപ്രകാശം തെളിഞ്ഞു നിന്നു. ഉറക്കം വന്ന എന്റെ കണ്ണുകൾ എതിരെയുള്ള ഭിത്തിയിൽ തൂക്കിയിട്ടിരുന്ന ഒരു ചിത്രത്തിൽ കേന്ദ്രീകരിച്ചു. സ്റ്റാലിനും വറോഷിലോവും പട്ടാള യൂണിഫോമിൽ റെഡ്സ്ക്വയറിലെ പരേഡിൽ സല്യൂട്ട് സ്വീകരിക്കുന്ന ചിത്രമായിരുന്നു അത്. എന്റെ മുൻപിൽ ആദ്യമായാണ് അത്തരമൊരു ചിത്രം ഞാൻ കാണുന്നത്. അതെന്നെ പേടിപ്പിച്ചു. പിന്നീട് ഗോഗളിന്റെ ഛായാചിത്രം എന്നെ ഭയപ്പെടുത്തിയ സംഭവം ഞാൻ പറയാം.

ദ്വാരപാലകരുടെ ഭാഷ

പകൽസമയത്ത് അലഞ്ഞു തിരിയുന്ന കുട്ടികളെപ്പോലെ ഞാൻ ഭിക്ഷ യാചിച്ചു. പട്ടിണിയുമായി ഞാൻ നന്നായി പൊരുത്തപ്പെട്ടിരുന്നു. ഞങ്ങൾ പട്ടിണി കിടക്കാൻ തുടങ്ങിയിട്ടു ദീർഘകാലം

പിന്നിട്ടിരുന്നു. അമ്മൂമ്മ ഒരു മലപോലെ ചീർത്ത് കട്ടിലിൽ കിടന്നു. ഇടയ്ക്കൊക്കെ പോർട്ടിൽ ചരക്കുകപ്പലുകളിൽ കയറ്റിറക്കു ജോലിക്കു പോകുമ്പോൾ ലഭിക്കുന്ന ചാരായം റൊട്ടിക്കു വേണ്ടി അമ്മൂമ്മ വിൽക്കുമായിരുന്നു എന്നാണ് വല്യമ്മ പറഞ്ഞത്. ഒരിക്കൽ വല്യമ്മ കൈനിറയെ ബീറ്റ്റൂട്ട് സലാഡ് വീട്ടിൽ കൊണ്ടുവന്നു. മറ്റൊരിക്കൽ ഒരു കപ്പ് പ്ലം ജാം കൊണ്ടുവന്നു. ഞാനത് മൃഗീയമായ ആർത്തിയോടെ മുഴുവനും തിന്നു. ജീവിതത്തിൽ ഇനിയൊരിക്കലും പ്ലം ജാം തിന്നാൻ അവസരുണ്ടാകില്ല എന്ന് ഞാനറിഞ്ഞു. ദശവർഷങ്ങൾ കടന്നുപോയിട്ടും അതിന്റെ ഗന്ധം എന്നെ മോഹിപ്പിക്കുന്നു.

വൈദ്യുതിചാർജ്ജ് അടയ്ക്കാത്തതിനാൽ ഞങ്ങളുടെ വൈദ്യുതി കണക്ഷൻ വിഛേദിച്ചിരുന്നു. പക്ഷേ വല്ലപ്പോഴുമെങ്കിലും മണ്ണെണ്ണ വാങ്ങാനും വിളക്കു തെളിക്കാനും സ്റ്റൗ കത്തിക്കാനും ഞങ്ങൾക്കു കഴിഞ്ഞു. എന്തോ കാരണത്താൽ എല്ലാവർക്കും സാധനങ്ങൾ കൊടുത്തതിനു ശേഷം ഏറ്റവും അവസാനം മാത്രമേ ഞങ്ങൾക്ക് കടയിൽ നിന്നും സാധനങ്ങൾ ലഭിച്ചിരുന്നുള്ളൂ. അക്കാലം മുതൽ മണ്ണെണ്ണയുടെ ഗന്ധം വെളിച്ചവും സന്തോഷവുമായി ബന്ധമുള്ള ഓർമ്മകളാണ് എന്നിൽ ഉണർത്തുന്നത്. ഞങ്ങൾ ഒരു തകരപ്പാത്രം നിറയെ മണ്ണെണ്ണ വീട്ടിൽകൊണ്ടുവന്നു. എന്തെങ്കിലും ആഹാരം പാചകം ചെയ്യാൻ സാധിച്ചിരുന്നു. ചിലപ്പോഴൊക്കെ മണ്ണെണ്ണവിളക്കു തെളിച്ചു. മുറിയിൽ സെറ്റിയുടെ ഉയരത്തിൽനിന്നും ഗാംഭീര്യമുള്ള കാഞ്ചനപ്രഭ ചൊരിഞ്ഞുവീണു.

ഇതാ, ജീവിതത്തിലെ സന്തോഷത്തെക്കുറിച്ച് ഒരുപാഠം. ഇല്ലായ്മ പലപ്പോഴും അതിസന്തോഷം പ്രദാനം ചെയ്യുന്നു. കഠിനമായ വേർപാടാണ് അവിചാരിതമായ ഒരു സമാഗമം സാദ്ധ്യമാക്കുന്നത്.

പട്ടിണി ഞാൻ എത്ര വേണമെങ്കിലും സഹിക്കുമായിരുന്നു. പക്ഷേ പാരതന്ത്ര്യം എനിക്ക് അസഹ്യമായിരുന്നു. കൊള്ളക്കാരും തെമ്മാടികളും നിറഞ്ഞ വന്യമായ നഗരത്തിൽ എന്നെപോലെ മര്യാദയുള്ള കുടുംബത്തിൽനിന്നും വരുന്ന ഒരു പെൺകുട്ടിക്ക് ഭയപ്പെടുവാൻ ഏറെയുണ്ടായിരുന്നു. നാടോടികൾ ഒരു കുട്ടിയെ തട്ടിക്കൊണ്ടുപോയ കഥ അമ്മൂമ്മയും വല്യമ്മയും എന്നോടു പറയുകയും എന്നെ പുറത്തു പോകാൻ അനുവദിക്കാതിരിക്കുകയും ചെയ്തു. ഞാൻ ഉടനെതന്നെ വീട്ടിൽനിന്നും ഓടിപ്പോകുകയും കുറച്ചു ദിവസങ്ങൾക്കുശേഷം തിരിച്ചു വന്നപ്പോൾ എന്നെ നാടോടികൾ തട്ടിക്കൊണ്ടുപോയെന്നും പിന്നീടു പൊലീസ് രക്ഷിച്ചെന്നും നിഷ്കളങ്കമായി കഥ മെനഞ്ഞു.

പഴയ വിപ്ലവകാരികൾ ഉപയോഗിച്ചിരുന്ന കോഡുഭാഷയാണ് ദ്വാരപാലകരുടെ ഭാഷ എന്ന് അറിയപ്പെട്ടിരുന്നത്. അമ്മൂമ്മയ്ക്കും വല്യമ്മയ്ക്കും ഈ ഭാഷ വശമുണ്ടായിരുന്നു. അവർ എന്നെക്കുറിച്ചുള്ള ആവലാതികൾ കോഡുഭാഷയിൽ പങ്കുവെച്ചിരുന്നു. പക്ഷേ ഈ ഭാഷ മനസ്സിലാക്കാൻ എനിക്കു കഴിഞ്ഞിരുന്നു എന്ന് അവർ

അറിഞ്ഞില്ല. എനിക്ക് അത് അറിയാമെന്ന കാര്യം ഞാനും മറച്ചു വെച്ചു. അവർക്കു എന്നെക്കുറിച്ചുള്ള ഭീതിയും ആശങ്കകളും ഞാൻ മനസ്സിലാക്കി. പക്ഷേ അവരുടെ ഭയാശങ്കകളെ വകവെയ്ക്കാതെ ഞാൻ തെരുവിലിറങ്ങി. അങ്ങനെ യുദ്ധം കൊടുമ്പിരികൊണ്ട മാസങ്ങളിൽ നഗരത്തിൽ ഭിക്ഷ യാചിച്ചാണ് ഞാൻ ജീവിച്ചത്. 'അമ്മയും അച്ഛനുമില്ലാത്ത കുട്ടിയാണേ, രക്ഷിക്കണേ'' എന്ന് ഞാൻ വീഥികൾ തോറും കരഞ്ഞു നടന്നു.

ബൾഷോയ് തിയേറ്റർ

ഒരു ദിവസം കുയ്ബിഷേവിലെ ഓപ്പെറാ ഹൗസിനെ വലംവെച്ച് ഞാൻ നടക്കുകയായിരുന്നു. മധുരമായ സംഗീതം കേൾക്കാമായിരുന്നു. പൊതുജനം ഒഴുകിയെത്തുന്നുണ്ടായിരുന്നു. മുൻവാതിലിലൂടെ ടിക്കറ്റില്ലാതെ കയറാൻ പറ്റാത്തതിനാൽ ഞാൻ തിയേറ്ററിന്റെ ഭിത്തിക്കു പുറത്ത് കറങ്ങി നടന്നു. അവിടെ ഒരു വലിയ, പൊക്കമുള്ള ലോഹനിർമ്മിതമായ ഏണി ചാരി വെച്ചിരുന്നത് എന്റെ കണ്ണിൽപെട്ടു. ഒരു പക്ഷേ അത് ലൈറ്റ്ബോയിയോ മറ്റെതെങ്കിലും ജോലിക്കാരോ ഉപയോഗിക്കുന്ന ഏണിയായിരിക്കാം.

ഇരുട്ടു പരന്നു തുടങ്ങിയിരുന്നു. ചാറ്റൽമഴയും ഉണ്ടായിരുന്നു. ഏകദേശം അഞ്ചുനില പൊക്കത്തിലേക്കുള്ള ഏണിയായിരുന്നു അത്. നഗ്നപാദയായി വഴുക്കലുള്ള ആ ഏണിയിൽകൂടി ഞാൻ മുകളിലേക്കു കയറി. താഴോട്ടു നോക്കാൻ എനിക്കു ഭയമായിരുന്നു. വെപ്രാളപ്പെട്ടു ഞാൻ ഏണിയിൽ അള്ളിപ്പിടിക്കുകയും ഏണിയിൽനിന്നും പാതാളത്തിലേക്കു പതിക്കുന്ന ഒരു ഭിക്ഷക്കാരി ബാലികയുടെ ചിത്രം മനസ്സിൽ തെളിയുകയും ചെയ്തു. ആ ചിന്ത എന്റെ മനസ്സിൽ ജനിച്ചപ്പോൾ എന്റെ ശബ്ദത്തിന് നിരാശയുടെ ഭാവം പകർന്നു കിട്ടി. ഏണിയുടെ ഏറ്റവും മുകളിൽ കണ്ട വാതിലിൽ ഞാൻ മുട്ടി. ഭിക്ഷക്കാരി ബാലികയുടെ ഡയലോഗ് ഞാൻ ഗംഭീരമായി അവതരിപ്പിച്ചു. 'അമ്മയും അച്ഛനുമില്ലാത്ത പാവമാണേ, എന്നെ അകത്തു കയറാൻ അനുവദിക്കൂ. ഈ തണുപ്പിൽ നിന്നും എന്നെ രക്ഷിക്കൂ. അഞ്ചു മിനിട്ടു നേരം പാട്ടു കേട്ടിട്ട് ഞാൻ പൊയ്ക്കൊള്ളാം.''

കാറ്റ് ശരിക്കും ചൂളമടിക്കുന്നുണ്ടായിരുന്നു. ഇരുമ്പിന്റെ ഏണിയിൽ എന്റെ കാലുകൾ മരവിക്കാൻ തുടങ്ങി. പെട്ടെന്ന് ഉള്ളിലെ ചൂടിലേക്കും ഇരുട്ടിലേക്കും ശബ്ദഘോഷങ്ങളിലേക്കും വാതിൽ തുറക്കപ്പെട്ടു. മഹാമനസ്കയായ ഒരു ആന്റി എന്നെ അകത്തേക്ക് കടത്തിവിട്ടു.

''പ്രിയതമാ നിന്നെ ഞാൻ കേൾക്കുകയാണ്.''

ഇറ്റാലിയൻ സംഗീതജ്ഞനായ റോസ്സിനിയുടെ ബാർബർ ഓഫ് സെർവില്ലെ എന്ന സംഗീതസൃഷ്ടിയെ ആസ്പദമാക്കി യുദ്ധകാലത്ത്

മോസ്കോവിൽനിന്നും ഒഴിപ്പിച്ചുവിട്ട ബൾഷോയ് തിയേറ്ററിലെ കലാകാരന്മാർ അവതരിപ്പിച്ച ഓപ്പെറയായിരുന്നു ഞാൻ ആ രാത്രിയിൽ കണ്ടത്. അടുത്ത ദിവസം ഞാൻ എന്റെ വേനൽക്കാലക്കുപ്പായത്തിൽ തണുത്തുവിറച്ചുകൊണ്ട് വീണ്ടും ആ ഇരുമ്പുവാതിലിൽ മുട്ടിവിളിച്ചെങ്കിലും ആരും വാതിൽ തുറന്നു തന്നില്ല. അടികൊണ്ട പട്ടിയെപ്പോലെ ഇഴഞ്ഞു വലിഞ്ഞു വീട്ടിലേക്കു മടങ്ങി. കുറഞ്ഞ പക്ഷം വീട്ടിൽ ഓഫീസർമാരുടെ ഷെഡ്ഡുകൾക്കു പുറകിൽ തണുപ്പുണ്ടായിരുന്നില്ല. ജീവിതകാലം മുഴുവൻ ഞാൻ ഓപ്പെറയിലെ യുഗ്മഗാനം ഓർമ്മിക്കുന്നു.

പിന്നീട് അലഞ്ഞുനടന്ന് വീട്ടിൽ താമസിച്ചെത്തുമ്പോൾ അമ്മൂമ്മയും വല്യമ്മയും എന്നെ ചോദ്യം ചെയ്യാൻ മുതിർന്നില്ല. ജിപ്സികളെക്കുറിച്ച് ഞാൻ പറഞ്ഞ നുണക്കഥകൾ അവർ വിശ്വസിക്കുന്നതുപോലെ അഭിനയിച്ചു. ഒരുപക്ഷേ എന്നെ ചോദ്യം ചെയ്ത് വിഷമിപ്പിച്ച് വീട്ടിൽനിന്നും പറഞ്ഞുവിടാൻ അവർ ആഗ്രഹിച്ചിട്ടുണ്ടാവില്ല. ഞാൻ ജീവനോടെയുണ്ട് എന്നതുതന്നെ അവർക്ക് ആശ്വാസം പകർന്നു. ചില രാത്രികളിൽ അവർ എനിക്ക് ക്യാബേജ് സൂപ്പു തന്നിരുന്നു. മാർക്കറ്റിലെ മണ്ണിൽ കുഴഞ്ഞുകിടന്ന ക്യാബേജ് ഇലകൾ വല്യമ്മ പെറുക്കിക്കൊണ്ടുവരുമായിരുന്നു.

ഇത് നിങ്ങൾക്കു ആടിനു കൊടുക്കായിരിക്കും അല്ലേ എന്ന് വിൽപ്പനക്കാരി ചോദിച്ചിരുന്നത് ഒരുപക്ഷേ വല്യമ്മയെ വിഷമിപ്പിക്കാതിരിക്കാൻ വേണ്ടിയായിരുന്നിരിക്കാം. കുറച്ചുനാളുകൾക്കു മുമ്പുവരെ മോസ്കോവിലെ മിലിറ്ററി അക്കാഡമിയിൽ വിദ്യാർത്ഥിനിയായിരുന്ന എന്റെ വല്യമ്മ വൃത്തികെട്ട ആ ക്യാബേജ് ഇലകൾക്കു മുന്നിലിരുന്ന് പൊട്ടിക്കരഞ്ഞു. രാത്രി ഏറെ വൈകുമ്പോൾ അയൽക്കാരുടെ കുപ്പത്തൊട്ടിയിൽനിന്നും കൊള്ളാവുന്ന ഭക്ഷണപദാർത്ഥങ്ങൾ പെറുക്കിയെടുക്കാൻ എന്നോട് പറയുമായിരുന്നു.

ഗോവണിവഴി താഴേക്ക്

ഒരു ദിവസം വീട്ടിൽ ഞാൻ തിരികെത്തിയപ്പോൾ അമ്മൂമ്മയും വല്യമ്മയും തങ്ങളുടെ കോഡുഭാഷയിൽ എന്തോ അടക്കം പറയുന്നത് ഞാൻ കേട്ടു. അവരുടെ തീരുമാനം ഉടനെ നടപ്പാക്കി. വല്യമ്മ വാതിൽ താക്കോലിട്ടു പൂട്ടുകയും താക്കോൽ അതിന്റെ പഴുതിൽ തന്നെ വെയ്ക്കുകയും ചെയ്തു.

അവർ ചെയ്തത് നല്ല ഉദ്ദേശ്യത്തോടെയായിരുന്നു. വളർന്നുവരുന്ന ഏതൊരു പെൺകുട്ടിയും ഒരു പ്രത്യേക വയസ്സിൽ അകത്തിരിക്കേണ്ടിയിരുന്നു. അങ്ങനെ ഒറ്റപ്പെടുന്ന പെൺകുട്ടികൾ പട്ടാളഷെഡ്ഡുകൾക്കു പിന്നിലായിരുന്നു അഭയം പ്രാപിച്ചിരുന്നത്. പ്രായമായ പെൺകുട്ടികൾ തമ്മിൽ അക്കാര്യം ഒരിക്കലും സംസാരിച്ചിരുന്നില്ല,

പകരം അവർ കീഴ്ത്താടികൊണ്ട് ഭയപ്പെടുത്തുന്ന ആ ഭാഗത്തേക്ക് ആംഗ്യംകാട്ടി.

എനിക്ക് ഒന്നും മനസ്സിലായില്ല. ഒരപകടവും തോന്നിയില്ല. മെലിഞ്ഞ് എല്ലും തോലുമുള്ള ഒരു പെൺകുട്ടിയായിരുന്നു ഞാൻ. എന്നെ പലരും തല്ലിയിട്ടുണ്ടെങ്കിലും മറ്റു ചീത്ത പ്രവൃത്തികൾക്കൊന്നും വശംവദയാക്കിയിട്ടില്ല. ഭാവിയിൽ എന്നെ പാഠം പഠിപ്പിക്കാനായി പ്രായമുള്ള കുട്ടികൾ മോശം പ്രവൃത്തികൾക്ക് പാത്രമാക്കുമായിരുന്നു.

അപ്പോഴാണ് മോസ്കോവിൽനിന്നും എന്റെ അമ്മായി മറൂസ്യ യാക്കൊവ്ല്യേവ വന്നത്. അപ്പൂപ്പന്റെ സഹോദരിയായിരുന്നു അവർ. അദ്ധ്യാപികയായ അവർ പ്രാദേശികമായ തിയേറ്ററുകൾ പരിശോധിക്കുന്നതിനായിരുന്നു വന്നത്. എന്റെ അമ്മ കൊടുത്തുവിട്ട ഒരു സമ്മാനവും അവർ കൊണ്ടുവന്നു. മൂന്നു പാളികളുള്ള മർമ്മലാഡും കുട്ടികൾക്ക് കളിക്കാനുള്ള അലൂമിനിയം പാത്രങ്ങളുമായിരുന്നു സമ്മാനപ്പൊതിയിൽ ഉണ്ടായിരുന്നത്. എന്നെ സംബന്ധിച്ച് അതുവരെ പൂർണ്ണമായും കേൾക്കാത്ത ആഡംബരങ്ങളായിരുന്നു അവയൊക്കെയും. മറൂസ്യഅമ്മായി അഭിനേത്രിയും അദ്ധ്യാപികയും എന്നതുപോലെ എന്റെ അമ്മൂമ്മയുടെ ഭർത്താവിന്റെ സഹോദരിയുമായിരുന്നു. ഞങ്ങളുടെ ജീവിതം കണ്ട് അവർ നെറ്റിചുളിച്ചു. അവർ ഒന്നും പറഞ്ഞില്ല. മോസ്കോവിൽ തിരിച്ചെത്തിയ അവർ എന്റെ അമ്മയോട് അവർ കണ്ടതും അനുഭവിച്ചതുമായ എല്ലാ കാര്യങ്ങളും പറഞ്ഞു എന്നാണ് ഞാൻ കരുതുന്നത്. അമ്മ അപ്പോൾ പഠിപ്പു പൂർത്തിയാക്കി ജോലി ചെയ്യാൻ തുടങ്ങിയിരുന്നു. അമ്മൂമ്മയും വല്യമ്മയും അഭിമാനക്ഷതം സംഭവിക്കാതിരിക്കാൻ ആർക്കും ഒന്നും തുറന്നെഴുതിയില്ല.

അതുകൊണ്ട് ഭയചകിതരായ എന്റെ കൂടപ്പിറപ്പുകൾ എന്നെ വീട്ടിൽ പൂട്ടിയിട്ടു. ഒരു ദിവസം പാട്ടുപാടി നൃത്തം ചെയ്തുകൊണ്ട് സൂത്രത്തിൽ വാതിലിലെ താക്കോൽ തിരിച്ച് വാതിൽ തുറക്കാൻ ഞാൻ ശ്രമിച്ചു. പക്ഷേ സ്നേഹമുള്ള ആ കൈകൾ എന്നെ പിൻതിരിപ്പിക്കുകയും താക്കോൽ വാതിലിൽനിന്നും എടുത്തു മാറ്റുകയും ചെയ്തു. എന്റെ ഹൃദയം ശക്തിയായി തുടിച്ചു. അവർ എന്നെ ബന്ധനസ്ഥയാക്കി. അപ്പോൾ സ്വാതന്ത്ര്യയാകാനുള്ള ദാഹത്തോടെ ഞാൻ ബാൽക്കണിയിലേക്ക് നടന്നു. ഞങ്ങൾ മൂന്നാമത്തെ നിലയിലായിരുന്നു താമസിച്ചിരുന്നത്. താഴേക്ക് ചാടുന്നത് പ്രായോഗികമായിരുന്നില്ല. ചാടാൻ എനിക്കു ഭയമായിരുന്നു. ഞാൻ അയൽവക്കക്കാരുടെ ബാൽക്കണിയിലേക്ക് വലിഞ്ഞു കയറി. അവിടെ തീപിടുത്തമുണ്ടായാൽ രക്ഷപ്പെടുന്നതിനുവേണ്ടി ഒരു ഏണി താഴേക്ക് തൂക്കിയിട്ടിരുന്നു. പുഴുക്കുത്തു വീണതും ചില പടികൾ ഇല്ലാത്ത

തടികൊണ്ടുള്ള പഴയ ഏണിയായിരുന്ന അത്. എന്റെ വിരൽതുമ്പിൽ തൂങ്ങിക്കിടന്ന് താഴേക്കിറങ്ങി. ഏണിയുടെ അവസാനത്തെ പടിനിലത്തുനിന്നും അഞ്ചടി ഉയരത്തിൽ അവസാനിച്ചു. ഞാൻ പിൻഭാഗം നിലത്തു കുത്തി താഴേക്കു വീണു. ചാടി എഴുന്നേറ്റു. ഞാൻ സ്വതന്ത്രയായിരിക്കുന്നു. സന്തോഷംകൊണ്ടു തുള്ളിച്ചാടി. ഇതെല്ലാം മുൻകൂട്ടി കണ്ട് എന്റെ മുഴുവൻ വസ്ത്രങ്ങളും അണിഞ്ഞിരുന്നു. ഒരു ടീഷർട്ട്, വേനൽക്കാലക്കുപ്പായം അതിനു മുകളിൽ കൈയില്ലാത്ത ഒരു പച്ചകമ്പിളിക്കുപ്പായം. അത് ഞങ്ങളുടെ അയൽക്കാരി എനിക്ക് സമ്മാനിച്ചതായിരുന്നു. ചിലപ്പോൾ അവർ എനിക്ക് ഒരു കഷണം റൊട്ടിയും നൽകിയിരുന്നു.

സന്തോഷത്താൽ തുള്ളിച്ചാടിയ ഞാൻ ഞങ്ങളുടെ ബാൽക്കണിയുടെ അടിയിൽ വല്യമ്മയുടെ പൂർണ്ണമായും നരച്ച തല (അവർക്ക് മുപ്പത്തിരണ്ട് വയസ്സായിരുന്നു) കാണുന്നതുവരെ എത്തി വലിഞ്ഞു നോക്കി. ഞാൻ വല്യമ്മയുടെ വലിയ കരിനീലക്കണ്ണുകളിലേക്ക് തറപ്പിച്ചു നോക്കി.

''നീയെങ്ങിനെ താഴെയിറങ്ങി?'' അവർ ഉച്ചത്തിൽ വിളിച്ചു ചോദിച്ചു.

എന്നെ കൂടുതൽ സമയം അവിടെപിടിച്ചു നിർത്താനായിരുന്നു അവരുടെ ശ്രമം. ഒരുപക്ഷേ നീരു വന്നു വീർത്ത കാലുകളുമായി അമ്മൂമ്മ കോവണിയിറങ്ങിവന്ന് എന്നെ പിടിക്കുമെന്ന് വല്യമ്മ പ്രതീക്ഷിച്ചിരിക്കാം. ഞാൻ ചാടിയതാണ് എന്ന് നുണപറഞ്ഞ് ഞാൻ ഓടി. എന്നന്നേക്കുമായി ഞാൻ ഓടിപ്പോവുകയായിരുന്നു. പിന്നീട് ഞാനവരെ കാണുന്നത് ഒമ്പതു വർഷങ്ങൾക്കു ശേഷമാണ്. എനിക്കപ്പോൾ പതിനെട്ടു വയസ്സ് തികഞ്ഞിരുന്നു. ''ഇതാരാണ്?'' എന്റെ തീരെ ചെറിയ അമ്മൂമ്മ എന്നെ നോക്കി ചോദിച്ചു. അതു കേട്ടപ്പോൾ എനിക്ക് കുറ്റബോധം തോന്നി.

സാഹിത്യ ആസ്വാദനങ്ങൾ

എന്റെ രക്ഷപ്പെടലിനു മുൻപുള്ള ശൈത്യകാലങ്ങളിൽ എന്റെ അമ്മൂമ്മയുടെ സ്വതസിദ്ധമായ കഴിവുകൾകൊണ്ട് എന്നെ പഠിപ്പിക്കുകയും വീട്ടിൽനിന്ന് ഓടിപ്പോകുന്നതിൽനിന്നും പിൻതിരിപ്പിക്കുകയും ചെയ്തിരുന്നു. റഷ്യൻ പൗരാണിക സാഹിത്യത്തിൽ നിസ്സീമമായ അറിവാണ് അവർക്കുണ്ടായിരുന്നത്.

വിഖ്യാതമായ ബിസ്തുഷേവ് ഇൻസ്റ്റിറ്റ്യൂട്ടിൽനിന്നും ബിരുദമെടുത്ത എന്റെ അമ്മൂമ്മ അപാരമായ ഓർമ്മകൾ കാത്തുസൂക്ഷിച്ചിരുന്നു. അവരുടെ മുൻഭർത്താവ് എന്റെ അപ്പൂപ്പൻ നിക്കൊളായ്യാക്കൊവ്ലേവ് പതിനൊന്നു ഭാഷകൾ വശമുണ്ടായിരുന്ന ഒരു ഭാഷാശാസ്ത്രജ്ഞനായ പ്രൊഫസറായിരുന്നു. പക്ഷേ അവരുടെ സന്തതിയായ

എനിക്ക് ഷൂവില്ലാതിരുന്നതുകൊണ്ട് പ്രാഥമികവിദ്യാഭ്യാസത്തിനു പോലും പോയില്ല. ഏപ്രിൽ മുതൽ ഒക്ടോബർവരെയുള്ള മാസങ്ങളിൽ നഗ്നപാദയായി നടന്നിരുന്ന ഞാൻ ശൈത്യകാലം മുഴുവൻ വീട്ടിൽതന്നെ കഴിച്ചു കൂട്ടി. എന്നിട്ടും ഞങ്ങളുടെ അയൽക്കാർ കുപ്പത്തൊട്ടിയിൽ ഉപേക്ഷിച്ച വർത്തമാനപത്രങ്ങളിൽനിന്നും ഞാൻ വായിക്കാൻ പഠിച്ചു. എന്റെ അമ്മൂമ്മയുടെ കിടയ്ക്കയുടെ അടുത്ത് സൂക്ഷിച്ചിരുന്ന 'സോവിയറ്റ് കമ്മ്യൂണിസ്റ്റുപാർട്ടിയുടെ ചരിത്രം ഒരു ഹ്രസ്വപഠനം' എന്ന പുസ്തകത്തിലെ ചില ഭാഗങ്ങൾ എനിക്ക് കാണാപാഠമായിരുന്നു. പുസ്തകത്തിലെ നുണകൾ അമ്മൂമ്മ അടിവരയിട്ടിരുന്നു. പുസ്തകത്തിന്റെ സിംഹഭാഗവും അമ്മൂമ്മ അടിവരയിട്ടിരുന്നു.

വീട്ടിൽ രണ്ടു പുസ്തകങ്ങൾകൂടി ഉണ്ടായിരുന്നു. വാൻഡ വസിലേവ്സ്കയ എഴുതിയ 'മാളികപ്പുറത്തെ ഒരു മുറി' എന്ന പുസ്തകമായിരുന്നു ഒന്ന്. ഞാനതു വായിച്ചിട്ടില്ല. രണ്ടാമത്തെ പുസ്തകമാണ് ഞാൻ ആദ്യമായി വായിച്ച പുസ്തകം. ജർമ്മൻ എഴുത്തുകാരനായിരുന്ന ബ്രൂണോ ഫ്രാങ്കോ എഴുതിയ സെർവാന്റീസിന്റെ ജീവചരിത്രത്തെ അധികരിച്ചുള്ള പുസ്തകം. ആ പുസ്തകത്തിലെ ചില പ്രതിപാദ്യങ്ങൾ ഇന്നും എന്റെ ഓർമ്മയിലുണ്ട്.

പതിനാറാം നൂറ്റാണ്ടിൽ ജീവിച്ചിരുന്ന പ്രശസ്ത സ്പാനിഷ് നോവലിസ്റ്റായിരുന്നു മിഗുയെൽ സെർവാന്റീസ്. 'ഒരു സ്പാനിഷ് തടവറയിൽ മേശപ്പുറത്ത് വെച്ചിരുന്ന ചുവന്ന വീഞ്ഞിന്റെ ചുവപ്പു നിഴൽ വെളുത്ത മേശവിരിയിൽ തിളങ്ങി നിൽക്കുന്ന' ഒരു ഭാഗമാണ് ഞാൻ ഓർമ്മിക്കുന്നത്. എന്റെ ബാല്യകാല ജീവിതത്തിൽ അപ്രകാരം ഒന്നുമുണ്ടായിരുന്നില്ല. ചുവന്നതും വെളുത്തതുമായ ഒന്നുമുണ്ടായിരുന്നില്ല. എങ്കിലും കട്ടിയിൽ വീണു കിടന്ന മഞ്ഞിന്റെ വിരിപ്പുപോലെ വെളുത്ത മേശവിരിയും അതിൽ ചുവന്ന വീഞ്ഞിന്റെ നിഴലും ഞാൻ ഓർമ്മിക്കുന്നു. ഞാൻ അവയുടെ സാന്നിദ്ധ്യത്തിൽ ജീവിച്ചിരുന്ന ഒരു രംഗമാണ് ഓർമ്മിക്കുന്നത്. 'കട്ടിയുള്ള മരത്തിന്റെ തുലാം നിരത്തിയ മച്ചകമുള്ള ഇടുങ്ങിയ ഒരു മുറി. ചെറിയ ജാലകങ്ങൾ അസ്തമയസൂര്യന്റെ ചെങ്കതിരിൽ തിളങ്ങി നിൽക്കുന്നു. പുറത്ത് പച്ച വിരിപ്പണിഞ്ഞ വയലുകൾ.' ഒരു സ്പാനിഷ് തടവറ എന്റെ ഓർമ്മയിൽ തെളിയുന്നത് അപ്രകാരമാണ്.

മയക്കോവ്സ്കിയുടെ കവിതാസമാഹാരമായിരുന്നു അമ്മൂമ്മയുടെ കയ്യിലുണ്ടായിരുന്ന മറ്റൊരു പുസ്തകം. ഒരു പ്രേമോപഹാരം എന്ന രീതിയിലാകാം അമ്മൂമ്മ ആ പുസ്തകം സൂക്ഷിച്ചിരുന്നത്. ആലങ്കാരികമായി അദ്ദേഹം അമ്മൂമ്മയെ നീലപ്രഭ്വി എന്നാണ് വിളിച്ചിരുന്നത്. മയക്കോവ്സ്കിയെ മോസ്കോവിലെ സാഹിത്യവൃത്തങ്ങളിൽ റമാൻ യാക്കോബ്സൺ 'ഇതാ, ഞാനൊരു മഹാനായ

കവിയെ കണ്ടുപിടിച്ചിരിക്കുന്നു' എന്ന മുഖവുരയോടെ അവതരിപ്പിച്ചു. അവിടെ വെച്ച് മയക്കോവ്സ്കി എന്റെ അമ്മൂമ്മയുമായി രണ്ടാം തവണ കണ്ടുമുട്ടി. അതിനു മുൻപ് അവർ രണ്ടാളും കൗമാര പ്രായത്തിൽ പാർട്ടിപ്രവർത്തകരായിരുന്ന കാലത്ത് മയക്കോവ്സ്കി വാല്യ എന്ന വിളിപ്പേരുള്ള അമ്മൂമ്മയോട് പ്രേമാഭ്യർത്ഥന നടത്തി. വാല്യ അത് തിരസ്കരിച്ചു. 1914ൽ എന്റെ അപ്പൂപ്പനുമായി വിവാഹ ബന്ധത്തിലായിരുന്ന അമ്മൂമ്മയ്ക്ക് അവരുടെ മൂത്ത മകൾ വാവ പിറന്നു.

1956ൽ അമ്മൂമ്മ മോസ്കോവിൽ തിരിച്ചെത്തി. നാടുകടത്തുകയും ലേബർക്യാമ്പിൽ അകപ്പെടുകയും ചെയ്ത് അമ്മൂമ്മയുടെ സഹോദരി ആസ്യയും അപ്പോൾ മോചിതയായി മോസ്കോവിൽ എത്തിയിരുന്നു. തന്റെ സഹോദരിയോട് ആസ്യ ചോദിച്ചു. ''കവിയുടെ വിവാഹാഭ്യർത്ഥന നിരസിച്ച് പ്രൊഫസറെ കല്യാണം കഴിച്ചിട്ട് എന്തായി?''

ശൈത്യകാലത്തായിരുന്നു ഞങ്ങളുടെ സാഹിത്യാസ്വാദനങ്ങൾ. കട്ടിലിൽ കിടന്നുകൊണ്ടാണ് ഞങ്ങൾ സാഹിത്യചർച്ചകൾ നടത്തിയത്. മെലിഞ്ഞുണങ്ങിയ എന്റെ ശരീരത്തിനു മുകളിൽ പർവ്വതം പോലെയുള്ള അമ്മൂമ്മ കിടന്നു. കഠിനമായ വിശപ്പു മൂലം വീർത്തുപോയതായിരുന്നു അവർ. ഉണ്ടായിരുന്ന എല്ലാ തുണിക്കഷണങ്ങളുമെടുത്ത് ഞങ്ങൾ പുതച്ചു കിടന്നു. രാത്രിയാകുവോളം ഓർമ്മയിൽ നിന്നും പ്രധാനമായും ഗോഗലിന്റെ കഥകൾ പറഞ്ഞുതന്നു. 'മരിച്ച ആത്മാക്കൾ,' 'ദിക്കാൻകയിലെ കളപ്പുരയിലെ ഒരു സായാഹ്നം' എന്നീ ഗോഗലിന്റെ കഥകൾ. ആഹാരസാധനങ്ങളുടെ വർണ്ണന അമ്മൂമ്മ വളരെ വിശദമായി പറഞ്ഞിരുന്നു. 'ബോർഷ്' സൂപ്പും പന്നിയിറച്ചിയും അമ്മൂമ്മ വിശദീകരിക്കുന്നതു കേട്ടപ്പോൾ എന്റെ വായിൽ വെള്ളമൂറി. പെട്രോവിന്റെ നായയെപ്പോലെ ഉമിനീർ പുറപ്പെടുവിച്ചുകൊണ്ടാണ് അത് കേട്ടത്.

ഗോഗലിന്റെ പ്രശസ്തമായ 'ഛായാചിത്രം' എന്ന കഥയും അമ്മൂമ്മ പറഞ്ഞുതന്നു. ദുരൂഹമായ ഒരു ഛായാചിത്രത്തിന്റെ സ്വാധീനത്താൽ തന്റെ പ്രതിഭയെ വിൽക്കേണ്ടിവരുന്ന യുവകലാകാരന്റെ കഥ എന്നെ വിസ്മയിപ്പിച്ചു. ഇക്കാലത്തും ആ കഥയുടെ ബീജം പ്രാധാന്യമർഹിക്കുന്നതായി ഞാൻ കരുതുന്നു.

എന്റെ കലാപ്രകടനങ്ങളും പച്ചസ്വെറ്ററും

വേനൽക്കാലത്ത് ഞാൻ ഭിക്ഷ യാചിച്ചു. തെരുവിലെ ഏതെങ്കിലും മൂലയിൽനിന്ന് കൈനീട്ടിക്കൊണ്ടല്ല, പാട്ടുപാടിക്കൊണ്ടാണ് ഞാൻ യാചിച്ചിരുന്നത്.

കുട്ടികൾ ഓടിക്കളിക്കുകയും കിഴവികൾ വേഗത്തിൽ നടക്കുകയും ചെയ്യുന്ന അപരിചിതമായ വീട്ടുമുറ്റങ്ങളിലേക്ക് ഞാൻ കടന്നുചെന്ന് ഒഴിഞ്ഞ ഒരു സ്ഥലത്ത് നിലയുറപ്പിക്കും. പിന്നീട് കലാപരിപാടി തുടങ്ങുകയായി, അക്കാലത്തെ താഴ്ന്ന നിലവാരം പുലർത്തിയിരുന്ന അലക്കുകാരുടേയും വൃത്തിഹീനരായ തൊഴിലാളികളുടേയും പാട്ടുകളായിരുന്നു ഞാൻ പാടിയിരുന്നത്. ഒരിക്കലും ലാറ്റിനമേരിക്കൻ ടോങ്കോ ശൈലിയിലുള്ള ഗാനങ്ങൾ ആലപിച്ചിരുന്നില്ല. അക്കാലത്ത് പ്രശസ്തമായിരുന്ന 'തളർന്ന സൂര്യൻ' എന്ന ഗാനം വെറുപ്പായിരുന്നു.

വോൾഗ തീരത്തെ സ്ത്റൂക്കോവ്സ്കി പാർക്കിൽ എല്ലാ ദിവസവും വൈകുന്നേരം ഈ ഗാനത്തിന്റെ റെക്കോർഡ് മുഴങ്ങിക്കേട്ടിരുന്നു. മുറിവേറ്റ് ചികിത്സയിൽ കഴിഞ്ഞിരുന്ന സൈനികർ ആ ഗാനത്തിന്റെ പശ്ചാത്തലത്തിൽ നൃത്തം ചെയ്യുകയും സ്ത്രീകൾ പൂക്കൾ വില്ക്കുകയും ചെയ്തു. അസ്തമയ സൂര്യൻ ജ്വലിച്ചുനിന്നു. സൂര്യൻ വോൾഗാ നദിയുടെ പുറകിൽ മുങ്ങിപ്പോയി. അതിനുശേഷം ഞങ്ങൾ കമ്പിയിൽ കോർത്ത ഡാലിയപ്പൂക്കളിൽ ചവിട്ടി നടന്നു. എന്തുകൊണ്ടാണ് ഡാലിയപ്പൂക്കൾ കമ്പിയിൽ കോർത്തിട്ടത് എന്ന് കുറേസമയം ഞാൻ ചിന്തിച്ചു. കൊഴിഞ്ഞുവീണ പൂക്കൾ അവർ സൂക്ഷിച്ചിരുന്നത് അങ്ങനെയായിരുന്നു. സോവിയറ്റ് യൂണിയൻ, രണ്ടാംലോകമഹായുദ്ധം ജയിച്ച വിജയദിനമായി ആഘോഷിക്കുന്ന മെയ് ഒൻപതാം തീയതി ഞാൻ തിരക്കഥയെഴുതിയ ഒരു സിനിമ ടി.വിയിൽ പതിവായി പ്രക്ഷേപണം ചെയ്യാറുണ്ട്. യുദ്ധാനന്തരബാല്യകാലത്തെക്കുറിച്ച് പ്രതിപാദിക്കുന്ന 'കഥകളുടെ കഥ' എന്ന ചിത്രത്തിൽ 'തളർന്ന സൂര്യൻ' എന്ന ഗാനം ഉൾപ്പെടുത്തിയിട്ടുണ്ട്.

പിന്നീട് എന്റെ അയൽക്കാരനായിരുന്ന ആർമി മേജറുടെ വീട്ടിൽ നിന്നും കേട്ടു പഠിച്ച ഗാനങ്ങൾ തത്തയെപ്പോലെ ഞാൻ ഏറ്റുപാടി. എന്റെ പല വാക്കുകളും സ്ഫുടതയില്ലാതെയാണ് ഉച്ചരിച്ചിരുന്നത് എന്നെനിക്കറിയാമായിരുന്നു.

''ഭംഗിയുള്ള കാബറേയിലെ സുന്ദരികളായ നർത്തകികളെ നിങ്ങളെ സൃഷ്ടിച്ചിരിക്കുന്നത് സുഖിക്കാൻ വേണ്ടി മാത്രം, പ്രേമത്തെക്കുറിച്ചുള്ള സംശയങ്ങൾ നിങ്ങൾക്ക് അജ്ഞാതമാണ്.''

എഡിത്ത് പിയാഫ് എന്ന ഫ്രഞ്ചു ഗായിക ചെറുപ്പകാലത്ത് പാടിയിരുന്ന ഗാനങ്ങളായിരുന്നു ഞാൻ പ്രധാനമായും അവതരിപ്പിച്ചിരുന്നത്. എന്റെ പ്രകടനങ്ങളുടെ സ്റ്റോക്ക് തീരുമ്പോഴും ചിലപ്പോൾ കുട്ടികൾ എന്നെ വട്ടംചുറ്റി ഓടുന്നുണ്ടാവും. അപ്പോൾ ഞാൻ പെട്ടെന്ന് ഗോഗലിന്റെ 'ഛായാചിത്രം' എന്ന ചെറുകഥ പറയാൻ തുടങ്ങും.

കുട്ടികൾ കഥകേട്ടു അതിൽ ലയിച്ചു നിൽക്കും. ഒരിക്കൽ അവർ എനിക്ക് ഒരു കഷ്ണം റൊട്ടി കൊണ്ടുവന്നുതന്നത് ഓർമ്മയുണ്ട്. മറ്റൊരിക്കൽ ചെറിയ ഒരു ആൺകുട്ടി എന്നെ സമീപിച്ചു. അവന്റെ അമ്മയ്ക്ക് എന്നെ കാണാൻ ആഗ്രഹമുണ്ടെന്ന് അറിയിച്ചു. അപരിചിതരുടെ ഫ്ളാറ്റുകളിൽ പോകരുത് എന്ന് എന്റെ മനസ്സ് മന്ത്രിച്ചു. ഞാൻ മടിച്ചു നിന്നപ്പോൾ മറ്റു കുട്ടികൾ എന്നെ നിർബ്ബന്ധിച്ചു. ഞാൻ അവനോടൊപ്പം ഇരുണ്ട ഒരു കോവണി കയറി മുകളിലത്തെ ഫ്ളാറ്റിലേക്കു ചെന്നു. അവിടെ വാതിൽക്കൽ കണ്ണീരിൽ കുതിർന്ന മുഖവുമായി ഒരു സ്ത്രീ നിന്നിരുന്നു. അവർ മനോഹരമായ ഒരു പച്ച സ്വെറ്റർ എനിക്ക് സമ്മാനിച്ചു. തുറന്ന വാതിലിന്റെ വെളിച്ചത്തിൽ ബട്ടൻസില്ലാത്ത സ്വെറ്ററിട്ട് ഞാൻ ഒരു വിജയിയെപ്പോലെ നിന്നു. എല്ലാവരും എനിക്കു സമ്മാനം കിട്ടിയതിൽ സന്തോഷിക്കുകയും ഞാൻ അവരുടെ സൃഷ്ടിയാണെന്ന മട്ടിൽ അഭിമാനം കൊള്ളുകയും ചെയ്തു. പിന്നീടൊരിക്കലും ഞാനാ വീട്ടുമുറ്റത്തേക്ക് കടന്നു ചെന്നില്ല. നിങ്ങൾക്ക് ചീത്തയായി തോന്നുന്ന സ്ഥലങ്ങൾ ഒഴിവാക്കേണമെന്ന് പതിനേഴാംനൂറ്റാണ്ടിലെ ഡച്ചു ചിന്തകനായ സ്പിനോസ പറഞ്ഞിട്ടുണ്ട്. പക്ഷേ ചിലപ്പോൾ നിങ്ങളോടും കാട്ടുന്ന നന്മതിരിച്ചു കൊടുക്കാൻ കഴിയാറില്ല. മഹത്തായ നന്മയ്ക്ക് തിരിച്ചു കിട്ടുന്നത് ചിലപ്പോൾ നന്ദികേടുമാത്രമായിരിക്കും എന്ന് ആരോ പറഞ്ഞിട്ടുണ്ട്.

ഒന്നും ആവർത്തിക്കപ്പെടുകയില്ല എന്ന് ഒരുപക്ഷേ നിങ്ങൾക്ക് സംശയം തോന്നാം. എല്ലാം മോശമായിതീരുകയും ജീവിതത്തിന്റെ പ്രധാന ഭാഗ്യമായ നന്മയെക്കുറിച്ചുള്ള ഓർമ്മ നിങ്ങൾക്ക് നഷ്ടമായെന്നും വരാം. നിങ്ങൾ കണ്ട അതേ മുഖങ്ങൾ പിന്നീടൊരിക്കൽ നിങ്ങൾ കണ്ടെന്നു വരില്ല. ഇപ്രകാരം വീണ്ടും അങ്ങോട്ടു പോകാത്തിടത്തോളം കാലം നന്മയെക്കുറിച്ചുള്ള ഓർമ്മ നിങ്ങളിൽ ജ്വലിച്ചു നിൽക്കും. വിശക്കുന്ന കുട്ടികളുടെ തിക്കും തിരക്കും തുറന്ന വാതിൽ, അപരിചിതയായ അമ്മയും അവരുടെ കണ്ണീരിൽ കുതിർന്ന മുഖവും പച്ചസ്വെറ്ററും.

ഛായാചിത്രം

വീട്ടുമുറ്റത്ത് ഗോഗലിന്റെ 'ഛായാചിത്രം' അവതരിപ്പിച്ചതിനുശേഷം വൈകിയെത്തി ഒരു വൈകുന്നേരം ഞാൻ സൈനിക ഉദ്യോഗസ്ഥരുടെ ക്ലബ്ബിൽ ഡയറക്ടറുടെ ക്യാബിനിൽ പൂർണമായ ഏകാന്തതയിൽ സെറ്റിയിൽ കിടക്കുകയായിരുന്നു. സ്വന്തം കൈമടക്കി തലയ്ക്കടിയിൽ വെച്ചായിരുന്നു ഞാൻ കിടന്നിരുന്നത്. വേനൽക്കാലത്ത് ഏറെ വൈകി അസ്തമിക്കുന്ന സൂര്യകിരണങ്ങളിൽ തിളങ്ങുന്ന സ്റ്റാലിന്റെ ഛായാചിത്രത്തിൽ എന്റെ ശ്രദ്ധ പതിഞ്ഞു. അതിൽ സ്റ്റാലിൻ

ദീപ്തമായ തന്റെ കറുത്ത കണ്ണുകൾകൊണ്ട് എന്നെ നോക്കുന്നുണ്ടായിരുന്നു. വന്യമായ ഭീതിയോടെ ഞാൻ എതിർവശത്തേക്ക് തിരിഞ്ഞു കിടന്നു.

വിചിത്രമായ ഒരു ഭീതി എന്നെ ചൂഴ്ന്നു നിന്നു. അതിനുശേഷം ക്യാബിനിൽ ഉറങ്ങിയിട്ടില്ല. ആ ഛായാചിത്രം വരച്ച ചിത്രകാരന് അതു വരയ്ക്കുമ്പോൾ എന്തായിരിക്കും തോന്നിയിരിക്കുക? ഒരു പക്ഷേ അയാൾ തന്റെ ജീവനെക്കുറിച്ച് ഭയപ്പെട്ടിരിക്കാം. പച്ച സ്വെറ്റർ സമ്മാനം കിട്ടിയതിനുശേഷം എനിക്ക് വിചിത്രമായ ഒരു നാണം അനുഭവപ്പെട്ടു.

അതുകൊണ്ട് പിന്നീട് ഒരിടത്തും കലാപ്രകടനങ്ങൾ അവതരിപ്പിക്കാൻ തുനിഞ്ഞില്ല. ഭിക്ഷ യാചിക്കാൻ എനിക്ക് ഒരു കടയിൽ പോകേണ്ടി വന്നു. എന്റെ കലാപ്രകടനം കുട്ടികളുള്ള ഒരു വീട്ടിൽ പോകുന്നതുവരെ എനിക്ക് മാറ്റിവെയ്ക്കേണ്ടിവന്നു.

ഒരു കൊച്ചു നാവികന്റെ കഥ

കടകളിൽ ഭിക്ഷ യാചിക്കുന്നത് ബുദ്ധിമുട്ടുള്ള സംഗതിയാണ്. ആരുടേയൊ തോളിൽ തട്ടി 'അമ്മാവാ, എനിക്കൊരു കോപ്പെക്ക് (ഒരു റൂബിൾ = 100 കോപ്പെക്ക്) തരൂ' എന്ന് നിങ്ങൾ ചോദിക്കുന്നു. അയാൾ കൃത്യം ഒരു കോപ്പെക് നിങ്ങളുടെ കൈവള്ളയിൽ വെച്ചു തരുന്നു. കുറച്ചു കൂടി പണം തരൂ എന്ന് നിങ്ങൾ കെഞ്ചുമ്പോൾ 'കുട്ടി ചോദിച്ചതല്ലേ ഞാൻ തന്നത്' എന്നായിരിക്കും മറുപടി. ഏറ്റവും ചെറിയ ഐസ്ക്രീം പാക്കറ്റിനു പോലും മൂന്നു റൂബിൾ കൊടുക്കണമായിരുന്നു.

'ഒരു കോപ്പെക് തരു' എന്ന പല്ലവി ഉടലെടുത്തത് കോപ്പെക്കിന് വിലയുണ്ടായിരുന്ന, വിപ്ലവത്തിനു മുൻപുള്ള കാലത്തായിരിക്കണം. എന്റെ അരങ്ങേറ്റം നടക്കുന്നത് വലിയ പലചരക്കു കടയിലാണ്. അവിടെ ക്യാഷ് കൗണ്ടറിനടുത്തായി ഇടനാഴിയിൽ ഭിക്ഷക്കാർ നിരന്നു നിൽക്കും. പണമടയ്ക്കാൻ പോകുന്ന ഉപഭോക്താക്കൾ പട്ടിണിക്കാരും ദരിദ്രരും അനാഥരും രോഗികളും അന്ധരും കാലില്ലാത്തവരുമായ യാചകരെ എനിക്ക് അഭിമുഖീകരിക്കേണ്ടി വന്നു.

എന്നാൽ അന്ന് ആ കടയിൽ സാധനം വാങ്ങാനായി വളരെ കുറച്ച് ആളുകൾ മാത്രമേ ഉണ്ടായിരുന്നുള്ളൂ. ക്യാഷ് കൗണ്ടറിൽ ക്യൂ തീരെ കുറവായിരുന്നു. കടയിലെ പലതട്ടുകളും ഒഴിഞ്ഞു കിടക്കുന്നതായി കാണപ്പെട്ടു. തട്ടുകൾ ഒഴിഞ്ഞു കിടക്കുമ്പോൾ ചിലപ്പോൾ സാധനങ്ങൾ പെട്ടെന്ന് കൊണ്ടുവരും. പെട്ടെന്നുതന്നെ ആളുകൾ ഓടിയെത്തുകയും ക്യൂ നിന്ന് സാധനങ്ങൾ വാങ്ങിപ്പോകുകയും ചെയ്തു.

യാചകരുടെ നിരയിലെ അവസാനകണ്ണിയായിരുന്ന എനിക്ക് ഒട്ടും പ്രതീക്ഷയ്ക്കു വകയുണ്ടായിരുന്നില്ല. എന്നാൽ പെട്ടെന്നാണ് കാര്യങ്ങൾ മാറിമറിഞ്ഞത്. കാഷിൽ ഇരുന്ന സ്ത്രീ നിരയായി നിന്നിരുന്ന യാചകരെ വഴക്കിട്ടോടിച്ചു. എല്ലാവരും ഒഴിഞ്ഞു മാറി ദൂരെയുള്ള ഭിത്തിയുടെ അരികിലേക്ക് നീങ്ങിനിന്നു. ഞാൻ മാത്രം നിന്നിടത്തുതന്നെനിന്നു. കൗണ്ടറിലുള്ള സ്ത്രീയുടെ കണ്ണിൽ പെടാത്തവിധം തട്ടിന്റെ അടിയിലേക്ക് ഒതുങ്ങിയിരുന്നു. നല്ല ഉയര മുണ്ടായിരുന്ന എനിക്ക് പിടലി വേദനയോടെ വളച്ചു വെയ്ക്കേണ്ടി വന്നു. അവിടെയാണ് കാര്യങ്ങൾ ആരംഭിച്ചത്. ജനങ്ങൾ എന്നെ ചില്ലറ നാണയത്തുട്ടുകൾകൊണ്ട് മൂടി. സ്വെറ്ററിനടിയിലെ എന്റെ പോക്കറ്റ് വീർത്തുവന്നു. എനിക്ക് ഒന്നും പിടികിട്ടിയില്ല. എന്താണ് സംഭവിക്കുന്നതെന്നറിയാതെ ഞാൻ കുഴങ്ങി. ശരിക്കും നാണയ ങ്ങളുടെ ഒരു പെരുമഴയായിരുന്നു അത്. എനിക്ക് ചെറുതായി ഭയം തോന്നി. എല്ലാവരും പണം തരുന്നതിന്റെ കാരണം എനിക്ക് മന സ്സിലായില്ല.

പിന്നീട് എനിക്ക് കാര്യങ്ങൾ പിടികിട്ടി. കഴുത്തൊടിച്ചുകൊണ്ടുള്ള ആ നില്പ്പ് വളരെ വിചിത്രമായ, പരിക്കു പറ്റിയതുപോലുള്ള ഒരു ചിത്രമാണ് അവരിൽ സൃഷ്ടിച്ചത്. അവരെല്ലാം കരുതിയത് ഞാനൊരു രോഗിയാണെന്നായിരുന്നു. അസഹ്യമായ വേദന കടിച്ചൊതുക്കി കാഷ്യറെ ഒളിച്ച് നിലകൊണ്ട എന്റെ മുഖത്ത് ശോകഭാവം ഞാന റിയാതെ രൂപപ്പെട്ടിരുന്നു. എല്ലാവരേയും ആട്ടിയോടിച്ചപ്പോൾ തട്ടി നടിയിൽ ഒളിച്ചിരുന്നതിനാൽ എനിക്ക് പെട്ടെന്ന് ഇറങ്ങി നടക്കാൻ കഴിയുമായിരുന്നില്ല. ശരിക്കും പീഡനമനുഭവിക്കുന്ന ഒരു കുട്ടിയായി ഞാൻ മാറി. മറ്റു യാചകരെ എല്ലാ ദിവസവും കണ്ടിരുന്ന ജന ത്തിന് കഴുത്തൊടിഞ്ഞ ഒരു കുട്ടിയുടെ കാഴ്ച പുതുമയായിരുന്നു. ഞാനൊരു വികലാംഗയാണെന്ന് അവർ ധരിച്ചിട്ടുണ്ടാകണം. ശോകം അണപൊട്ടിയിരിക്കാം.

അകലെ ഭിത്തിയുടെയടുത്തുനിന്നും എന്റെ അടുത്തേക്ക് വന്ന ഒരു തെണ്ടിചെറുക്കൻ ഒരു നാണയം നൽകി ഒറ്റക്കാലനായ അവന്റെ അച്ഛന്റെ അടുത്തേക്ക് തിരിച്ചുപോയി. അതെന്നെ തകർത്തു കളഞ്ഞു.

കാര്യങ്ങളെല്ലാം വ്യക്തമായപ്പോൾ എനിക്ക് നാണം തോന്നി. ഹൃദയം നിന്നുപോയതുപോലെയും. യഥാർത്ഥത്തിൽ ഞാൻ വിക ലാംഗയല്ലെന്ന് അവരെല്ലാം മനസ്സിലാക്കിയാലുള്ള സ്ഥിതിയെന്താകും? എന്റെ മുഖം ചുവന്നു തുടുത്തു. ആളുകൾ അടുത്തുവന്ന് എന്നോടും ചോദ്യങ്ങൾ ചോദിക്കാൻ തുടങ്ങി. എനിക്ക് ഓടിപ്പോകണമെന്ന് തോന്നി. കഴുത്ത് വളച്ചുവെച്ചുകൊണ്ടു വികലാംഗയുടെ ഭാവത്തിൽ ഞാൻ കാഷ്യറുടെ തട്ടിനടുത്തുനിന്നും എന്റെ സഹോദരരായ യാചകരുടെയടുത്തുകൂടി ഞാൻ റോഡിലേക്കു നടന്നു. റോഡിലൂടെ

നടക്കുമ്പോഴും ഞാൻ കഴുത്തു വളച്ചുവെച്ചു. ആളൊഴിഞ്ഞ ഒരു വീട്ടുമുറ്റത്ത് കുറ്റിച്ചെടികൾക്കടുത്തു ഒളിച്ചിരുന്നുകൊണ്ട് കിട്ടിയ പണം ഞാൻ എണ്ണിനോക്കി. പതിന്നാലു റൂബിൾ ഉണ്ടായിരുന്നു.

മൂന്നു റൂബിളിന് ഏറ്റവും ചെറിയ ഐസ്ക്രീം ലഭിക്കുമായിരുന്നു. ഇടത്തരം ഐസ്ക്രീമിന് ഒമ്പതു റൂബിൾ. ഏറ്റവും വലുതിന് പന്ത്രണ്ടു റൂബിൾ. പക്ഷേ എന്റെ മനസ്സിൽ മറ്റൊരു സ്വപ്നം ഞാൻ താലോലിച്ച് വളർത്തിയിരുന്നു. ഒരു പാവ വാങ്ങിക്കണമെന്ന ആഗ്രഹമായിരുന്നു എനിക്കുണ്ടായിരുന്നത്. എന്റെ സങ്കൽപ്പങ്ങളിൽ ഭംഗിയുള്ള വലിയ ഒരു പാവക്കുട്ടി ജീവിച്ചിരുന്നു.

കളിപ്പാട്ടങ്ങൾ വിൽക്കുന്ന ഒരു പെട്ടിക്കടയിലേക്ക് ഞാൻ ഓടിച്ചെന്നു. ഞാനാ കടയിൽ മുൻപ് പലവട്ടം പോയിരുന്നുവെങ്കിലും പാവകളെ തുറിച്ചുനോക്കാൻ മാത്രം ചെന്നിരുന്ന എന്നെ അവർ ആട്ടിയോടിച്ചിരുന്നു. പക്ഷേ ഇന്ന് പോക്കറ്റിൽ പണമായി ചെന്ന ഞാൻ കയ്യിൽ പണമുണ്ട് എന്ന് പറഞ്ഞു. എന്നെയവർ ജാഗ്രതയോടെ വീക്ഷിച്ചു. പെട്ടെന്നുള്ള പിരിമുറുക്കത്തിൽ ഞാൻ പോക്കറ്റിലുണ്ടായിരുന്ന ചില്ലറത്തുട്ടുകൾ പെട്ടിക്കടയുടെ ചില്ലുതട്ടിൽ ചൊരിഞ്ഞിട്ടു. വില്പനക്കാരി കാർക്കശ്യത്തോടെ അവയൊക്കെ എണ്ണി തിട്ടപ്പെടുത്തി. വില്പനക്കാരിയുടെ പുറകിൽ വെച്ചിരുന്ന ഒരു പാവയെ ഞാൻ ചൂണ്ടിക്കാട്ടി. പക്ഷേ അതിന് പണം തികയുമായിരുന്നില്ല. എനിക്ക് കയ്യിലുള്ള പണത്തിന് ആ കടയിലെ ഏറ്റവും വില കുറഞ്ഞ പാവക്കുട്ടിയെ മാത്രമേ ലഭ്യമായിരുന്നുള്ളൂ. കണ്ണാടി തട്ടിനു കീഴെ പ്ലാസ്റ്റിക് തലയും കുത്തിനിറച്ച കൈകാലുകളുമുള്ള ഒരു നാവികൻപയ്യന്റെ പാവ കിടന്നിരുന്നു. കൂടുതൽ വിലപിടിപ്പുള്ള പെൺകുട്ടിയുടെ പാവ എനിക്ക് കിട്ടുമായിരുന്നില്ല. വിങ്ങിപ്പൊട്ടിയ മനസ്സുമായി, കണ്ണീർ തുളുമ്പാതെ ഞാനെന്റെ നാവികൻചെറുക്കന്റെ പാവയെടുത്ത് സമ്മാനം കിട്ടിയ പച്ച സ്വെറ്ററിന്റെ അടിയിൽ ഹൃദയത്തോടു ചേർത്തുവെച്ചു. ഞാനവനെ മാറോടു ചേർത്ത് അമർത്തി. സ്വന്തമായി ഒരു പാവക്കുട്ടി. സന്തോഷത്താൽ ഞാൻ റോഡിൽ തുള്ളിച്ചാടി. എനിക്കു മാത്രമായി ഒരു ആൺകുട്ടിയെ കിട്ടിയിരിക്കുന്നു.

ഞാനെന്റെ വീട്ടുമുറ്റത്തേക്ക് ഓടിക്കയറിയപ്പോൾ എന്റെ കുപ്പായത്തിനടിയിൽ പാവക്കുട്ടി ഉണ്ടായിരുന്നില്ല. അത് വഴിയിലെങ്ങോ നഷ്ടപ്പെട്ടിരുന്നു. സംഭവിച്ചതെല്ലാം ന്യായയുക്തമായ കാര്യങ്ങളാണ് എന്നെനിക്കു തോന്നി. ഞാൻ എല്ലാവരേയും പറ്റിച്ചു. അതിനു ദൈവം തന്ന ശിക്ഷയായിരുന്നു അത്. വളരെ ഹ്രസ്വമായ നിമിഷങ്ങൾ, പാവക്കുട്ടി എന്റെ മാറിൽ ചൂടു പകർന്നുകൊണ്ട് കിടന്നിരുന്നു.

വളരെ ആശ്ചര്യകരമെന്ന് തോന്നാമെങ്കിലും ജീവിതത്തിൽ പലപ്പോഴും ഒരു കുറ്റകൃത്യത്തിന് ഒരു ശിക്ഷ ലഭിക്കാറുണ്ട്. വളരെ വലിയ കുറ്റവാളികൾ മാത്രമാണ് ശിക്ഷയിൽനിന്നും രക്ഷപ്പെടുന്നത്. പക്ഷേ അവരെ സംരക്ഷിക്കുന്ന ശക്തികൾ തികച്ചും വ്യത്യസ്തമാണെന്നാണ് തോന്നിയിട്ടുള്ളത്.

മറ്റൊരു ജീവിതം

എന്റെ ദുഃഖങ്ങൾക്ക് തിരശ്ശീലയിട്ടുകൊണ്ട് ഒരു അത്ഭുതം സംഭവിച്ചു. കോവണി വഴി വീട്ടിൽ നിന്നു രക്ഷപ്പെട്ടതിനുശേഷം ഞാൻ തെരുവിലാണ് ജീവിച്ചിരുന്നത്. നിരവധി ദിവസങ്ങളിൽ പകൽ ഭിക്ഷയാചിക്കുകയും രാത്രി ഓഫീസർമാരുടെ ക്ലബ്ബിൽ ഉറങ്ങുകയും ചെയ്തു. എന്നെ ഒരു സ്ത്രീ ദത്തെടുക്കുകയുണ്ടായി. എന്റെ അയൽക്കാരിയായ ഒരു സ്ത്രീ. അവരുടെ സ്വന്തം കുട്ടി അവർക്ക് നഷ്ടപ്പെട്ടിരുന്നു. വലിയ ഒരു മരത്തിന്റെ നിഴലിലുള്ള ഒറ്റ നിലവീട്ടിലാണ് അവർ ജീവിച്ചിരുന്നത്. ആ സ്ത്രീയുടെ മുറിക്കുള്ളിൽ എപ്പോഴും വെളിച്ചം കുറവായിരുന്നു. ഭിത്തിയിൽ മരിച്ചുപോയ കുട്ടിയുടെ ഒരു വലിയ ചിത്രം കറുത്ത റിബ്ബൺകൊണ്ട് അലങ്കരിച്ചു വെച്ചിരുന്നു. അവർ എന്നെ ബാത്ടബ്ബിൽ കുളിപ്പിച്ചു. അത് ഭയങ്കരമായ അറപ്പുളവാക്കി.

അപരിചിതമായ കൈകൾ എന്റെ തലയിൽ തഴുകി. പേനുകളെ കൊല്ലാൻ എന്റെ തലമുടി മണ്ണെണ്ണയൊഴിച്ചു കഴുകി. ഒരു രാത്രി ഭിത്തിയിലെ ചിത്രത്തിനു കീഴെ ഞാൻ കിടന്നുറങ്ങി. ഛായചിത്രത്തിന്റെ കണ്ണുകൾ എന്നെ നോക്കുന്ന പോലെ തോന്നി. ആ സ്ത്രീയാകട്ടെ, എന്റെ മുഖത്ത് നോക്കിയതുമില്ല. മകളുടെ വിലപിടിപ്പുള്ള കുപ്പായങ്ങൾ അവർ എടുത്തുനോക്കുകയും അവ എനിക്കു നൽകാൻ സംശയിക്കുന്നതുപോലെ എന്നെ നോക്കുകയും ചെയ്തു. ഞാൻ അവിടെ നിന്നും വീണ്ടും തെരുവിലേക്ക് ഓടി രക്ഷപ്പെട്ടു.

അവർ ഞാനുമായി ഇടപഴകാൻ ആഗ്രഹിക്കുകയും എന്നാൽ തന്റെ സമ്പത്ത് എനിക്കായി പങ്കുവെയ്ക്കാൻ തിരക്കു കൂട്ടാതിരിക്കുകയും ചെയ്തു. തെരുവിലേക്ക് നടക്കാൻ ഇറങ്ങിയ ഞാൻ പിന്നീട് ഒരിക്കലും തിരികെ ചെന്നില്ല. എന്തുകൊണ്ടോ നാലു വർഷങ്ങൾക്കു മുൻപ് മോസ്കോവിലേക്ക് പോയ എന്റെ അമ്മയെ കാത്തിരുന്നു. മോസ്കോവിൽ പഠിക്കാൻ പോയ അമ്മ തിരിച്ചു വന്നില്ലെങ്കിലും പണം അയച്ചുതന്നിരുന്നു. അതുകൊണ്ടാണ് റേഷൻ കാർഡുപയോഗിച്ച് കറുത്ത റൊട്ടിയും വല്ലപ്പോഴും മണ്ണെണ്ണയും വാങ്ങിയിരുന്നത്.

ഒരു പക്ഷിയെപ്പോലെ സ്വതന്ത്രയായ ഞാൻ പേനുകളും മൂട്ടകളും കടിച്ച ശരീരവുമായി, ഒരുക്കമില്ലാത്ത മുടിയിഴകളുമായി കുളി

കഴിഞ്ഞ് വീണ്ടും പൊടിയിൽ പുരണ്ടു നടന്നു. അക്കാലത്ത് നോക്കാൻ കണ്ണാടിയുണ്ടായിരുന്നില്ല. മറ്റു നാടോടികളെപോലെ ഞാനും ഒരിക്കലും സ്വരൂപം കണ്ണാടിയിൽ കണ്ടിരുന്നില്ല. ഭാവിയറിയാതെ തെരുവിൽ ഓടി നടന്നു. ഞങ്ങളുടെ മുറ്റത്തിന്റെ കവാടത്തിനരികിൽ മുതിർന്ന കുട്ടികൾ കൂട്ടംകൂടി നിന്നിരുന്നു. അവരെ എനിക്കു ഭയമായിരുന്നു. അവർ എന്നെ പിൻതുടർന്ന് ഉപദ്രവിക്കുമായിരുന്നു. അവരിൽ ഒരു ആങ്ങളയും പെങ്ങളും ഉണ്ടായിരുന്നു. അവരാണ് എന്നെ കൂടുതൽ ഉപദ്രവിച്ചിരുന്നത്. മുറ്റത്തുകൂടി ഓടി നടന്ന ഞാൻ അവരെ കണ്ട് ഒരു മൂലയിൽ ഒളിച്ചിരിക്കാൻ ശ്രമിച്ചു. പക്ഷേ പതിവിൽ നിന്നും വിത്യസ്തമായി സൗഹാർദപൂർവ്വം ചിരിച്ചുകൊണ്ട്, മുകളിലത്തെ നിലയിൽ എന്റെ അമ്മ എന്നെയും കാത്തിരിക്കുന്നു എന്ന് അവർ അറിയിച്ചു. അവരോടൊപ്പം എന്റെ വീട്ടിലേക്ക് ചെല്ലാനാണ് അവർ ആവശ്യപ്പെട്ടത്.

ജീവിതത്തിൽ ഇങ്ങനെയും സംഭവിക്കാറുണ്ട്. നിങ്ങളുടെ സ്നേഹിതരല്ലാത്ത ഉപദ്രവകാരികൾ പെട്ടെന്ന് നിങ്ങളുടെ മുന്നിൽ തിളങ്ങുന്ന ചിരിയുമായി വിശാലമനസ്കരായി തിരിഞ്ഞു നിൽക്കും.

ഞാനത് വിശ്വസിച്ചില്ല. വീട്ടിൽ ശത്രുക്കളുടെയടുത്തേക്കോ? ഏത് അമ്മ? ഭിത്തിയിൽ മകളുടെ ഛായാചിത്രം തൂക്കിയിട്ടിരിക്കുന്ന ഇരുണ്ട നിറമുള്ള ആ സ്ത്രീയോ? അവർ ഉറക്കെ വിളിച്ചു പറഞ്ഞു. ''മോസ്കോവിൽ നിന്നും നിന്റെ അമ്മ വന്നിരിക്കുന്നു.''

അവിശ്വസനീയം. എനിക്ക് തല ചുറ്റുന്നതു പോലെ തോന്നി. തെരുവുകുട്ടികളെ വിശ്വസിക്കരുത്. ഒരുപക്ഷേ എന്നെ പറഞ്ഞു പറ്റിച്ച് വീട്ടിലേക്ക് മടക്കി അയയ്ക്കാനുള്ള വിദ്യയാണോ? അല്ലെങ്കിൽ അനാഥാലയത്തിലേക്ക് തള്ളിവിടാനാണോ? അനാഥാലയത്തിലേക്ക് എന്നെ പറഞ്ഞു വിടാൻ വേണ്ടി രണ്ടു സ്ത്രീകൾ എന്നെ വേട്ടയാടിയിരുന്നു. ഒരിക്കൽ ഞാൻ തെരുവിൽ ഒരു സ്ത്രീയുടെ തോളത്തു തട്ടി ഒരു കോപ്പെക് യാചിച്ചു. മുഖം തിരിച്ചു എന്നെ നോക്കിയത് ഒരു ക്ഷേമകാര്യ പ്രവർത്തകയായ ഭൂതമായിരുന്നു. അന്നു ഞാൻ തിരിഞ്ഞുനോക്കാതെ ഓടി രക്ഷപ്പെടുകയായിരുന്നു. പക്ഷേ ഞാനെന്റെ ശത്രുക്കളുടെയടുത്തേക്ക് പോയി. ഞങ്ങൾ മുകളിൽ കയറി. ഞാൻ ഉപേക്ഷിച്ച എന്റെ അമ്മൂമ്മയും അമ്മായിയും എന്നെ വൃഥാ പ്രതീക്ഷിച്ചിരിക്കുന്ന എന്റെ വീടിന്റെ വാതിലും മറികടന്ന് അടുത്ത നിലയിലെ ഫ്ളാറ്റിലെത്തി. അവിടെ അടുക്കളയിൽ മേശയ്ക്കരുകിൽ എന്റെ അമ്മ ഇരിക്കുന്നുണ്ടായിരുന്നു.

സന്തോഷം കൊണ്ട് എന്റെ കണ്ണുകൾ നിറഞ്ഞു. നാലുവർഷങ്ങൾക്കു ശേഷമായിരുന്നു പ്രിയപ്പെട്ട അമ്മയെ കണ്ടത്. അമ്മയുടെ മുഖത്ത് ഒരു മന്ദഹാസം വിരിയുകയും ഒപ്പംതന്നെ കണ്ണുകൾക്കു താഴെയുള്ള നീർചുഴികൾ ദൃശ്യമാകുകയും ചെയ്തു. അമ്മ കരയാൻ

തുടങ്ങുമ്പോഴാണ് കവിളത്ത് നീർച്ചുഴികൾ രൂപമെടുക്കുന്നത്. അമ്മ എന്നെ പിടിച്ചിരുത്തി കൊച്ചുകുട്ടികളെ എന്നപോലെ കുറുക്ക് സ്പൂണിൽ കോരി തന്നു. എന്നെ കാത്തിരുന്ന സമയത്ത് അമ്മ ഉണ്ടാക്കിയതായിരുന്നു അത്. ഞാൻ ഛർദ്ദിച്ചു. എന്നെ വൃത്തിയാക്കി യിട്ട് അമ്മ പൊതുകുളിമുറിയിൽ കൊണ്ടുപോയി. എല്ലാവരുടേയും മുന്നിൽവെച്ച് എന്നെ എടുത്തുകൊണ്ട് അമ്മ നടന്നപ്പോൾ നാണം തോന്നി. അവിടെ എന്റെ മുടി പറ്റെ വെട്ടി. അന്നു രാത്രി വിമാന ത്താവളത്തിലെ വലിയ ഒരു മുറിയിലാണ് ഞങ്ങൾ കിടന്നുറങ്ങി യത്. അവിടെ ധാരാളം ആളുകൾ ഉറങ്ങുന്നുണ്ടായിരുന്നു. ക്യാൻ വാസ് കുടിലുകളിൽ സൂര്യന്റെയും വേനലിന്റെയും ഗന്ധമുള്ള വെളുത്ത ബെഡ്ഷീറ്റുകൾ ഉണ്ടായിരുന്നു. വൃത്തിയുള്ള വിരിപ്പുകളും എന്റെ അമ്മയുടെ സാമീപ്യവും എന്നെ ഉറങ്ങാൻ അനുവദിച്ചില്ല.

1947 ജൂൺ 9 ആയിരുന്നു ആ ദിനം. ഞാനത് എന്നും ഓർമ്മിക്കും. ഞങ്ങളെ വെളുപ്പാൻ കാലത്ത് വിളിച്ചുണർത്തി നീളത്തിൽ ലോഹ ബഞ്ചുകളുള്ള ഒരു വിമാനത്തിൽ കയറ്റി. ഞങ്ങൾ ദീർഘനേരം പറന്നു. പറക്കലിനിടയിൽ പലവട്ടം വിമാനം ആകാശത്തുവെച്ച് കുലുങ്ങുകയുണ്ടായി. രാവിലെ ഞങ്ങൾ മോസ്കോവിലെത്തി. സോക്സിനു മുകളിൽ ഞാനൊരു തവിട്ടുനിറത്തിലുള്ള പുത്തൻ ചെരുപ്പാണ് ധരിച്ചിരുന്നത്. അടിവസ്ത്രവും അടിക്കുപ്പായവും കടും ചുവപ്പു നിറത്തിലുള്ള മേൽകുപ്പായവും ഞാൻ ധരിച്ചിരുന്നു. അതിനു മുകളിൽ നീളമുള്ള കളംകളം ഡിസൈനുള്ള, തവിട്ടുനിറത്തിലുള്ള ശൈത്യകാല കോട്ടും. നൃത്തശാലയിലെ സിൻഡ്രലയെ പോലെ ഞാൻ തിളങ്ങി. ഒരു പുതുജീവിതം ആരംഭിക്കുകയായിരുന്നു.

മെട്രോപ്പോൾ ഹോട്ടൽ

മോസ്കോവിൽ ഞങ്ങൾ ബസിൽ ചെന്നിറങ്ങിയ സ്ഥലത്ത് വെളുപ്പാൻകാലത്തെ തുളഞ്ഞു കയറുന്ന തണുപ്പുണ്ടായിരുന്നു. മെട്രോ പ്പോൾ ഹോട്ടലിന്റെ എതിർവശത്തുള്ള മാളയ തിയേറ്ററിന്റെ മുന്നിൽ ട്രാഫിക് ലൈറ്റിൽ ഞങ്ങൾ നിന്നപ്പോൾ സ്വെർദ്ളോവ് സ്ക്വയ റിന്റെ എതിർവശം നനുത്ത മൂടൽമഞ്ഞിൽ മൂടിക്കിടന്നു. അല്ലെങ്കിൽ സൂര്യൻ ഇനിയും ഉദിച്ചിരുന്നില്ല. എനിക്ക് ഉറക്കം വിട്ടിരുന്നില്ല. എന്നെ ഇനിയും നഷ്ടപ്പെടുമോ എന്ന ഭയമുള്ളതുപോലെ അമ്മ അപ്പോഴും എന്റെ കൈ പിടിച്ചിരുന്നു. എന്നെ കൈപിടിച്ചു നടത്താൻ മറ്റൊരാളെയും ഞാൻ അനുവദിക്കുമായിരുന്നില്ല.

വല്യപ്പൂപ്പൻ ഇല്യ സെർഗ്യേവിച്ച് ഞങ്ങളേയും പ്രതീക്ഷിച്ച് മെട്രോപ്പോൾ ഹോട്ടലിൽ കാത്തിരിക്കുകയായിരുന്നു. ഞങ്ങളുടെ

മുന്നിൽ ആളൊഴിഞ്ഞു കാണുന്ന അഹോത്ത്നെയ് മാർക്കറ്റ് കുറുകെ കടന്നു ഞങ്ങൾ മെട്രോപ്പോൾ ഹോട്ടലിൽ എത്തി. വഴിയിൽ പാർക്കു ചെയ്തിരുന്ന കാറുകൾ വളരെ കുറവായിരുന്നു. അമേരിക്കൻ സിനിമ കണ്ടു ശീലിച്ച ഞാൻ കരുതിയത് ഞങ്ങൾ വിമാനം കയറി എത്തിച്ചേരുന്ന നഗരത്തിൽ കുറഞ്ഞപക്ഷം ന്യൂയോർക്ക് നഗരത്തിലേതുപോലെ വാഹനഗതാഗതം ഉണ്ടായിരിക്കുമെന്നായിരുന്നു. പക്ഷേ എത്തിച്ചേർന്നത് യുദ്ധം കഴിഞ്ഞ മോസ്കോ നഗരത്തിലായിരുന്നു. വല്യപ്പൂപ്പന് ഹോട്ടലിൽ ഒരു സ്വകാര്യ ഫ്ളാറ്റുണ്ടായിരുന്നു.

ഞങ്ങൾ വല്യപ്പൂപ്പന്റെ ഫ്ളാറ്റിൽ പ്രവേശിച്ചു. ഞാൻ ജനിച്ച് എന്നെ ഹോസ്പിറ്റലിൽനിന്ന് ഇവിടേക്കാണ് കൊണ്ടുവന്നത്. എന്റെ ജീവിതത്തിന്റെ ആദ്യവർഷങ്ങൾ ജീവിച്ചത് ഇവിടെയായിരുന്നു. ശരിക്കും അത് സ്വന്തം വീടുപോലെയായിരുന്നു.

പക്ഷേ യുദ്ധത്തിനും അമ്മയെ പിരിഞ്ഞുള്ള ജീവിതത്തിനും ശേഷം മൗഗ്ളിയെപ്പോലെ വന്യമായ ചേഷ്ടകളോടെയുള്ള ഒരു കുട്ടിയായി ഞാൻ മാറിപ്പോയിരുന്നു. ഇപ്പോൾ ഒരുപക്ഷേ അവർ സാമൂഹ്യവിരുദ്ധയെന്ന വിശേഷണമാകാം എനിക്കു നൽകുക. തികച്ചും യാതൊരു തത്ത്വദീക്ഷയുമില്ലാത്ത വിശ്വാസവഞ്ചകരുടേയും ദിവ്യവിഡ്ഢികളുടെയും ജീവിതമാണ് കുയ്ബിഷേവിൽ ഞങ്ങൾ നയിച്ചത്. ഞങ്ങളെ അവർ ജനങ്ങളുടെ ശത്രുക്കൾ എന്നാണ് വിശേഷിപ്പിച്ചിരുന്നത്. അത് പൊള്ളയായ വിശേഷണമായിരുന്നില്ല. അയൽക്കാരും പൊലീസും ഉദ്യോഗസ്ഥരും സെക്യൂരിറ്റി ജീവനക്കാരും കാൽനടയാത്രികരും എല്ലാം തെരുവുതെണ്ടികളായ ഞങ്ങളെ ശത്രുക്കളായാണ് കണ്ടിരുന്നത്.

കുളിമുറികളിൽ കയറാനോ തുണി അലക്കാനോ ഞങ്ങളെ അനുവദിച്ചിരുന്നില്ല. ഒമ്പതുവയസ്സാകുന്നതുവരെ സോപ്പ്, ചെരുപ്പ്, മുഖം തുടയ്ക്കാനുള്ള തൂവാല, സ്കൂൾ, അച്ചടക്കം ഇവയൊന്നും എന്താണെന്നുപോലും എനിക്ക് അറിയില്ലായിരുന്നു. നാലു കാലിൽനിന്ന് അസാമാന്യവേഗതയിലാണ് ഞാൻ വായിച്ചിരുന്നത്. നിമിഷനേരം കൊണ്ട് കൈകൊണ്ട് വാരിവലിച്ചാൽ വായിൽ കൊള്ളാത്തവിധം കുത്തിനിറച്ച് ആഹാരം കഴിക്കുകയും കൈവിരലുകൾ നക്കി വൃത്തിയാക്കുകയും ചെയ്തു.

ഒരു വർഷം മുഴുവൻ നഗ്നപാദയായാണ് ഞാൻ വിഹരിച്ചിരുന്നത്. കിടക്കവിരി എന്താണെന്നു അറിഞ്ഞിട്ടില്ല. തോളുകളിൽ നിന്ന് കൈമുട്ടുകൾവരെയുള്ള ഭാഗങ്ങൾ മൂട്ടകളും പേനുകളുംകൂടി തിന്നുതീർത്തിരുന്നു. അവയുടെ കടിയേൽക്കാത്ത ഭാഗങ്ങൾ ശരീരത്തിൽ അപൂർവ്വമായിരുന്നു. കാൽവള്ളകളും ഉള്ളംകൈകളും ചലം

നിറഞ്ഞ വിള്ളലുകളോടെ തവിട്ടുനിറത്തിൽ കാണപ്പെട്ടു. നഖങ്ങളാകട്ടെ, ഒരു കുരങ്ങന്റേതുപോലെ കറുത്ത നിറത്തിലായിരുന്നു.

മുടിയും കണ്ണുകളും മാത്രമാണ് ബാല്യകാലത്തേതുപോലെ കാണപ്പെട്ടത്. പക്ഷേ മുടി മുറിച്ചു മാറ്റുകയും ചെയ്തു. അങ്ങനെയുള്ള കുട്ടിയെയാണ് അമ്മയ്ക്കു നാലു വർഷങ്ങൾക്കുശേഷം തിരിച്ചു കിട്ടിയത്. എന്റെ സാന്നിദ്ധ്യം തീർച്ചയായും വല്യപ്പൂപ്പനെ അലോസരപ്പെടുത്തി. മെട്രോപ്പോൾ ഹോട്ടൽപോലെ മാഹാത്മ്യമുള്ള പാർട്ടിയുടെ പക്ഷിക്കൂട്ടിൽ മേൽ വിവരിച്ചതുപോലുള്ള ഒരു ഒൻപതു വയസ്സുകാരിയെ വളരെ കുറച്ചു പേർക്കു മാത്രമേ ഇഷ്ടപ്പെടാൻ കഴിഞ്ഞുള്ളൂ.

ജെജ്യയും അമ്മയും രാവിലെ ജോലിക്കു പോകും. ഫ്ളാറ്റിൽ ഒറ്റയ്ക്കിരുന്ന് ഞാൻ മുഷിഞ്ഞു. വല്യപ്പൂപ്പന്റെ എഴുത്തുമേശ ഞാൻ വിശദമായി പരിശോധിച്ചു. അതിൽ ഒരു പെട്ടിയിൽ ചെറിയ ഒരു ചില്ലുഭരണിയിൽ അര റൂബിളിന്റെ വെള്ളിത്തുട്ടുകൾ സൂക്ഷിച്ചു വെച്ചിരുന്നു. അവയെല്ലാം വളരെ മനോഹരമായ നാണയത്തുട്ടുകളായിരുന്നു. ഞാൻ ജനാലപ്പടിയിൽ ഇരുന്നു. താഴെ കുളിപ്പിള്ളേർ ആർത്തലയ്ക്കുന്നുണ്ടായിരുന്നു. ഞാൻ നിൽക്കുന്ന ഉയരത്തിൽ നിന്നും നാണയത്തുട്ടുകൾ അവരുടെ നേർക്ക് എറിഞ്ഞു. ഓരോ നാണയത്തുട്ടുകൾക്കും വേണ്ടി അവർ കടിപിടികൂടുന്നതു കണ്ട് ഞാൻ രസിച്ചു. നിലത്തു പതിക്കുന്ന ഓരോ നാണയത്തുട്ടും കുട്ടികളിൽ ഉന്മത്തമായ പ്രവർത്തനത്തിന്റെയും നെട്ടോട്ടത്തിന്റെയും പൊട്ടിത്തെറികൾക്ക് കാരണമായി. അവർ പ്രതീക്ഷയോടെ മുകളിലേക്കു നോക്കി. ഞാൻ ഒളിച്ചുനിന്നു.

അടുത്ത ദിവസം തടികൊണ്ടു നിർമ്മിച്ച വല്യപ്പൂപ്പന്റെ കുതിരയുടെ കളിപ്പാട്ടവുമായി ഞാൻ ഹോട്ടലിലെ ഇടനാഴിയിലേക്കിറങ്ങി. സത്യത്തിൽ അത് പൈലറ്റായി ജോലിക്കു പോയ എന്റെ കൊച്ചപ്പൂപ്പൻ സിര്യോഷയുടേതായിരുന്നു. തുണിയുടെ ഹെൽമെറ്റു പോലുള്ള ഒരു തൊപ്പി ഞാൻ തലയിൽ ധരിച്ചു. അതിന്റെ ചെവികൾ നീണ്ടു കിടന്നു. മുഖാവരണത്തിന്റെ അഗ്രഭാഗങ്ങൾ എന്റെ താടിയോളം നീണ്ടു കിടന്നു. തിണ്ണ കാണണമെങ്കിൽ മുഖമുയർത്തിനോക്കേണ്ടതായിവന്നു. വല്യപ്പൂപ്പൻ ചുവരിൽ തൂക്കിയിട്ടിരുന്ന നെപ്പോളിയൻ കാലത്തെ ഉടവാളും കൈയിലെടുത്ത് ഹോട്ടലിന്റെ ഇടനാഴിയിലൂടെ ഉച്ചത്തിൽ ‘‘ഹുറാ... സഖാക്കളേ, ആക്രമിക്കൂ’’ എന്ന് വിളിച്ചു പറഞ്ഞുകൊണ്ട് മരക്കുതിരയുമായി തടികൾ പാകിയ തറയിലൂടെ ഞാൻ കുതിച്ചോടി.

മുതിർന്നവരുടെയിടയിൽ എന്റെ പ്രകടനംമൂലം എന്തു സംഭവിച്ചു എന്നെനിക്കറിയില്ല. ഒന്നാലോചിച്ചു നോക്കൂ, മെട്രോപ്പോൾ

ഹോട്ടലിന്റെ മനോഹരമായ, തടിപാകി പോളീഷു ചെയ്ത, അലങ്കരിച്ച ഇടനാഴിയിലെ തറയ്ക്ക് പോറലേൽപ്പിച്ചുകൊണ്ട് കയ്യിൽ ഉടവാളും പിടിച്ചുകൊണ്ട് മെലിഞ്ഞ ഒരു പെൺകുട്ടി കളിക്കുതിരയുമായി നടക്കുന്നത്. പിൽക്കാലത്ത് കുട്ടികളുടെ അനാഥാലയത്തിൽ 'മോസ്കോക്കാരി തീപ്പെട്ടിക്കൊള്ളി' എന്ന ഇരട്ടപ്പേരാണ് എനിക്കു ലഭിച്ചത്.

മമാഷ (വല്യമ്മൂമ്മ)

ദേഷ്യത്തോടെയുള്ള വാക്കുകൾ മുതിർന്നവർ തമ്മിൽ പറഞ്ഞിട്ടുണ്ടാകാം. എങ്ങനെയായാണെങ്കിലും എന്നെ കർക്കശമായി മെട്രോപ്പോൾ ഹോട്ടലിൽനിന്നും പുറത്താക്കി. വല്യപ്പൂപ്പന്റെ ഭാര്യയും മറ്റു ബന്ധുക്കളും ഞങ്ങളെ പുറത്താക്കണമെന്ന് ആവശ്യപ്പെട്ടു. വേനൽക്കാലവസതികൾ സ്ഥിതി ചെയ്യുന്ന മോസ്കോവിലെ സിൽവർ ഫോറസ്റ്റിൽ താമസിക്കുന്ന ഞങ്ങളുടെ ഒരകന്ന ബന്ധുവിന്റെയടുത്തേക്കാണ് എന്നെ കൊണ്ടുപോയത്. ബന്ധം പറഞ്ഞാൽ എന്റെ അമ്മൂമ്മയുടെ അമ്മയുടെ മച്ചുനത്തി. 'മമാഷ' എന്ന ഇരട്ടപ്പേരിലാണ് അവർ അറിയപ്പെട്ടിരുന്നത്. ദയാവായ്പിന്റെ പര്യായമായിരുന്നു അവർ. വല്യപ്പൂപ്പന്റെ ഇളയമകൾ ലേന വഗേറയെ പതിനാറാമത്തെ വയസ്സിൽ വിവാഹം കഴിച്ച സിര്യോഷസുജീനെ വളർത്തി വലുതാക്കിയത് മമാഷയായിരുന്നു. വലിയ വിപ്ലവകാരിയായിരുന്ന സിര്യോഷയേയും ഭാര്യ ലേനയേയും 1937ൽ വെടിവെച്ചുകൊല്ലുകയായിരുന്നു. പെണ്ണുങ്ങളുടെ വസ്ത്രങ്ങൾ തയ്ച്ചുണ്ടാക്കി വിറ്റാണ് മമാഷ ജീവിച്ചിരുന്നത്. പ്രത്യേകിച്ചും അവർ നിർമ്മിച്ചിരുന്ന ബ്രേസിയറുകൾ വളരെ പ്രശസ്തി നേടിയിരുന്നു. തന്റെ ഒരു കക്ഷി ഫ്രാൻസിൽ നിന്നും വാങ്ങിക്കൊണ്ടുവന്ന ബ്രേസിയർ മമാഷ കോപ്പിയടിക്കുകയായിരുന്നു. മമാഷ വീട്ടിൽ നിർമ്മിച്ച അടിയുടുപ്പുകൾ അയൽവക്കങ്ങളിൽ കൊടുക്കാൻ തുടങ്ങി.

മമാഷയുമായി നേരെ പറയാവുന്ന ഒരു ബന്ധവുമില്ലെങ്കിലും എന്റെ അമ്മ ആരോടും ഒന്നും പറയാതെ എന്നെയുംകൊണ്ട് വീടിന്റെ ഉള്ളിലേക്കു കടന്നു. മമാഷയുടെ പേരക്കുട്ടികളും പേരക്കുട്ടികളുടെ മക്കളും ഉൾപ്പെടെ വീട്ടിൽ നിറയെ ആളുകൾ ഉണ്ടായിരുന്നു. സ്വയം പരിചയപ്പെടുത്താനുള്ള സമയമൊന്നും എനിക്കുണ്ടായിരുന്നില്ല. അമ്മ എന്താണ് മമാഷയോട് പറയാൻ പോകുന്നത് എന്നതിലായിരുന്നു എന്റെ മുഴുവൻ ശ്രദ്ധയും. പക്ഷേ അമ്മയും മമാഷയും അകത്തെ മുറിയിലേക്ക് കയറി സ്വകാര്യസംഭാഷണം നടത്തിയതിനാൽ അവർ പറഞ്ഞത് എനിക്ക് കേൾക്കാൻ കഴിഞ്ഞില്ല. രഹസ്യ ഒരുക്കങ്ങളെല്ലാം നടത്തിയതിനുശേഷം അമ്മ എന്നെ കെട്ടിപ്പിടിച്ചു

ചുംബിച്ചു. വീണ്ടും അമ്മയുടെ മുഖത്തെ നീർച്ചുഴികൾ തെളിഞ്ഞു വന്നു. എന്നെ അവിടെ നിർത്തിയിട്ട് അവർ പോയി.

മമാഷയുടെ വീട്ടിൽനിന്നും ബസ്സ്സ്റ്റോപ്പിലേക്കുള്ള വഴി ഞാൻ കൃത്യമായി ഓർമ്മവെച്ചിരുന്നു. കുറച്ചുസമയം കഴിഞ്ഞ് അവിടെ നിന്നും രക്ഷപ്പെട്ട ഞാൻ ഗേറ്റിനു വെളിയിൽ കടക്കുകയും എന്റെ മടക്കയാത്ര തുടങ്ങുകയും ചെയ്തു. ഏതെങ്കിലും ഒരു ഭൂഗർഭ ട്രയിൻ (മെട്രൊ) സ്റ്റേഷനിലെത്തിച്ചേർന്നതിനുശേഷം 'ലാസർകഗാനോവിച്ച്' സ്റ്റേഷനിൽ എത്തിച്ചേരുകയായിരുന്നു എന്റെ ലക്ഷ്യം. പക്ഷേ എനിക്ക് തെറ്റു പറ്റിയിരുന്നു. ഒരു ചെറിയ കൂട്ടം ആളുകൾ സഹ താപത്തോടെ എന്റെ ചുറ്റും കൂടി. മോസ്കോ മെട്രോവ്യൂഹം നിർ മ്മിച്ചിരിക്കുന്നത് ലാസർ കഗാനവിച്ചിന്റെ ഓർമ്മയ്ക്കായിട്ടാണ്. (1931ൽ മോസ്കോ പാർട്ടി കമ്മിറ്റിയുടെ ഒന്നാം സെക്രട്ടറിയായിരുന്ന ലാസർ കഗാനൊവിച്ചിന്റെ നേതൃത്വത്തിലാണ് ആദ്യ ഭൂഗർഭ റെയിൽസ്റ്റേഷൻ നിർമ്മിച്ചത്. സ്റ്റാലിന്റെ വലംകയ്യായിരുന്ന ലാസറിന്റെ പേരിലാണ് 1955 വരെ മോസ്കോ മെട്രോ അറിയപ്പെട്ടത്) കൂടി നിന്നവർ എന്നെ സോക്കൽ മെട്രോ സ്റ്റേഷനിൽ കൊണ്ടുപോയി അവിടെ എഴുതി വെച്ചിരുന്നത് കാണിച്ചുതന്നു. 'ലാസർ കഗാനൊവിച്ചിന്റെ പേരിൽ ആദരവോടെ നിർമ്മിച്ച മോസ്കോ മെട്രൊയുടെ ഭാഗമായ സോക്കൽ മെട്രോ സ്റ്റേഷൻ' എന്നാണ് അവിടെ എഴുതിവെച്ചിരുന്നത്. ചുരുക്കം പറഞ്ഞാൽ മോസ്കോവിലെ ഏതു മെട്രോസ്റ്റേഷനിൽ ചെന്നാലും ലാസർ കഗാനൊവിച്ചിന്റെ പേരു കാണും.

അലാവുദ്ദീനും അത്ഭുതവിളക്കും എന്ന കുട്ടിക്കഥയിലെ ഒരേ അടയാളമുള്ള വാതിലുകൾക്കു മുന്നിൽ എത്തിയതുപോലെയാണ് എനിക്കു തോന്നിയത്. കഗാനൊവിച്ച് പോയി തുലയട്ടെ.

ഞാൻ മനസ്സിൽ പറഞ്ഞു. പൊലീസിനെ വിളിക്കുന്നതിനെ ക്കുറിച്ചും ക്ഷേമകാര്യ ഉദ്യോഗസ്ഥരെ വിളിക്കുന്നതിനെക്കുറിച്ചും ചിലയാളുകൾ സംസാരിച്ചു. പെട്ടെന്നാണ് ഭാഗ്യത്തിന് എന്റെ വായിൽ നിന്നും ഒരു പേരു വീണത്. മെട്രോപ്പോൾ ഹോട്ടൽ എന്നായിരുന്നു അത്. ആളുകൾ ആശ്വാസപൂർവ്വം ചിരിച്ചു. അവരെന്നെ മെട്രോ സ്റ്റേഷന്റെ അകത്തേക്ക് കൂട്ടിക്കൊണ്ടുപോയി. അവിടെനിന്ന ഗാർഡി നോട് എന്നെ സൗജന്യമായി യാത്ര ചെയ്യാൻ അനുവദിക്കണമെന്നും അവർ ശുപാർശ ചെയ്തു. ഞാനൊരു അനാഥയാണെന്നും ആഹാരം കഴിച്ചിട്ടു ആറു ദിവസങ്ങളായെന്നും എന്തും വിശ്വസിക്കുന്ന മോസ്കോ നിവാസികളോട് പറയണമായിരുന്നു എന്നെനിക്കു തോന്നി. ഇംഗ്ലീഷ് കുട്ടിക്കഥയിലെ എവിടെ കൊണ്ടുപോയി കളഞ്ഞാലും തിരിച്ചെ ത്തുന്ന ടോം തമ്പിനെപ്പോലെ ഞാൻ വീണ്ടും മെട്രോപ്പോൾ ഹോട്ട ലിൽ തിരിച്ചെത്തി. ഞാൻ തിരിച്ചെത്തിയ വിവരമറിഞ്ഞ് എന്റെ

അമ്മയ്ക്ക് ശ്വാസം നിലച്ചുപോയി. എന്റെ വല്യപ്പൂപ്പന്റെ ഭാര്യയ്ക്കും ഒരുപക്ഷേ ശ്വാസം മുട്ടിയിരിക്കാം. ജെജ്യയുടെ ഫ്ളാറ്റിൽനിന്നും എന്നെ മാറ്റുകയും വളരെ കർക്കശമായി കുട്ടികളുടെ വേനൽക്കാല ക്യാമ്പിലേക്കു അയയ്ക്കുകയും ചെയ്തു.

വേനൽക്കാല ക്യാമ്പ്

എനിക്കവിടെനിന്നും ഓടി രക്ഷപ്പെടാൻ കഴിയുമായിരുന്നില്ല. അവർ ഞങ്ങളെ ഒരു ബോട്ടിലാണ് അങ്ങോട്ടുകൊണ്ടുപോയത്. ബോട്ടിൽ നിന്നിറക്കി ദീർഘനേരം നനഞ്ഞ പുൽത്തകിടിയിലൂടെ ഞങ്ങളെ നടത്തി. വളരെ വലിയൊരു പുൽത്തകിടിയിലൂടെ അസ്തമയസൂര്യന്റെ കിരണങ്ങളേറ്റ് ഞങ്ങൾ നടന്നു. ഇളംപുല്ലിന്റെ ഗന്ധം, കൊതുകുകളുടെ മൂളൽ, ഒരുകൂട്ടം ആളുകൾ പെട്ടികളും സഞ്ചികളും തൂക്കി നടക്കുന്നു. കൂടുതൽ പേരും എന്നേക്കാൾ മുതിർന്നവരായിരുന്നു. ഭയാനകമായ ഇരുട്ടു വ്യാപിച്ചു. അടികിട്ടാനും സാദ്ധ്യതയുണ്ട്. വഴികൾ ഓർമ്മിച്ചു വെയ്ക്കുന്നതുകൊണ്ട് ഒരു പ്രയോജനവുമില്ല. ജീവിതത്തിൽ ആദ്യമായാണ് സ്വതന്ത്രയാകാൻ പറ്റാത്ത വേലിക്കെട്ടിനുള്ളിൽ ഞാൻ അകപ്പെടുന്നത്.

ക്യാമ്പിൽ എനിക്കു പരിചിതമല്ലാത്ത നിയമങ്ങളുണ്ടായിരുന്നു. ഞാൻ വളർന്ന തെരുവിലെ നിയമങ്ങൾ വളരെ ലളിതമായിരുന്നു. ഓടുക, പിടിച്ചുപറിക്കുക, ഒളിക്കുക, അടിക്ക് തിരിച്ചടി. നിങ്ങളെ ആരെങ്കിലും വിളിച്ചാൽ പോകരുത് ഇവയൊക്കെയായിരുന്നു തെരുവിലെ നിയമങ്ങൾ. നാലുനേരം ഭക്ഷണം, വൃത്തിയായ കിടക്കവിരികൾ, ഓരോരുത്തർക്കും പ്രത്യേകം ടവൽ, ആഴ്ചയിലൊരിക്കൽ പൊതുവായ കുളി, ഏതെങ്കിലും മൂലയിൽ പോയിരുന്ന് കാര്യം സാധിക്കുന്നതിനു പകരം വൃത്തിയായ കക്കൂസ്, ഉറങ്ങുന്നതിനുമുമ്പ് കാൽപാദങ്ങൾ കഴുകാനുള്ള തൊട്ടി ഇവയെല്ലാം തികച്ചും ആശ്ചര്യജനകമായ കാര്യങ്ങളായിരുന്നു. കൂടാതെ ഞങ്ങൾ എല്ലായിടത്തേക്കും നിരയായി മാർച്ചു ചെയ്താണ് നീങ്ങിയിരുന്നത്. ലഘുഭക്ഷണശാലയിലേക്ക് ദിവസത്തിൽ നാലുനേരം, കിടപ്പുമുറിയിലേക്ക് രണ്ടുനേരം, സാധാരണ ദിനങ്ങളിൽ പരേഡ് ഗ്രൗണ്ടിലേക്ക് രണ്ടുനേരം, അവധിദിനങ്ങളിൽ ഒരു തവണ കൂടുതൽ പിന്നീടു കാട്ടിലേക്കും ഞങ്ങൾ മാർച്ചു ചെയ്തു.

(സോവിയറ്റ് യൂണിയനിലും സോഷ്യലിസ്റ്റ് രാജ്യങ്ങളിലും വേനലവധിക്കും ശൈത്യകാല അവധിക്കും യുവപയനീർ ക്യാമ്പുകൾ സംഘടിപ്പിച്ചിരുന്നു. കുട്ടികളെ സാമൂഹികജീവിതത്തിന്റെ ബാലപാഠങ്ങൾ പഠിപ്പിച്ചിരുന്ന ഇത്തരം ക്യാമ്പുകളിൽ കമ്മ്യൂണിസ്റ്റു പാർട്ടിയുടേയും പോഷകസംഘടനകളുടേയും അംഗങ്ങളുടെ ബന്ധുക്കളാണ് പങ്കെടുത്തിരുന്നത് വിവർത്തകൻ)

വെറും ഒമ്പതുവയസ്സുകാരിയായ എനിക്ക് ഒരു പാർട്ടി ബന്ധവുമില്ല എന്നതും പയനീർ ക്യാമ്പിലേക്ക് കടന്നുവരാൻ അർഹതയില്ലാത്തവളാണെന്നും അധികൃതർ അറിഞ്ഞിരുന്നു. താമസിയാതെ നിരന്നുനിന്ന് ഡ്രം കൊട്ടുന്നവരുടെ നിരയിൽനിന്നും എന്നെ ആഘോഷപൂർവ്വം പുറത്താക്കി. എന്റെ കഴുത്തിൽ ഒരു ചുവന്ന ടൈ കെട്ടിത്തന്നു. പുറത്താക്കിയത് എന്തിനായിരുന്നു എന്ന് കൃത്യമായി ഓർക്കുന്നില്ല. സ്ഥിരമായി തല്ലുപിടിച്ചതിനോ അപരിഷ്കൃതമായ പെരുമാറ്റത്തിനോ ആയിരുന്നു പുറത്താക്കിയത്. ഒരു സ്കൂളിലും ഇതുവരെ പഠിച്ചിട്ടില്ല എന്ന സത്യത്തെക്കുറിച്ച് തികച്ചും മൗനവലംബിച്ചു. അവിടെവെച്ച് മുഴുവൻ സാധനങ്ങളും നഷ്ടപ്പെട്ടു. തോൾവള്ളികളിൽ തൂക്കിയിടുന്ന, മുട്ടോളമെത്തുന്ന ഒരു കറുത്ത പാവാടയും ഒരു വെളുത്ത ഷർട്ടും മാത്രമാണ് അവശേഷിച്ചത്. ഒരുപക്ഷേ അത് പെട്ടിയുടെ ഏറ്റവും അടിയിലായതുകൊണ്ടാകാം അപഹരിക്കപ്പെടാതിരുന്നത്. പാവാടയുടെ ഒരു തോൾവള്ളിയുടെ ബട്ടൻ പെട്ടെന്നുതന്നെ നഷ്ടപ്പെട്ടു. തൂങ്ങിക്കിടന്ന വള്ളി ഞാൻ പാവാടയ്ക്കുള്ളിലേക്ക് തിരുകിക്കയറ്റി. അത് ഒരു വാലുപോലെ എന്റെ പുറകിൽ തൂങ്ങി കിടന്നു. വേനൽക്കാലത്ത് ഇടയ്ക്കിടെ മഴപെയ്തിരുന്നതിനാൽ എന്റെ വാല് പലപ്പോഴും നനഞ്ഞു കാണപ്പെട്ടു. എന്നെ നോക്കി എല്ലാവരും പരിഹസിച്ചു.

എന്റെ എല്ലാ വിഷമതകളിലും എനിക്ക് ആരാധിക്കാൻ കുറ്റിക്കാട്ടിൽ ഒരു വിഗ്രഹമുണ്ടായിരുന്നു എന്ന കാര്യം ഞാൻ ഓർമ്മിക്കുന്നു. ഒരു പൈൻമരത്തിന്റെ ചുവട്ടിൽ ഒടിച്ചു കുത്തിയ ഉണക്കക്കമ്പായിരുന്നു ആരാധനാമൂർത്തി. മുട്ടുകുത്തിനിന്ന് കൈകൾ കൂപ്പി ഞാൻ പ്രാർത്ഥിച്ചു. കുയ്ബിഷേവിലെ എന്റെ ബാല്യകാലത്തുതന്നെ ഞാൻ ദൈവത്തിൽ വിശ്വസിക്കാൻ തുടങ്ങിയിരുന്നു. ദൈവം ഉണ്ടെന്ന് ഞാൻ മനസ്സിലാക്കിയിരുന്നു. ട്രാമിൽ യാത്ര ചെയ്യുമ്പോൾ ഞാൻ കണ്ട ഒരു കിഴവി ചെയ്തതുപോലെ രഹസ്യമായി വായ തുറന്ന് കുരിശുവരച്ചു. എന്റെ വടിവില്ലാത്ത ഉണക്കകമ്പിൽ മാല കോർത്ത് ചാർത്തി. അത് പെട്ടെന്നുതന്നെ വാടിപ്പോയി. കഴിഞ്ഞ കാല ജീവിതം എന്നെ പഠിപ്പിച്ചത് ഭക്ഷണപദാർത്ഥങ്ങളുടെ മിതവ്യയശീലമായിരുന്നു. എനിക്ക് യാത്രയ്ക്കിടയിൽ കഴിക്കാനായി അമ്മ ഉണ്ടാക്കിതന്ന ഇഞ്ചിറൊട്ടി ഒരു അമൂല്യനിധിപോലെ കട്ടിലിന്റെ തലഭാഗത്ത് പലകയുടെ അടിയിൽ സൂക്ഷിച്ചിരുന്നു. ഒരു മഴയുള്ള ദിവസം അമ്മയുടെ വിശുദ്ധമായ ഓർമ്മകൾ അയവിറക്കാനായി കരുതി വെച്ചതായിരുന്നു അത്. ക്യാമ്പിൽ ഞങ്ങളുടെ ഉറക്കറയിലെ ശുചിത്വപരിശോധന നടത്തുന്ന സംഘം എന്റെ അമൂല്യനിധി കണ്ടെടുത്തു. കല്ലുപോലെ ഉറച്ച റൊട്ടി കണ്ട് അവർ ഞെട്ടി.

പോരാത്തതിന് റൊട്ടി പൊതിഞ്ഞുവെച്ചിരുന്ന തുണിസഞ്ചി എന്റെ പഴയ അടിവസ്ത്രംകൊണ്ട് നിർമ്മിച്ചതായിരുന്നു. അതും അവരെ അത്ഭുതപ്പെടുത്തി.

ദൈവമേ, എനിക്കുണ്ടായ വിഷമം പറഞ്ഞറിയിക്കാനാവില്ല.

പരിശോധനകളോടും നിയന്ത്രണങ്ങളോടും സ്ഥിതിസമത്വവാദത്തോടും ഒരുതരം വെറുപ്പാണ് ക്യാമ്പിലെ ജീവിതം എന്നിൽ സൃഷ്ടിച്ചത്. അതേസമയം തന്നെ കൺമുന്നിലൂടെ മാർച്ചു ചെയ്തു പോകുന്ന ക്യാമ്പിലെ മറ്റു കുട്ടികളെ കാണുമ്പോൾ ആനന്ദം കലർന്ന ആരാധനകൊണ്ട് എന്റെ കണ്ണുകൾ നിറഞ്ഞു. അതോടൊപ്പം ഒരു വ്യക്തിഗതമായ സങ്കോചവും ഏതു തരത്തിലുള്ള പ്രശംസകളോടും അനിഷ്ടവും സംശയവും എല്ലാത്തിൽനിന്നും ഒളിച്ചോടാനുള്ള വ്യഗ്രതയും എന്നാൽ നേരെ വിപരീത ദിശയിൽ എല്ലാ വൃത്തങ്ങളിലും ഭാഗഭാക്കാകാനും കലാപ്രകടനങ്ങളിൽ പങ്കെടുക്കാനും സ്റ്റേജിൽ കയറിനിന്നു കവിത ചൊല്ലാനും എല്ലാത്തരം വേഷം കെട്ടാനും കോട്ടും സൂട്ടുമണിഞ്ഞ് നടക്കാനും ആഗ്രഹിച്ചു.

ക്യാമ്പിലെ കാർണിവലിൽ ഞാനൊരു കോമാളിവേഷം കെട്ടി. നിബിഡമായ മുടിയുള്ള ഒരു വിഗ്ഗും അണിഞ്ഞ് മൂക്ക് ബീറ്റുറൂട്ടിന്റെ ചാറു തേച്ച് ചുവപ്പിച്ച്, അടുക്കളയിൽനിന്ന് കട്ടെടുത്ത ഒരു കരണ്ടിയും പിടിച്ച് ഞാൻ രംഗത്തു പ്രത്യക്ഷപ്പെട്ടു. കുടയ്ക്കു പകരമായിരുന്നു കരണ്ടി. അത് കുടയാണെന്നു സങ്കൽപ്പിച്ച് ഞാൻ കുടയ്ക്കു കീഴെനിന്ന് നൃത്തം ചെയ്തു. എനിക്കൊരു സമ്മാനം കിട്ടുമെന്ന് പ്രതീക്ഷിച്ചു. അളവില്ലാത്തവിധം എത്ര വേണമെങ്കിലും ലഭിക്കുന്ന ക്രാൻബറി ജ്യൂസായിരുന്നു സമ്മാനം. പക്ഷേ എന്നെ ആരും ശ്രദ്ധിച്ചതേയില്ല. അതുകൊണ്ട് ഒറ്റയ്ക്കു പോയി ജ്യൂസ് കണ്ടുപിടിക്കാൻ തീരുമാനിച്ചു. അടുക്കളയുടെ മൂലയിൽ ഇരുട്ടത്ത് ഒരു വലിയ വീപ്പ കണ്ടുപിടിച്ചു. എന്റെ കയ്യിലുള്ള കരണ്ടികൊണ്ട് സന്തോഷത്തോടെ പഴച്ചാറ് കോരി നേരെ വായിലേക്ക് ഒഴിച്ചു. സമ്മാനം ലഭിക്കാത്ത ഞാൻ പഴച്ചാറ് മോന്തുന്നത് എന്നെ പിൻതുടർന്നു വന്നവരാരും കണ്ടിട്ടില്ല എന്ന സമാധാനത്തോടെ ഒരു കവിൾ പഴച്ചാർ കുടിച്ചു.

ഉച്ചയൂണിനുവേണ്ടി ബീറ്റുറൂട്ടും ഉരുളക്കിഴങ്ങും മറ്റു പച്ചക്കറികളും കഴുകിയ അഴുക്കുവെള്ളമായിരുന്നു ഞാനെടുത്തു കുടിച്ചത്. മറ്റൊരു പാഠം കൂടി ഞാൻ പഠിച്ചു. സോഷ്യലിസ്റ്റ് സാമൂഹികവ്യവസ്ഥിതിയിൽ വ്യക്തിഗതസൗജന്യങ്ങളൊന്നും അന്വേഷിച്ചുപോകരുത്. കൂടാതെ ജനക്കൂട്ടമില്ലാത്തിടത്ത് കൊടുക്കുന്നതൊക്കെ ഗുണമില്ലാത്ത സാധനങ്ങളായിരിക്കും. തിരക്കില്ലാത്തിടത്ത് ഒന്നും അന്വേഷിക്കേണ്ടതില്ല.

ന്യായത്തോടും സമരത്തോടും അടങ്ങാത്ത അഭിവാഞ്ഛയാണ് ക്യാമ്പ് എന്നിൽ വളർത്തിയത്. തന്റെ സ്ഥാനം സംരക്ഷിക്കുന്നതിൽ അസാമാന്യ പിടിവാശിയും പൊതുവായ ഒരു വെള്ളരിക്ക മോഷ്ടി ക്കപ്പെടുന്നതുപോലുള്ള ചെറിയ വഞ്ചനകളെ എതിർക്കാനുള്ള പ്രവണതകളും എനിക്ക് ക്യാമ്പിൽ നിന്നും കിട്ടി. വ്യക്തികളുടെ സ്വത്തുക്കൾ മോഷ്ടിക്കുന്നതും പിടിച്ചുപറിക്കുന്നതും കുട്ടികളുടെ നിയമങ്ങൾ നിഷേധിച്ചിരുന്നു. (പൊതുസ്വത്ത് അതിൽ ഉൾപ്പെട്ടിരു ന്നില്ല. എല്ലാവരും മോഷ്ടിച്ചതും മറ്റൊന്നുമായിരുന്നില്ല,) വേനൽ ക്കാലത്തിന്റെ അന്ത്യത്തിൽ വെള്ള ഷർട്ടും പാവാടയുമുടുത്ത് ഒഴിഞ്ഞ പെട്ടിയുമായി ഞാനെന്റെ അമ്മയുടെയടുത്ത് തിരിച്ചെത്തി. അപ്പോൾ എനിക്ക് രണ്ടു വാലുകൾ ഉണ്ടായിരുന്നു. എന്റെ തോൾവള്ളികളുടെ ബട്ടനുകളെല്ലാം നഷ്ടപ്പെട്ടിരുന്നു.

ചേഹവ് സ്ട്രീറ്റിലെ അപ്പൂപ്പൻ കോല്യ

ഞങ്ങളുടെ അടുത്ത രക്ഷകൻ എന്റെ അമ്മയുടെ അച്ഛൻ നിക്കോ ളായ് യാക്കോവ്ലേവ് അഥവാ അപ്പൂപ്പൻ കോല്യയായിരുന്നു. 29 ചേഹവ് സ്ട്രീറ്റ്, ഫ്ളാറ്റ് നമ്പർ 37 എന്ന വിലാസത്തിലായിരുന്നു അദ്ദേഹം താമസിച്ചിരുന്നത്. വല്യപ്പൂപ്പനെ പോലെ ഈ അപ്പൂപ്പനും ഒരു രണ്ടാം ഭാര്യയുണ്ടായിരുന്നു. അവരും അവരുടെ മകളും അപ്പൂ പ്പനോടൊപ്പമാണ് താമസിച്ചിരുന്നത്. എന്നേയും എന്റെ അമ്മയേയും വീടിനു പുറത്താക്കാനായിരുന്നു അവർ ശ്രമിച്ചിരുന്നത്. നാല്പ ത്തഞ്ചു വയസ്സുള്ള ഉണങ്ങിയ ഒരു കിഴവിയായിരുന്നു അവർ. എന്റെ അമ്മയുടെ രണ്ടാനമ്മ യഥാർത്ഥത്തിൽ ഞങ്ങൾക്കൊരു പേടിസ്വപ്ന മായിരുന്നു. ഞങ്ങളെ വീട്ടിൽ നിന്നും ഇറക്കിവിടണമെന്നു കാണിച്ച് അവർ ഫയൽ ചെയ്ത കേസ് സംബന്ധിച്ച് എല്ലാ മാസവും അമ്മ യ്ക്ക് കോടതിയിൽ ഹാജരാകേണ്ടി വന്നു.

അപ്പൂപ്പൻ കോല്യയ്ക്ക് എന്റെ വല്യപ്പൂപ്പൻ ജെജ്യയെപ്പോലെ സ്വന്തം ഫ്ളാറ്റുണ്ടായിരുന്നു. പക്ഷേ അത് വല്യപ്പൂപ്പന്റെ ഫ്ളാറ്റിന്റെ യത്രയും വലിപ്പമുള്ളതായിരുന്നില്ല. പന്ത്രണ്ട് സ്ക്വയർ മീറ്റർ മാത്ര മായിരുന്നു അതിന്റെ വലിപ്പം. പക്ഷേ അതിന്റെ സീലിംഗിന്റെ പൊക്കം വളരെ വലുതായിരുന്നു. ചുവരലമാരികൾ നിറയെ അയ്യായിരത്തോളം വരുന്ന അദ്ദേഹത്തിന്റെ പുസ്തകശേഖരമായിരുന്നു. ഒന്നിനു മുക ളിൽ മറ്റൊന്നായി അടുക്കി വെച്ച പുസ്തകങ്ങൾ സീലിംഗിനോളം ഉയരത്തിലാണ് വെച്ചിരുന്നത്. ബൈബിളുകൾ മാത്രം സൂക്ഷിച്ചി രുന്ന ഒരു ചുവരലമാരി ഉണ്ടായിരുന്നു. എടുത്തു പൊക്കാൻ പ്രയാസ മുള്ള ഏറ്റവും വലിയ പുസ്തകത്തിന് തെളിഞ്ഞ പന്നിത്തോലിന്റെ പുറംചട്ടയും വെള്ളി കൊളുത്തുകളും ഉണ്ടായിരുന്നു. വാർണീഷ് അടിച്ച കട്ടിക്കടലാസ് പെട്ടികളിൽ 'ബോറിസ് ഗദുനോവ്', 'യെവ് ഗേനി അനേഗിൻ' എന്നീ പുസ്തകങ്ങളുടെ ആദ്യ പതിപ്പുകൾ

വെച്ചിട്ടുണ്ടായിരുന്നു. കനം കുറഞ്ഞ ആ പുസ്തകങ്ങൾക്ക് പച്ചനിറത്തിലുള്ള കടലാസിന്റെ പുറംചട്ടയുണ്ടായിരുന്നു. അതിന്റെ ഒരോ അദ്ധ്യായങ്ങളും പ്രത്യേകമായി വേർതിരിച്ച നിലയായിരുന്നു. (1825ൽ മിഹായിലോവ്സ്കയയിലേക്ക് നാടുകടത്തപ്പെട്ട അലക്സന്തർ പുഷ്കിൻ അവിടെവെച്ച് എഴുതിയ ചരിത്രപരമായ നാടകമാണ് 'ബോറിസ്ഗദുനോവ്'. 'യെവ്ഗേനിഅനേഗിൻ' 1832ൽ പ്രസിദ്ധീകരിച്ച പുഷ്കിന്റെ പ്രശസ്തമായ പദ്യരൂപത്തിലുള്ള നോവൽ)

പഴയ പുസ്തകങ്ങൾ വിൽക്കുന്ന കടക്കാരൻ ഞങ്ങളോടു പറഞ്ഞത് ഈ പുസ്തകങ്ങൾ നെപ്പോളിയന്റെ പടയെ തോൽപ്പിച്ച ജനറൽ യെർമോളവിന്റെ വകയായിരുന്നു എന്നാണ്. അമ്മയ്ക്ക് രഹസ്യമായി പഴയ പുസ്തകങ്ങൾ വിൽക്കുന്ന കടയിൽ കൊണ്ടുപോയി പുസ്തകങ്ങൾ വിൽക്കേണ്ടി വന്നു. ടോൺസ്ലൈറ്റിസും സൈനസൈറ്റിസും മൂലം നിരവധി നാളുകൾ ഞാൻ വിഷമിച്ചു. എന്റെ ചികിത്സയ്ക്കായി ബാൾട്ടിക് കടൽത്തീരത്തു പോകാനുള്ള പണം സ്വരൂപിക്കുന്നതിനു വേണ്ടിയാണ് അമ്മ പുസ്തകങ്ങൾ വിറ്റത്. എനിക്കു വായിക്കാൻ പറ്റിയ ഒരേയൊരു പുസ്തകം മാത്രമേ അപ്പൂപ്പന്റെ ശേഖരത്തിൽ ഉണ്ടായിരുന്നുള്ളൂ.

പതിനെട്ടാം നൂറ്റാണ്ടിൽ പ്രസിദ്ധീകരിച്ച 'കംഛരാത്കയുടെ ഭൂമിയെക്കുറിച്ചുള്ള വിവരണം' എന്ന ക്രാഷെനിന്നിക്കോവ് രചിച്ച പുസ്തകമായിരുന്നു അത്. അപ്പൂപ്പന്റെ പുസ്തക ശേഖരത്തിലെ ബാക്കി നാലായിരത്തി തൊള്ളായിരത്തി തൊണ്ണൂറ്റേഴു പുസ്തകങ്ങളും എനിക്ക് വായിക്കാൻ കഴിയുമായിരുന്നില്ല. അവയെല്ലാം വിദേശഭാഷകളിലായിരുന്നു! ഉദാഹരണത്തിന് ഗെയ്ഥെയുടെ മുഴുവൻ കൃതികളും ജർമ്മൻ ഭാഷയിൽ അവിടെ സൂക്ഷിച്ചിരുന്നു.

പതിനൊന്നു ഭാഷകളറിയാവുന്ന ഭാഷാശാസ്ത്രജ്ഞനായ പ്രൊഫസറായിരുന്നു എന്റെ അപ്പൂപ്പൻ. കൂടാതെ കരിങ്കടലിനും കാസ്പിയൻ കടലിനും ഇടയ്ക്കു കിടക്കുന്ന കാക്കസസ് ജനങ്ങളുടെ എഴുപതോളം നാടോടി ഭാഷകൾ അദ്ദേഹത്തിന് സ്വായത്തമാക്കേണ്ടി വന്നു. കാരണം ഈ നാടോടി ഭാഷകൾക്ക് അക്ഷരമാല സമാഹരിച്ചത് അദ്ദേഹമായിരുന്നു. കൂടാതെ ചില പിന്നോക്ക ഗ്രാമങ്ങളിൽ പുതിയ ലിപികൾ സൃഷ്ടിക്കേണ്ടതായി വന്നു. അറബി ലിപികളുടെ രൂപത്തിലുണ്ടായിരുന്ന കാക്കേഷ്യൻ ഭാഷ അദ്ദേഹം ആദ്യം ലാറ്റിൻ ഭാഷയിലേക്ക് വിവർത്തനം ചെയ്തു.

ഭാഷാശാസ്ത്രത്തിലെ വർണ്ണസംബന്ധമായ തത്ത്വവും ഗണിതശാസ്ത്രത്തിൽ അധിഷ്ഠിതമായ വിശകലന രീതിയും കണ്ടുപിടിച്ചത് അപ്പൂപ്പനാണ് എന്ന് അംഗീകരിക്കപ്പെട്ടിട്ടുണ്ട്. വിജ്ഞാനകോശങ്ങളിൽ അദ്ദേഹത്തിന്റെ പേരുണ്ട്. അടുത്ത കാലത്ത് 'നിസവിസീമയ പത്രം' (സ്വതന്ത്ര പത്രം) അദ്ദേഹത്തെ 'അക്ഷരമാലകളുടെ പിതാവ്'

എന്നാണ് വിശേഷിപ്പിച്ചത്. സ്ളാവിക്കുകൾക്കും റഷ്യൻ ഭാഷാ ശാസ്ത്രജ്ഞർക്കും അദ്ദേഹത്തെ നന്നായി അറിയാം.

ആറടി പൊക്കമുണ്ടായിരുന്ന അപ്പൂപ്പൻ ധരിച്ചിരുന്നത് പന്ത്രണ്ട് അളവിലുള്ള വലിയ ഷൂസുകളാണ്. അദ്ദേഹത്തിന്റെ ഒരു ഷൂസിൽ എന്റെ രണ്ടു കാലുകളും കടക്കുമായിരുന്നു. അദ്ദേഹം ഒരു മിത ഭാഷിയായിരുന്നു. അദ്ദേഹത്തിന്റെ ആദ്യഭാര്യ തന്റെ അബദ്ധ ധാരണ കൾ അദ്ദേഹത്തെ പറഞ്ഞു കേൾപ്പിക്കാൻ ശ്രമിക്കുമ്പോൾ അദ്ദേഹ ത്തിന്റെ പുറത്തുതട്ടിയിട്ട് ''കോല്യ, ഞാൻ അകത്തേക്ക് വരട്ടെ'' എന്ന് ചോദിക്കുമായിരുന്നു.

യൂറോപ്പിന്റെ ഭൂമിശാസ്ത്രപരമായ പഴയ ഭൂപടങ്ങൾ നോക്കി യിരിക്കുകയായിരുന്നു അപ്പൂപ്പന്റെ പ്രിയപ്പെട്ട വിനോദം. ഇൻസ്റ്റിറ്റ്യൂട്ട് ഓഫ് ഓറിയന്റൽ സ്റ്റഡീസിന്റെ ഡെപ്യൂട്ടി ഡയറക്ടർ പദവിയിലി രുന്ന അദ്ദേഹം എല്ലായിടത്തു നിന്നും നിഷ്കാസിതനായപ്പോഴാണ് അദ്ദേഹത്തിന്റെ ഈ വിനോദം ശക്തി പ്രാപിച്ചത്. കയ്യിൽ ഒട്ടും പണമില്ലാതെ അദ്ദേഹം വളരെ ബുദ്ധിമുട്ടി. അദ്ദേഹത്തിന്റെ സഹ പ്രവർത്തകരും വിദ്യാർത്ഥികളും അദ്ദേഹത്തെ തിരിഞ്ഞുനോക്കിയില്ല. വിശാലമായ മുറിയിൽ ഒരു കോച്ചിയിൽ കിടന്ന് 'ബലമോർ' എന്ന വില കുറഞ്ഞ സിഗററ്റ് പുകച്ചുകൊണ്ട് അദ്ദേഹം സമയം തള്ളി നീക്കി. തവിട്ടുനിറത്തിലുള്ള കടലാസ് റോളുകളിൽ കൈയെഴുത്തു ശാസ്ത്രത്തിന്റെ വടിവൊത്ത അക്ഷരങ്ങളിൽ അദ്ദേഹം എന്തൊ ക്കെയോ കുറിച്ചു വെയ്ക്കുകയും വിദേശ ഭാഷയിലുള്ള ഭൂമിശാസ്ത്ര ഗ്രന്ഥങ്ങൾ മറിച്ചു നോക്കുകയും അതിലെ ഗ്രാമങ്ങൾ വരെ അട യാളപ്പെടുത്തുകയും ചെയ്തു. അദ്ദേഹം തന്റെ മനസ്സിൽ പഴയ വഴി കളിലൂടെ നടക്കുകയായിരുന്നിരിക്കാം.

'മാർക്സിസവും ഭാഷാശാസ്ത്രത്തിലെ പ്രശ്നങ്ങളും' എന്ന സ്റ്റാലിന്റെ ലേഖനത്തെ വേണ്ടത്ര വേഗത്തിൽ പ്രശംസിച്ചില്ല എന്ന കാരണത്താലാണ് അപ്പൂപ്പന്റെ സ്ഥാനമാനങ്ങളൊക്കെയും നഷ്ട പ്പെട്ടത്. അതിനെക്കുറിച്ച് ഞാൻ മുൻ അദ്ധ്യായത്തിൽ പറഞ്ഞിട്ടുണ്ട്.

വിനോഗ്രദവ്, ഛിക്കൊബാവ എന്നിവരായിരുന്നു അദ്ദേഹത്തെ ശാസ്ത്രകാര്യങ്ങളിൽ എതിർത്തിരുന്നത്. അപ്പൂപ്പനെ പുറത്താക്കാൻ അവരായിരുന്നു കാരണക്കാർ. ജോലി നഷ്ടപ്പെട്ടപ്പോൾ അദ്ദേഹം രാത്രി ഉറങ്ങാതെയായി. തന്റെ ഞരങ്ങുന്ന സ്പ്രിംഗ് കട്ടിലിൽ കിടന്നു കൊണ്ട് ശക്തിയായി കാൽമുട്ടുകളിൽ അടിക്കുകയും അവ്യക്ത മായി ആരെയോ പഴിക്കുകയും ചെയ്തു. രാത്രിയിൽ അദ്ദേഹം രണ്ടു പായ്ക്കറ്റ് സിഗററ്റ് വലിച്ചിരുന്നു. ശബ്ദം താഴ്ത്തി അവ്യക്ത മായി എന്തൊക്കെയൊ പറഞ്ഞുകൊണ്ട് ഇടയ്ക്കിടെ ഉപയോഗമി ല്ലാത്ത നിന്ദാവചനങ്ങൾ അദ്ദേഹം ആക്രോശിച്ചു. ഞങ്ങളുടെ ചെറിയ മുറിയിൽ കത്രികയ്ക്ക് മുറിച്ചുമാറ്റാവുന്ന കനത്തിൽ പുക

നിറഞ്ഞുനിന്നു. ഞാൻ ഉറങ്ങാൻ തലചായ്ച്ചത് കൈമുട്ടുകൾക്കിടയിൽ തലയമർത്തിവെച്ചുകൊണ്ടായിരുന്നു.

എന്റെ അപ്പൂപ്പന് എല്ലാം നഷ്ടപ്പെട്ടിരുന്നു.

അദ്ദേഹത്തെ സയൻസ് അക്കാഡമിയിലേക്ക് അംഗമായി തെരഞ്ഞെടുക്കപ്പെട്ടിരുന്നു. മറ്റേതൊരു സാധാരണ പ്രൊഫസറെപോലെയാണ് അദ്ദേഹവും ജീവിച്ചത്. തന്റെ ആദ്യഭാര്യയെയും പ്രതിരോധശേഷി കുറയുന്ന രോഗമുള്ള ചെറുപ്പക്കാരിയായ മകളേയും അദ്ദേഹം സംരക്ഷിച്ചു. കൂടാതെ ഞങ്ങളുടെ സമീപത്തുള്ള വീട്ടിൽ ചുവന്ന മുടിയുള്ള തടിച്ച ഫാന്യ എന്ന ആന്റിയേയും അവരുടെ മകളേയും സംരക്ഷിച്ചിരുന്നു. ഫാന്യയുടെ വീട്ടിലേക്ക് അദ്ദേഹം ഞായറാഴ്ചകളിൽ പോകുകയും ഊണു കഴിഞ്ഞ് അവിടെ ഉറങ്ങുകയും ചെയ്തു. ചില ദിവസങ്ങളിൽ ഞാനും അപ്പൂപ്പനെ അനുഗമിച്ചിരുന്നു. അവിടെ നൽകിയിരുന്നത് മുറപ്രകാരമുള്ള ഫുൾ കോഴ്സ് ലഞ്ചായിരുന്നു. ഊണിനു ശേഷം അദ്ദേഹത്തെ സോഫയിൽ കിടത്തി ഞാൻ പുതപ്പിട്ടു മൂടി.

ഒരിക്കൽ ചെറിപ്പഴങ്ങൾകൊണ്ട് തയ്യാറാക്കിയ ഒരു ശീതള പാനീയം ഫാന്യ നൽകി. ഞാനത് ആദ്യമായി കാണുകയായിരുന്നു. ചെറിപ്പഴങ്ങൾ ഞാൻ കൊതിയോടെ വാരിക്കഴിച്ചു. വയറുനിറഞ്ഞതറിയാതെ സ്വാദിഷ്ഠമായ വിഭവം ഞാൻ കൂടുതൽ കഴിച്ചു. തണുത്ത ചെറിപ്പഴങ്ങൾ ചവയ്ക്കാതെ അതിന്റെ കുരുവുൾപ്പെടെ ഞാൻ വിഴുങ്ങി. അന്നു രാത്രി ഉയർന്ന പനിയോടെ തീവ്രമായ അപ്പന്റിസൈറ്റിസ് ആണെന്ന നിഗമനത്തോടെ എന്നെ കുട്ടികളുടെ ആശുപത്രിയിൽ പ്രവേശിപ്പിച്ചു. എന്റെ കാലുകളും കൈകളും കെട്ടി എന്നെ ഓപ്പറേഷൻ മേശയിൽ കിടത്തി. എന്റെ വായും മൂക്കും മൂടുന്നവിധം എന്നെയൊരു മാസ്ക് ധരിപ്പിച്ചു. മാസ്കിലൂടെ ബോധം കെടുത്താനുള്ള ഈതർ വാതകം പ്രവഹിക്കാൻ തുടങ്ങി.

വാതകം എന്റെ ശ്വാസകോശത്തെ കീറിമുറിച്ചു. അതിനോടു മല്ലടിച്ചുകൊണ്ട് ഒരേയൊരു തവണയെങ്കിലും എന്നെ വായു ശ്വസിക്കാൻ അനുവദിക്കണേയെന്ന് ഞാൻ കെഞ്ചി. അവരത് അനുവദിച്ചു. പക്ഷേ ഇത്തവണ വധം അവസാനംവരെ തുടർന്നു. അവരെന്നെ ശ്വാസം മുട്ടിച്ചു. ഞാൻ മല്ലടിക്കുകയും കരയുകയും ഒച്ചയുണ്ടാക്കാൻ ശ്രമിക്കുകയും ചെയ്തു. പക്ഷേ അവരെന്നെ നന്നായി ബന്ധിച്ചിരുന്നു. മേശമേൽ ഞാൻ ശക്തി ക്ഷയിച്ച് തളർന്നുകിടന്നു. വിസ്താരമുള്ള ഒരു തുരങ്കത്തിലൂടെ പറക്കുന്നതായി എനിക്കു തോന്നി. ആഞ്ഞടിക്കുന്ന മഴപോലെ തോന്നിക്കുന്ന വെള്ളിവെളിച്ചത്തിന്റെ കത്തുന്ന രശ്മികളാൽ തുരങ്കത്തിന്റെ പാർശ്വഭിത്തികൾ തുളഞ്ഞുപോയിരുന്നു. തീവ്രരശ്മികളുടെ രൂക്ഷഗന്ധത്താൽ എന്റെ മൂക്കും ശ്വാസനാളവും വിച്ഛേദിക്കപ്പെട്ടതുപോലെ തോന്നി. വിനാശകരമായ

വെള്ളിവെളിച്ചത്തിന്റെ ചരിഞ്ഞ തന്ത്രികളിലൂടെ ഞാൻ പറന്നു. എന്റെ ചെവികളിൽ അസുഖകരമായ ഒരു ചൂളംവിളി മുഴങ്ങി. തുരങ്കത്തിന്റെ അന്ത്യത്തിൽ കണ്ണഞ്ചിക്കുന്ന ഒരു പ്രകാശപൂരം ദൃശ്യമായി. ഞാൻ സാവധാനം അതിനോട് അടുത്തുകൊണ്ടിരുന്നു. വിഷലിപ്തമായ, സുതാര്യമായ, നീളമുള്ള സൂചികൾ എന്നിൽ തുളഞ്ഞു കയറി. അതായിരുന്നു ഒരു ആശുപത്രി മരണത്തിന്റെ പൂർണ്ണമായ ചിത്രം.

പൊരുത്തപ്പെടാനുള്ള ശ്രമം

വലിയ ബുക്ക്ഷെൽഫുകൾ കൂടാതെ ഒരു കട്ടിൽ, മഹാഗണി തടിയിൽ നിർമ്മിച്ച ഒരു വലിയ മേശ, ഒരു ചാരുകസേര, ഫയലുകൾ സൂക്ഷിക്കുന്ന പൊക്കമുള്ള ഒരു അലമാര, ചതുരാകൃതിയിലുള്ള ഒരു ഊൺമേശ എന്നിവയുണ്ടായിരുന്നു.

1943 മുതൽ എന്റെ അമ്മ ആ മേശയുടെ കീഴെയാണ് ഉറങ്ങിയിരുന്നത്. മേശയ്ക്ക് ഒരു വലിയ ന്യൂനതയുണ്ടായിരുന്നു. തറയിൽ നിന്നും പതിനഞ്ചു സെന്റിമീറ്റർ ഉയരത്തിൽ മേശയുടെ നാലുകാലുകളും തമ്മിൽ ബന്ധിപ്പിക്കുന്ന, കനമുള്ള ഒരു മരപ്പലക അതിനുണ്ടായിരുന്നു. മേശയുടെ അടിയിൽ കിടക്കുന്നയാൾക്ക് പൊക്കം കുറഞ്ഞ ഈ പലകയുടെ അടിയിലോ മുകളിലോ കാൽപ്പാദം കയറ്റി വെയ്ക്കേണ്ടി വരും. രണ്ടും ഒട്ടും സുഖപ്രദമായ കിടപ്പായിരുന്നില്ല. അതുകൊണ്ടാണ് അപ്പൂപ്പന്റെ വലിയ പെട്ടിയുടെ പുറത്ത് അമ്മ എനിക്കൊരു കിടക്ക ഒരുക്കിയത്. അത് പൊതുവായ ഇടനാഴിയിലായിരുന്നു. മുൻപൊരിക്കലും ഒറ്റയ്ക്ക് ഉറങ്ങിയിട്ടില്ലാത്ത ഞാൻ വളരെ ഉത്സാഹത്തോടെയാണ് അവിടെ ഉറങ്ങാൻ പോയത്.

രണ്ടു രാത്രികൾ ഓരോ മുറിയിലേയും വൈദ്യുതമീറ്ററുകളുടെ കിരുകിരു ശബ്ദവും ശ്രവിച്ചുകൊണ്ടു ഞാൻ ഒറ്റയ്ക്ക് ഇടനാഴിയിലെ പെട്ടിപ്പുറത്തു കിടന്നു. പിന്നീട് രണ്ടാനമ്മയുടെ നേതൃത്വത്തിൽ ചില അയൽക്കാർ ആ പെട്ടി അവിടെനിന്നും കൊണ്ടുപോകുകയും പകരം ഒരു വലിയ അലമാര കൊണ്ടുവന്നു വെയ്ക്കുകയും ചെയ്തു. ഞാൻ ഊണുമേശയുടെ അടിയിൽ അമ്മയുടെയടുത്തേക്ക് മടങ്ങി. അതായിരുന്നു ഞങ്ങളുടെ ചെറിയ വീട്. മേശപ്പുറത്ത് ഞങ്ങൾ പാത്രങ്ങളും ആഹാരസാധനങ്ങളും സൂക്ഷിച്ചു. കീഴെ കിടക്കയ്ക്കു ചുറ്റുമായി ഞങ്ങളുടെ വസ്ത്രങ്ങൾ കുമിഞ്ഞുകൂടി.

പക്ഷേ രണ്ടാനമ്മ ഞങ്ങളെ വെറുതെ വിട്ടില്ല. ഞങ്ങളുടെ ജീവിതം മെച്ചപ്പെടുത്താൻ അവരുടെ തലയിൽ മറ്റൊരു ആശയം ഉദിച്ചു. ഒരു ദിവസം പണിക്കാരെയും കൂട്ടി വന്ന രണ്ടാനമ്മ ഊണുമേശ തന്റെ വേനൽക്കാല വസതിയിലേക്ക് കൊണ്ടുപോകണമെന്ന് ആവശ്യപ്പെട്ടു. അമ്മ കരഞ്ഞുകൊണ്ട് ഞങ്ങളുടെ താഴെ വീഴുന്ന സാധനങ്ങൾ പിടിച്ചെടുക്കാൻ ശ്രമിച്ചു. വഴങ്ങാത്ത, തെരുവുകുട്ടിയായ ഞാൻ

മേശയുടെ ഒരു കാലിൽ പിടിച്ച് മേശ എടുത്തു കൊണ്ടുപോകുന്നതിന് തടസ്സം നിന്നു. ഞങ്ങളുടെ ലോകം തകർന്നു തരിപ്പണമാവുകയായിരുന്നു. വാതിൽക്കൽ നിലയുറപ്പിച്ച രണ്ടാനമ്മ കൂലിക്കാർക്ക് ആജ്ഞകൾ കൊടുത്തു. അയൽക്കാർ നിഷ്കളങ്കരെപ്പോലെ ഇടനാഴിയിലൂടെ നടന്നുകൊണ്ട് സംതൃപ്തിയോടെ രംഗം വീക്ഷിച്ചു. അവസാനം മേശ അവർ കൊണ്ടുപോയി. ഞങ്ങൾ ശൂന്യതയിൽ അവശേഷിച്ചു. ഒരു ബോംബു പൊട്ടിയതിനുശേഷം കിടക്കുന്നപോലെ അലങ്കോലപ്പെട്ട് ഞങ്ങളുടെ സാധനങ്ങളെല്ലാം നിലത്ത് കിടന്നു.

വിധിയുടെ പ്രഹരത്തിൽ അമ്മ ഒട്ടും പതറിയില്ല. കരഞ്ഞതിനുശേഷം അമ്മ എന്റെയും അമ്മയുടേയും കണ്ണുകൾ തുടച്ചു. പിന്നീട് ഒരു അളവുടേപ്പ് എടുത്ത് ഒഴിഞ്ഞുകിടന്ന തറ അളന്നു തിട്ടപ്പെടുത്തി കുറിച്ചുവെച്ചു. അതിന്റെ ഫലമായി ഒരു ചെറിയ എഴുത്തുമേശയും കട്ടിലും പുതുതായി വാങ്ങിച്ചു, അവയെല്ലാം ഒഴിച്ചിട്ട സ്ഥലത്ത് കൃത്യമായി ചേരുന്നവയായിരുന്നു. കട്ടിൽ പകൽസമയത്ത് മടക്കി വെയ്ക്കാവുന്നതും രാത്രി നിവർത്തിയിട്ട് കിടക്കാവുന്നതുമായിരുന്നു. അതായത് പകൽ മടക്കിവെച്ച കട്ടിൽ ഒരു സോഫയായി ഉപയോഗിച്ച് മേശപ്പുറത്തു വെച്ച് എനിക്ക് ആഹാരം കഴിക്കാനും പഠിക്കാനും കഴിഞ്ഞു. രാത്രി ഞങ്ങൾക്ക് മനുഷ്യരെപ്പോലെ കിടന്നുറങ്ങാനും സാധിച്ചു. ഞാൻ അത്ര ചെറിയ കുട്ടിയല്ലാതിരുന്നതിനാൽ സത്യത്തിൽ എൺപതു സെന്റിമീറ്റർ മാത്രം വീതിയുള്ള കട്ടിൽ അല്പം വ്യാകുലപ്പെടുത്തിയിരുന്നു. രാത്രി ഉറങ്ങാൻ കിടക്കുമ്പോൾ സന്തോഷാധിക്യത്താൽ ഞാൻ കട്ടിലിൽ കിടന്ന് ഉരുളുകയും ശബ്ദമുണ്ടാക്കുകയും ചെയ്തു. എന്റെ കൂർത്ത കൈമുട്ടുകൾ അമ്മയെ വല്ലാതെ ശല്യം ചെയ്തിരുന്നു. ഞാൻ വലുതാകുന്നതുവരെ ഏഴു വർഷക്കാലം അതേ കട്ടിലിൽ അമ്മയോടൊപ്പമാണ് ഉറങ്ങിയത്. പിന്നീട് എനിക്ക് ഒറ്റയ്ക്കു കിടക്കാനായി അമ്മ ഒരു മടക്കാവുന്ന കട്ടിൽ വാങ്ങിത്തന്നു. നിർവ്വചിക്കാനാവാത്ത സന്തോഷമാണ് അന്ന് എനിക്കു തോന്നിയത്.

അമ്മയുടെ രണ്ടാനമ്മയുടെ മറ്റൊരു ക്രൂരകൃത്യം കൂടി ഞാൻ പറഞ്ഞുകൊള്ളട്ടെ. ഒരിക്കൽ ശക്തമായ പനി പിടിച്ചു ഞാൻ അപ്പൂപ്പന്റെ കട്ടിലിൽ കിടക്കുകയായിരുന്നു. ഫ്ളാറ്റിൽ രണ്ടാനമ്മയല്ലാതെ മറ്റാരുമുണ്ടായിരുന്നില്ല. പനിയുടെ കാഠിന്യത്തിൽ സ്വബോധം നശിച്ച എനിക്ക് മുറിയുടെ സീലിംഗും ചുവരുകളും എന്റെ ശരീരത്തിലേക്ക് ഇടിഞ്ഞു വീഴുന്നതായി തോന്നി. ഞാൻ മുറിക്കു പുറത്തിറങ്ങി ഇടനാഴിയിലൂടെ ജീവനുംകൊണ്ട് ഓടി. ഇടനാഴിയിൽ വെച്ച് കണ്ടുമുട്ടിയ രണ്ടാനമ്മയോട് സീലിംഗും ചുവരുകളും ഇടിഞ്ഞു വീണ കാര്യം പറഞ്ഞു. അവർ തന്റെ മെലിഞ്ഞ കൈകൊണ്ട് എന്റെ തോളിൽ പിടിച്ചു. എന്നെ വീണ്ടും മുറിയിൽ കൊണ്ടുവന്ന് കട്ടിലിൽ കിടത്തി. പിന്നീട് പുറത്തിറങ്ങിയ അവർ മുറി പുറത്തു നിന്നു പൂട്ടി എവിടെയോ പോയി. ഞാൻ അകത്ത് കിടന്ന് എത്ര നേരം അലറി

വിളിച്ചെന്ന് ഓർമ്മയില്ല. ആരാണ് പിന്നീട് മുറി തുറന്നു തന്നതെന്നും ഓർമ്മയില്ല.

കുയ്ബിഷേവിലെ കുട്ടികളുടെ തിയേറ്ററിൽ ഞാൻ വളരെ ചെറിയ കുട്ടിയായിരുന്നപ്പോൾ കണ്ട പേടിപ്പെടുത്തുന്ന നാടകത്തോടാണ്. അന്ന് എനിക്കു തോന്നിയ ഭീതി താരതമ്യം ചെയ്യാൻ കഴിയുന്നത്. ഒരു റഷ്യൻ നാടോടിക്കഥയെ ആസ്പദമാക്കിയുള്ള നാടകമായിരുന്നു അത്. നാടകത്തിന്റെ അവസാന ഭാഗത്ത് മരണമില്ലാത്ത ഭൂതം പ്രത്യക്ഷപ്പെടുന്ന ഒരു രംഗമുണ്ട്. സ്റ്റേജിന്റെ അടിയിൽ ഒളിച്ചിരുന്ന അയാൾ ഏതോ അജ്ഞാത അറകൾ തുറന്ന് അഭൗമമായ ഒരു പച്ചവെളിച്ചത്തിൽ അസാമാന്യ ഉയരത്തിൽ പ്രത്യക്ഷനായി. അസ്ഥികൂടം പോലെ മെലിഞ്ഞ ഒരു കിഴവൻ പായലു പിടിച്ച കീറത്തുണികളും വാരിച്ചുറ്റി കിലുങ്ങുന്ന മാലകളുമായി ആകാശംമുട്ടെ ഉയർന്നു നിന്നു. ഞാൻ തിയേറ്ററിലിരുന്ന് ഉച്ചത്തിൽ കരഞ്ഞു. അതിനു ശേഷം നിരവധി തവണ അയാൾ എന്റെ സ്വപ്നങ്ങളിൽ കടന്നു വന്നു. ഒരു സ്വപ്നം ഇപ്രകാരമായിരുന്നു: ഞാനൊരു ആളൊഴിഞ്ഞ തെരുവിലൂടെ നടക്കുകയാണ്. നിരന്നു നിൽക്കുന്ന അധികം ഉയരമില്ലാത്ത മഞ്ഞക്കെട്ടിടങ്ങളാണ് കാണുന്നത്. ആകാശം പ്രഭാതത്തിലേതുപോലെ കാണപ്പെട്ടു. പെട്ടെന്നാണ് എനിക്ക് പരിചിതമായ പച്ചവെളിച്ചം ഒരു വീടിന്റെ ജനാലയിലൂടെ പ്രവഹിക്കുന്നത് ഞാൻ കണ്ടത്. ഞാൻ റോഡിന്റെ അപ്പുറത്തെ നടപ്പാതയിലൂടെ നടന്നു പോകുന്ന ഒരു യാത്രക്കാരന്റെ അരുകിലെത്തിയിട്ട് ചോദിച്ചു. ‘‘അമ്മാവാ, നമുക്കീ ഭീകരസ്വപ്നം ഒന്ന് അവസാനിപ്പിക്കരുതോ?’’ ഉടനെ ഞാൻ ഉറക്കമുണർന്നു.

ലൂയിസ് ബുനുവേലിന്റെ (സ്പാനിഷ് ചലച്ചിത്രസംവിധായകൻ) 1972ൽ ഇറങ്ങിയ ‘ബൂർഷ്വാസിയുടെ വിനയമുള്ള മനോജ്ഞത’ എന്ന ചിത്രത്തിൽ ഇതേപോലെതന്നെയുള്ള ഒരു രംഗമുണ്ട്.

ഒരു സൈനികന്റെ സ്വപ്നമാണത്. ആളൊഴിഞ്ഞ വീഥിയിലൂടെ നടക്കുന്ന അയാൾ ഉയരം കുറഞ്ഞ കെട്ടിടങ്ങൾക്കരുകിലൂടെ നടക്കുമ്പോൾ ഒരു വീടിന്റെ വാതിൽ തുറന്നു വരുകയും അതിന്റെ സീലിംഗിൽനിന്നും മണ്ണ് താഴേക്കു വീഴുകയും ചെയ്യുന്നു. ഒരു മരിച്ച നഗരത്തെക്കുറിച്ച് ഞാനെഴുതിയ ‘കറുത്ത കോട്ട്’ എന്ന കഥയിൽ ഒരു പെൺകുട്ടി തെരുവിലേക്ക് ഓടിച്ചെല്ലുന്നു. അവിടെ ജീവനുള്ളഒരാൾ അവൾ മാത്രമാണ്.

കുട്ടികളുടെ അനാഥാലയം

എന്നെ പഠിപ്പിക്കാനായി എവിടേക്കെങ്കിലും പറഞ്ഞയയ്ക്കേണ്ടിയിരുന്നു. ബഷ്ക്കീരിയയിലേക്ക് (വേൾഗാ നദിക്കും ഉറാൽ പർവ്വത നിരകൾക്കും ഇടയിലുള്ള റഷ്യൻ റിപ്പബ്ലിക്ക്) എന്നെ അയയ്ക്കാനായിരുന്നു തീരുമാനം. പോകേണ്ട സമയം സമാഗതമായപ്പോൾ അമ്മ

എനിക്ക് വഴിയാത്രയിൽ കഴിക്കാനായി വെള്ളറൊട്ടി പൊരിച്ചു തന്നു. ആ ഭാഗത്തേക്ക് യാത്ര ചെയ്യുന്ന ഒരു സ്ത്രീയുടെ കൂടെയായിരുന്നു എന്റെ യാത്ര. ബഷ്ക്കീരിയയിൽ അസുഖമുള്ള കുട്ടികൾക്കു വേണ്ടിയുള്ള ഒരു അനാഥാലയത്തിലേക്കായിരുന്നു യാത്ര.

ശരത്ക്കാലമായിരുന്നു. ഞങ്ങൾ നിരവധി ദിവസങ്ങൾ യാത്ര ചെയ്തു. യാത്രയ്ക്കിടയിൽ അമ്മയുടെ ഉണക്കറൊട്ടി സഹയാത്രികരെക്കൊണ്ട് ഞാൻ നിർബ്ബന്ധപൂർവ്വം കഴിപ്പിച്ചു. പിന്നീട് റെയിൽവേ സ്റ്റേഷനിൽ നിന്നും നാട്ടിൻപുറത്തു വരെ എനിക്ക് കാൽ നടയായി യാത്ര ചെയ്യേണ്ടി വന്നു. അനാഥാലയത്തിലേക്കുള്ള യാത്രയ്ക്കിടയിൽ സ്വർണ്ണ വർണ്ണമുള്ള കാട്ടിലൂടെ നടന്നത് ഞാൻ ഓർമ്മിക്കുന്നു. കാട്ടിൽ നിർജ്ജീവമായ പുളിച്ച ഇലകളുടെ ഗന്ധവും പുകയും ഉഫാനദിയുടെ തീരത്തെ നറുമണവും ആൽഗകളും ഉണ്ടായിരുന്നു. ഉഫാനഗരത്തിനു പുറത്ത് ഉഫാ നദിക്കരയിൽ സ്ഥിതി ചെയ്തിരുന്ന രണ്ടു നിലയുള്ള ഒരു വേനൽക്കാല കൊട്ടാരമായിരുന്നു കുട്ടികളുടെ സ്കൂൾ അഥവാ അനാഥാലയം.

(വിപ്ലവാനന്തരം അക്കാലത്ത് കൊട്ടാരങ്ങളെ കുട്ടികൾക്കുള്ള അനാഥാലയങ്ങളോ പയനീർ ക്യാമ്പുകളോ ആക്കി മാറ്റിയിരുന്നു. സന്ന്യാസിമഠങ്ങൾ ഭ്രാന്താശുപത്രികളോ കോളനികളോ ജയിലുകളോ ആക്കിയും മാറ്റിയിരുന്നു.)

വായിക്കാനും എഴുതാനും അറിയാമെന്ന് മനസ്സിലാക്കിയപ്പോൾ നേരെ രണ്ടാംക്ലാസിലാണ് എന്നെ ഇരുത്തിയത്. എനിക്കൊരു നോട്ടുബുക്ക് തന്നു. ജീവിതത്തിൽ ആദ്യമായി ഞാനെന്റെ വിരലുകൾക്കിടയിൽ ഒരു പേന പിടിച്ച് അത് മഷിയിൽ മുക്കി ആഘോഷപൂർവ്വം അക്ഷരങ്ങൾ വരയ്ക്കാൻ തുടങ്ങി. അടുത്തേക്കു വന്ന അദ്ധ്യാപിക പറഞ്ഞു. ''നീയെന്താണ് താളിന്റെ മദ്ധ്യഭാഗത്തുനിന്നും എഴുതാൻ തുടങ്ങിയത്. താളിന്റെ മുകൾഭാഗം മുതൽ തുടങ്ങണം.''

വളരെ അശ്രദ്ധമായി ആ താൾ കീറിക്കളഞ്ഞ് അടുത്ത പേജിൽ തീയതിയും ക്ലാസ് വർക്ക് എന്ന് എഴുതുകയും ചെയ്തു. പക്ഷേ ഇത്തവണയും പേജിന്റെ ഒന്നാംവരിയിൽ എഴുതുന്നതിനു പകരം നടുവിൽ തന്നെയാണ് എഴുതിയത്. വീണ്ടും അദ്ധ്യാപിക വന്നു നോക്കി. വീണ്ടും പുതുതായി എഴുതാൻ പറഞ്ഞു. വീണ്ടും പേജിന്റെ മദ്ധ്യഭാഗത്തുനിന്നും ആരംഭിച്ചു. അവരുടെ ക്ഷമയുടെ നെല്ലിപ്പടി കണ്ടു. എന്നെ പിടിച്ച് ഒന്നാം ക്ലാസിലേക്ക് മാറ്റി.

അവിടെ ഒന്നാമതു സ്ഥാനം ലഭിക്കുന്ന മിടുക്കിയായി മാറി. പയനീർ ക്യാമ്പിലെ പോലെ മോശമായി പെരുമാറുന്നതിന് അതെനിക്കു വിഘാതമായില്ല. ഒരിക്കൽകൂടി എന്നെ പയനീർ ക്യാമ്പിൽ നിന്നും പുറത്താക്കി. ഒരിക്കൽ കടുത്ത തൊണ്ടവേദനയോടെ എന്നെ ഹോസ്പിറ്റലിൽ പ്രവേശിപ്പിച്ചു. ആതുരശുശ്രൂഷാലയത്തിന് ഒറ്റയ്ക്ക് 'മാറ്റിപ്പാർപ്പിക്കുന്ന വാർഡ്' എന്നാണ് പറഞ്ഞിരുന്നത്.

നല്ല വൃത്തിയുള്ള വെളുത്ത മെത്തയിലാണ് ഞാൻ കിടന്നിരുന്നത്. എന്റെ അഭിപ്രായത്തിൽ എന്നെ ഒറ്റയ്ക്ക് അടച്ചുപൂട്ടി ഇട്ടിരിക്കുകയായിരുന്നു. അത് എനിക്ക് ഭയാനകമായി തോന്നി. എന്റെ തൊട്ടടുത്ത കിടക്കയിൽ ഒരു എലിക്കുഞ്ഞിനെ കണ്ട് എനിക്ക് വളരെ ആഹ്ലാദം തോന്നി. എന്റെ തലയിണയുടെ അടിയിൽ സൂക്ഷിച്ചിരുന്ന റൊട്ടിക്ക്ഷണമെടുത്ത് എലിക്കുഞ്ഞിനു കൊടുത്തു. അവൾ സന്തോഷത്തോടെ മുൻകാലുകൾകൊണ്ട് റൊട്ടിക്കഷ്ണം എടുത്തു. അണ്ണാനെപോലെ വാലിൽ കുത്തിയിരുന്നുകൊണ്ട് അവൾ റൊട്ടി തിന്നാൻ തുടങ്ങി.

സ്കൂളിൽ ഞങ്ങൾ പുതുവത്സരം ആഘോഷിക്കുന്നതിനായി ഒരുക്കങ്ങൾ തുടങ്ങി. രണ്ടാംലോക മഹായുദ്ധത്തിന്റെ ലെനിൻഗ്രാഡ് (സെന്റ് പീറ്റേഴ്സ്ബർഗ്) ബ്ലോക്കേഡിന്റെ സമയത്ത് അവിടെനിന്നും കുട്ടികളോടൊപ്പം ഒഴിപ്പിക്കപ്പെട്ടവരായിരുന്നു ഞങ്ങളുടെ അദ്ധ്യാപകർ. അവർ ഞങ്ങളോടൊപ്പം ചേർന്ന് ഒരു പുതുവത്സര പ്രകടനം കാഴ്ച വെച്ചു. എന്നെ അവർ ജിപ്സിവേഷം കെട്ടിച്ചു. ഞാൻ നിലത്തിരുന്നു പാട്ടുപാടി. നീളമുള്ള പാവാടയും ടോപ്പും ധരിച്ച് പൂക്കളുടെ ചിത്രങ്ങളുള്ള ഷാളും ചുറ്റി ഞാൻ നൃത്തം ചെയ്തു. ക്രിസ്തുമസ് ട്രീയിലെ ചില്ലുപൊട്ടുകൾ എല്ലുന്തിയ എന്റെ മാറിൽ കിടന്നു തിളങ്ങി. എന്റെ പാവാട ഇരുകൈകളാലും വിരിച്ചു പിടിച്ച് നൃത്തമാടി.

കുയ്ബിഷേവിലെ ജീവിതത്തിനിടയിൽ വോൾഗ നദിയിലെ വെള്ളം വറ്റുമ്പോൾ എല്ലാ വർഷവും ജിപ്സികളുടെ ജീവിതം ഞങ്ങൾ കണ്ടിരുന്നു. ഞങ്ങളുടെ തീരത്ത് അവർ കൂടാരങ്ങൾ കെട്ടി. അവർ സൂപ്പുണ്ടാക്കി. അവർ തീ കൂട്ടിയാണ് ആഹാരം പാകം ചെയ്തിരുന്നത്. ഞങ്ങളെയത് ആകർഷിച്ചിരുന്നു. മൂക്കിൽ ഒരു വള ധരിച്ച കരടി ഒരു ചങ്ങലയിൽ കിടന്ന് മുരണ്ടു. അഴുക്കുപിടിച്ച കുട്ടികൾ ചുറ്റിലും ഓടിക്കളിച്ചു. കാലിന്റെയിടയിൽ വിണ്ടുകീറിയ വസ്ത്രങ്ങളാണ് കുട്ടികൾ ധരിച്ചിരുന്നത്. ഒരു ഗുണം കെട്ട ചെറുക്കൻ പതുങ്ങിയിരുന്ന് കീറിയ വിടവിലൂടെ കാര്യം സാധിച്ചു മടങ്ങി. അവർ എങ്ങനെയാണ് നൃത്തം ചെയ്തത് എന്ന് എനിക്ക് ഓർമ്മിക്കാൻ കഴിഞ്ഞില്ല. പക്ഷേ ഞങ്ങളുടെ കലാപരിപാടിയിൽ ശരിക്കും ജിപ്സികളെപ്പോലെ ഞാൻ നൃത്തം ചെയ്തു. അതിനുശേഷം എന്റെ ജീവിതത്തിലെ ആദ്യ കമിതാവ് ഗോപ്യമായി എന്റെ പിന്നാലെ നടക്കാൻ തുടങ്ങി. ഒരു അദ്ധ്യാപികയുടെ മകനായ രണ്ടാം ക്ലാസുകാരനായിരുന്നു കക്ഷി. നല്ല കുടുംബത്തിലെ പെണ്ണുങ്ങൾക്കു ചേർന്നവിധം ഞാനവനെ അല്പം വിരക്തിയോടെയാണ് അഭിമുഖീകരിച്ചത്. ഞങ്ങൾ ഒരിക്കലും വഴക്കുകൂടിയില്ല.

നിർഭാഗ്യവശാൽ നടക്കാൻ പോകാനായി എനിക്ക് തണുപ്പിനു പറ്റിയ വസ്ത്രങ്ങളൊന്നും ഉണ്ടായിരുന്നില്ല. ഞാൻ തണുത്തു വിറച്ചു.

ഞാനെന്റെ അമ്മയ്ക്ക് ഒരു കത്തെഴുതി. എനിക്ക് ഒരു ഓവർകോട്ടും ചൂടു നിലനിർത്തുന്ന ബൂട്ടുകളും അയച്ചുതരണമെന്ന്. അങ്ങനെ വലിയ ഒരു അത്ഭുതം സംഭവിച്ചു. ചൂടു നിലനിർത്തുന്ന ഒരു വെൽവെറ്റ് കോട്ടും ബൂട്ടുകളുമടങ്ങിയ വലിയ ഒരു പൊതിക്കെട്ട് അമ്മ എനിക്കയച്ചുതന്നു. (എന്റെ ബന്ധുവായ രണ്ടാം മച്ചൂനത്തി മരീഷ് കവേഗറിന്റെ അമേരിക്കൻ കോട്ടായിരുന്നു അത്. കോട്ടിന്റെ വലതു ഭാഗത്ത് ഒരു മഷിക്കറയുണ്ടായിരുന്നു) ആശ്ചര്യകരമായ ചൂടുള്ള ആ വസ്ത്രം വളരെ സൗകര്യപ്രദമായി ധരിച്ചുകൊണ്ട് ഞാൻ മഞ്ഞിൽ കിടന്നുരുണ്ടു. ഹർഷോന്മാദത്തോടെ മഞ്ഞുമൂടിക്കിടന്ന കുളത്തിനു ചുറ്റും ഓടി. എന്റെ പാദരക്ഷ എന്നെ ആവേശഭരിതയാക്കി. അവയെന്റെ പാദങ്ങൾക്ക് വളരെ സൗകര്യപ്രദവും നല്ലതുമായിരുന്നു. ആരാലും ശ്രദ്ധിക്കപ്പെടാതെ മഞ്ഞിൽ മൂടിക്കിടന്ന ഒരു കുറ്റിച്ചെടിയിൽ എന്റെ കാലും പാദരക്ഷയും മഞ്ഞിൽ പുതഞ്ഞുപോകുകയും ചെയ്തു. ഞാൻ മഞ്ഞിൽ ഇരിക്കാൻ നിർബ്ബന്ധിതയായി. ബൂട്ടണിഞ്ഞ മറ്റേ കാൽ നീട്ടിവെച്ച് നിലത്തിരുന്നു. എന്തുകൊണ്ടോ ആർത്തുല്ലസിക്കുന്നവർ സന്തോഷത്തോടെ വിളിച്ചുപറയുന്നതുപോലെ.

‘‘ഉറാ, സഖാക്കളെ.’’ എന്നു വിളിച്ചു പറയാനാണ് തോന്നിയത്. അതിനാൽ എന്നെ വലിച്ചെടുക്കാൻ ആരും പെട്ടെന്ന് വന്നില്ല. ഞാൻ ഒറ്റക്കാലുള്ളവളായി മാറിയത് ആരും ശ്രദ്ധിച്ചില്ല. പിന്നെയവർ എന്നെ വലിച്ചു പുറത്തെടുത്തപ്പോൾ എന്റെ ബൂട്ട് അടിത്തട്ടുവരെ ആഴ്ന്നു പോയിരുന്നു.

വസന്തകാലമായപ്പോൾ കുട്ടികൾ അപ്രത്യക്ഷരാകാൻ തുടങ്ങി. ഓരോരുത്തരും അവരുടെ വീടുകളിലേക്ക് പോയിത്തുടങ്ങി. മെയ് മാസത്തിൽ അവസാനത്തെ കുട്ടികളും യാത്രയായി. ആഴ്ചയുടെ അവസാനം അനാഥാലയം വേനലവധിക്കാലത്തേക്കു വേണ്ടിയോ പൂർണ്ണമായോ അടച്ചുപൂട്ടുകയായിരുന്നു. യുദ്ധാനന്തര വർഷങ്ങളിൽ വിളവ് വളരെ കുറയുകയും ക്ഷാമം ബാധിക്കുകയും ചെയ്തു. അദ്ധ്യാപകർ പിരിഞ്ഞുപോയി. എന്റെ കൂട്ടുകാരനും പോയി. അവർ മാന്യയേയും കൊണ്ടുപോയി. പതിന്നാലു വയസ്സുള്ള മാന്യ വളരെ ദുർബ്ബലയായിരുന്നു. ഒരു തൂവൽ പേനവിരലുകൾക്കിടയിൽ പിടിക്കാൻപോലും അവൾക്ക് കഴിയുമായിരുന്നില്ല. അതുകൊണ്ട് എന്നോടൊപ്പം ഒന്നാം ക്ലാസിലാണ് അവളും ഇരുന്നത്. മെലിഞ്ഞ് പൊക്കം കൂടിയ അവൾക്ക് നടക്കാൻ ബുദ്ധിമുട്ടായിരുന്നു. അവൾക്ക് വലിയ കറുത്ത കണ്ണുകളുണ്ടായിരുന്നു.

ഉഫാനദിയുടെ കുത്തനെയുള്ള തീരത്ത് സ്ഥിതി ചെയ്തിരുന്ന ഞങ്ങളുടെ വലിയ കെട്ടിടം ആളൊഴിഞ്ഞ് പൂട്ടിക്കിടന്നു. കെട്ടിടം സൂക്ഷിപ്പുകാരിയും അവളുടെ കൂട്ടുകാരനും മാത്രം അവശേഷിച്ചു.

ഞാൻ അവരുടെ വീട്ടിലാണ് താമസിച്ചത്. ബഷ്ക്കീരിയൻ ഭാഷയിലാണ് അവർ പരസ്പരം സംസാരിച്ചിരുന്നത്. ആ സമയം മുതൽ ബഷ്ക്കീരിയൻ ഭാഷയിൽ ഞാൻ എണ്ണാൻ പഠിച്ചു. ദമ്പതികൾ പകൽസമയത്ത് സ്നൊഡ്രോപ്സ് എന്ന് അറിയപ്പെടുന്ന കാട്ടുചെടി ശേഖരിക്കാൻ പോയിരുന്നു. അവർ മാർക്കറ്റിൽ കൊണ്ടുപോയി വിറ്റു. ഞാൻ അവരോടൊപ്പം പോയി അവരെ സഹായിച്ചു. അപരിചിതമായ ജീവിതത്തിൽ എന്നെക്കൊണ്ട്എന്തെങ്കിലും പ്രയോജനം അവർക്ക് ഉണ്ടാകട്ടെ എന്നു ഞാൻ കരുതി. ഞങ്ങൾ അതിരാവിലെ കാട്ടിലിറങ്ങി കൂട നിറയെ കാട്ടുചെടിയുടെ പൂക്കൾ ശേഖരിച്ചു. കടുംനീലനിറമുള്ള പുൽച്ചെടികളിലാണ് സ്നൊഡ്രോപ്സിന്റെ നക്ഷത്രങ്ങൾപോലുള്ള വെളുത്ത പൂക്കൾ കാണപ്പെട്ടത്. വിടരാത്ത മൊട്ടുകളാണ് നുള്ളിയെടുക്കേണ്ടത്.

ദമ്പതികൾ ബഷ്ക്കീരിയൻ ഭാഷയിൽ പറഞ്ഞത് എനിക്കു മനസ്സിലായി. (എട്ടുമാസമായി ഞാൻ കേൾക്കുന്ന ഭാഷയാണ് അത്. കുട്ടികൾക്ക് ഏതു ഭാഷയും പഠിക്കാൻ വളരെ എളുപ്പമാണ്.) എന്നെ മറ്റേതോ അനാഥാലയത്തിലേക്കു മാറ്റുമെന്നാണ് അവർ പറഞ്ഞത്. അതിനുള്ള ഉത്തരവ് വരാൻ കാത്തിരിക്കുകയാണ്. ഞാൻ അനാഥയാണെന്നും എന്നെ എന്റെ അമ്മ ഉപേക്ഷിച്ചതാണെന്നും അവർ പറഞ്ഞു. ഞാനത് വിശ്വസിച്ചില്ല. പിന്നീട്ട് ഞാൻ മനസ്സിലാക്കി ഞങ്ങൾ വെഗേര കുടുംബക്കാർ പൊതുവെ എല്ലായിടത്തും വളരെ വൈകി എത്തുന്നവരാണ്. എന്റെ വല്യപ്പൂപ്പൻ ഇല്യ സെർഗേവിച്ചിന്റെ മാമോദീസയ്ക്ക് പള്ളിയിൽ താമസിച്ചെത്തിയവരാണ് എന്റെ കുടുംബക്കാർ. കൃത്യനിഷ്ഠ പാലിക്കുന്ന ജർമ്മൻകാരൻ പാസ്റ്റർ എന്താ ഇത്രയും താമസിച്ചത് എന്നു മാത്രം ചോദിച്ചു.

പകൽ സമയത്ത് ഞാൻ ഒറ്റയ്ക്ക് കാട്ടിൽ ചുറ്റിക്കറങ്ങി. കാട്ടിൽ പേരു കേട്ട ഒരു ഗുഹയുണ്ടായിരുന്നു. 'പുഗഛേവ് ഗുഹ' എന്നാണ് അത് അറിയപ്പെട്ടിരുന്നത്. ഗുഹയുടെ പ്രവേശനകവാടം വളരെ ഇടുങ്ങിയതായിരുന്നു. അതിന്റെ ഉള്ളിൽ വളരെ വിസ്താരമുള്ള ഇടങ്ങൾ ഉണ്ടെന്നായിരുന്നു കേൾവി. ഞാൻ പലവട്ടം ഗുഹയ്ക്ക് ചുറ്റും നടന്നു. അകത്തേക്ക് കയറാൻ എന്തോ ഒരു ജന്മവാസന എന്നെ അനുവദിച്ചില്ല. ഇടുങ്ങിയ സ്ഥലങ്ങളിൽ പോകരുത് എന്ന് എന്റെ മനസ്സു പറഞ്ഞു. ഒരിക്കൽ കാട്ടിലെ ഒരു ചെറിയ ഭംഗിയുള്ള വേനൽകാല വസതി ഞാൻ കണ്ടു. അതിന്റെ ജനാലയ്ക്കൽ ഒരു സ്ത്രീയിരുന്ന് സിഗററ്റു വലിക്കുന്നുണ്ടായിരുന്നു. ഞാനൊരു സിഗററ്റു ചോദിച്ചു. അവർ സിഗററ്റു തന്നു. ഒരു പരിചയസമ്പന്നയായ സിഗററ്റുവലിക്കാരിയെ അനുകരിച്ചുകൊണ്ട് ഞാനാ സിഗററ്റു വലിച്ചു. ആ സ്ത്രീ എന്നെ താല്പര്യപൂർവ്വം നോക്കി. കാടിന്റെ നടുവിൽ അവരെപ്പോലെ സുന്ദരിയായ ഒരു പെണ്ണ് എങ്ങനെ വന്നു പെട്ടുവെന്ന് ഞാൻ അത്ഭുതപ്പെട്ടു. ഞാനാ കാട്ടിൽ അവശേഷിച്ചിരുന്നെങ്കിൽ

ഒരുപക്ഷേ അവർ എന്നെ ദത്തെടുത്തേനേ എന്നു ഞാൻ ചിന്തിച്ചു. എനിക്കീ ലോകത്ത് മറ്റാരുമില്ലെന്നും ഞാനൊരു അനാഥയാണെന്നും ഞാനവരോടു പറയുമായിരുന്നു!

എനിക്കു ജീവിക്കണം

അവസാനം എന്നെ കൂട്ടിക്കൊണ്ടുപോകാൻ ഏതോ സ്ത്രീ വന്നു. ഞാൻ അവർക്കൊപ്പം യാത്ര തിരിച്ചു. അപ്പോൾ പത്തു വയസ്സായിരുന്ന ഞാൻ ഒന്നാംക്ലാസിലെ പഠനം പൂർത്തിയാക്കിയിരുന്നു. ഒരു നീണ്ട യാത്രയായിരുന്നു അത്. റഷ്യയുടെ പടിഞ്ഞാറു ഭാഗത്തുള്ള ഉറാലിൽനിന്നും മോസ്കോവിലേക്കുള്ള യാത്ര. യാത്രയിലുടനീളം എന്റെ സഹയാത്രികർ മാറിക്കൊണ്ടിരുന്നു. ധാരാളം ദിവസങ്ങൾ അപരിചിതയായ ഒരു സ്ത്രീയുടെ വീട്ടിൽ എനിക്ക് നിലത്തു കിടന്ന് ഉറങ്ങേണ്ടി വന്നു. അവർ എന്നെ ദത്തെടുക്കാനുള്ള താല്പര്യം പ്രകടിപ്പിച്ചു. പരിചയമില്ലാത്ത ആളുകളോട് ഞാൻ പറഞ്ഞ കാര്യങ്ങളൊക്കെ ഉചിതമായില്ല എന്നെനിക്കു തോന്നി.

പക്ഷേ എന്നെ ദത്തെടുക്കാൻ ഞാൻ സമ്മതിച്ചില്ല. എന്റെ അമ്മയുടെ മുതൽ കയ്യടക്കാൻ വരുന്ന ഒരാളെയെന്നപോലെ ഞാനവരെ വെറുക്കാൻ തുടങ്ങി. ഞാനെന്റെ അമ്മയ്ക്കു പൂർണ്ണമായും സ്വന്തമായിരുന്നു. ഞാൻ അമ്മയെ ആരാധിച്ചു. കാവ്യാത്മകമായി പറഞ്ഞാൽ അമ്മയുടെ മനോഹരമായ സ്വരൂപം ഒരുമാത്ര പോലും എന്നെ വിട്ടു പിരിഞ്ഞില്ല. ജീവിച്ചിരിക്കുന്ന അച്ഛനും അമ്മൂമ്മയും അപ്പൂപ്പനും അമ്മായിമാരും നിരവധി മച്ചുനന്മാരുമുള്ള എനിക്ക് അനാഥാലയത്തിലെ അനാഥത്വം ചുട്ടുപൊള്ളുന്നപോലെ തോന്നി. ജീവിതത്തിൽ എനിക്ക് ഒരേയൊരു ലക്ഷ്യം മാത്രമേയുള്ളൂ എന്നു തോന്നി. അമ്മയോടൊപ്പം ജീവിക്കണം എന്നതായിരുന്നു അത്.

എന്നെ മോസ്കോവിലേക്ക് കൊണ്ടുവന്നു. എന്നാൽ ഉടനെ തന്നെ അടുത്ത മൂന്നു മാസത്തേക്ക് മറ്റൊരു വേനൽക്കാല പയനീർ ക്യാമ്പിലേക്ക് അയച്ചു. നല്ല ശീലം പഠിക്കാനായിരുന്നു അയച്ചത്. പഴയ അനാഥാലയത്തിൽ എന്നെ മിടുക്കിയായ വിദ്യാർത്ഥിനി, കലാകാരി എന്നീ നിലകളിൽ കരുതിയിരുന്നു. ഇവിടെയാകട്ടെ, ഞാൻ തഴയപ്പെട്ടു. ആദ്യദിനങ്ങളിലെ എന്റെ മാന്യമായി പെരുമാറ്റം കണ്ടിട്ടാകാം എന്നെ അവർ ഒരു ഗ്രൂപ്പിന്റെ ലീഡറാക്കി. പിന്നീട് വഴക്കാളി, മര്യാദയില്ലാത്തവൾ മുതലായ കുറ്റങ്ങൾചുമത്തി ലീഡർ സ്ഥാനത്തുനിന്നു മാറ്റി. ക്യാമ്പിലെ ഒന്നാമത്തെ ദിവസത്തിനുശേഷം എന്റെ സോക്സുകളും റിബ്ബണുകളും ചെരുപ്പുകളും ചീപ്പും നഷ്ടപ്പെട്ടു. താമസിയാതെ എന്നെ ശിക്ഷിച്ച് കൊച്ചുകുട്ടികളുടെ ഗ്രൂപ്പിലേക്ക് മാറ്റി. അവിടെ ഞാനൊരു ഗ്രൂപ്പുവഴക്കിൽ ഭാഗഭാക്കാകുകയും

തല്ലു കിട്ടുകയും ചെയ്തു. ഞാൻ ശീലിച്ച രീതിയിൽ തല്ലും വഴക്കുമായി ഞാനവിടെ തുടർന്നു.

അവിടത്തെ കലാപരിപാടികളായിരുന്നു എനിക്ക് അല്പം ആശ്വാസകരമായി തോന്നിയത്. സമൂഹഗാനം, ചിത്രരചന, നാടകം, നൃത്തം എന്നിവയ്ക്ക് ഞാൻ ചേർന്നു. സ്കൂളിലെ അച്ചടക്കത്തിലും പട്ടിണിയിലും വളർന്ന യുദ്ധകാലത്തെ കുട്ടികളുടെ സംഘത്തിൽ എന്റെ കഴിവുകൾകൊണ്ട് അംഗീകാരം നേടാൻ കഴിയുമെന്ന് കരുതി. പക്ഷേ പാട്ടു പാടിയതിനോ ചിത്രരചനയിലോ ഒരാളെപ്പോലും ശ്ലാഘിച്ചതായി ഞാൻ ഓർമ്മിക്കുന്നില്ല. അഭിനേതാക്കളേയും പാട്ടുകാരേയും നിന്ദിക്കുകയും കോമാളികളെപ്പോലെ കണക്കാക്കുകയുമാണ് കുട്ടികൾ ചെയ്തത്. സാധാരണയായി ഒരു വ്യക്തിക്ക് എല്ലാ കാലത്തും അംഗീകാരം നേടിക്കൊടുത്ത ഗർവ്വിഷ്ഠഭാവത്തെയും അക്ഷോഭ്യതയെയും എന്തിനും പോന്ന മനോഭാവവും. ചുരുക്കിപ്പറഞ്ഞാൽ ഒരാളുടെ ശക്തമായ സ്വഭാവത്തെയാണ് കുട്ടികൾ ഇഷ്ടപ്പെട്ടത്. ആത്മാഭിമാനവും കണക്കാക്കപ്പെട്ടിരുന്നെങ്കിലും എല്ലാത്തിനും ഉപരിയായി കണക്കാക്കിയിരുന്നത് പ്രാകൃതമായ ശാരീരിക ശക്തിയെയാണ്.

രാത്രി ലൈറ്റണച്ചു കഴിയുമ്പോൾ പേടിപ്പെടുത്തുന്ന സംഭവങ്ങൾ വിവരിക്കുന്ന കാര്യത്തിലാണ് ഞാൻ ശ്രദ്ധ പിടിച്ചുപറ്റിയത്. ഒരു ദിവസം എല്ലാവരും ഉറങ്ങിക്കഴിഞ്ഞാലും എനിക്കു മാത്രം ഉറക്കം വന്നില്ല. അർദ്ധബോധാവസ്ഥയിൽ വല്ലാത്തൊരു പരിഭ്രമത്തിന് അടിമയായി. ഞാനും ഒരിക്കൽ മരിക്കുമെന്ന് ജീവിതത്തിൽ ആദ്യമായി ബോധ്യമായി. ഞാൻ കട്ടിലിൽ കിടന്ന് ഉരുണ്ടുകൊണ്ട് ഉച്ചത്തിൽ വിളിച്ചു പറഞ്ഞു. ''എനിക്കു മരിക്കണ്ട. മരിക്കാൻ എനിക്ക് ആഗ്രഹമില്ല. എനിക്കു ജീവിക്കണം! ഹാ... ഹാ...'' എല്ലാവരും ഉണർന്നു. ലൈറ്റുകൾ തെളിഞ്ഞു. മുതിർന്നവർ എന്നെ കൈകളിൽ പിടിച്ച് ആശ്വസിപ്പിച്ചു. ഭീതിയോടെ ഞാൻ അലറി. കുയ്ബിഷേവിൽ ബാൽക്കണിയിൽ നിൽക്കുമ്പോൾ ഞാനൊരു മരണം നേരിൽ കണ്ടു. എന്റെ നേരെ താഴെ ഒരു ട്രക്ക് നിർത്തിയിട്ടിരുന്നു. അതിന്റെ പുറകിൽ ഇളംനീലനിറത്തിലുള്ള തലയിണകളുടെ പുറത്ത് പാവയെപ്പോലെ വസ്ത്രം ധരിച്ച ഒരു പെൺകുട്ടി മരിച്ചു കിടക്കുന്നു. പിന്നെ രാത്രി മുഴുവൻ ഞാൻ കരഞ്ഞു.

അടുത്ത തവണ ആർക്കും ആശ്വസിപ്പിക്കാൻ കഴിയാത്തവിധം ഞാൻ തേങ്ങിക്കരഞ്ഞു. ക്യാമ്പിൽനിന്നും 1949ലെ ശരത്കാലത്ത് മടങ്ങിയെത്തിയ എന്നോട് ഒരു വർഷം മുൻപ് വല്യപ്പൂപ്പൻ മരിച്ചു പോയ കാര്യം അപ്പോൾ മാത്രമാണ് അമ്മ പറഞ്ഞത്. അടക്കിപ്പിടിച്ചു നിശ്ശബ്ദമായി ഞാൻ ദീർഘനേരം കണ്ണീർ വാർത്തു. 1948ലാണ് ജെജ്യ മരിച്ചത്. തന്റെ മക്കളായ ലേന, ഷെന്യ എന്നിവരുടെ പത്തുവർഷത്തെ

തടവുശിക്ഷ പൂർത്തിയായതിന്റെ അടുത്ത വർഷമായിരുന്നു മരണം സംഭവിച്ചത്. സോവിയറ്റ് രഹസ്യപ്പൊലീസിന്റെ കേന്ദ്രസ്ഥാനമായ ലൂബ്യാൻകയിൽ അദ്ദേഹം പല തവണ കയറിയിറങ്ങി. ശിക്ഷയുടെ കാലാവധി തീർന്നിട്ടും തന്റെ മക്കളെ തിരിച്ചുകിട്ടാത്തതിന് പരാതി സമർപ്പിക്കാനായിരുന്നു അദ്ദേഹം പോയത്. ലൂബ്യാൻകയിലേക്ക് പോകുന്നതിനു മുൻപ് അദ്ദേഹം ഓരോ തവണയും എല്ലാവരോടും വിട പറഞ്ഞിരുന്നു. കെ.ജി.ബിയുടെ തലവനെ കുറ്റപ്പെടുത്തി അദ്ദേഹം സ്റ്റാലിന് പല കത്തുകളും അയച്ചു. ഒരിക്കൽ ഗോർക്കിസ്ട്രീറ്റിൽ പാലു വാങ്ങാൻ പോയ ജെജ്യ എങ്ങനെയൊ റൊട്ടി വിതരണം ചെയ്യുന്ന വണ്ടിയുടെ അടിയിൽ വീണു മരിക്കുകയായിരുന്നു.

കേസിന്റെ വിചാരണസമയത്ത് വണ്ടിയോടിച്ച സ്ത്രീഡ്രൈവർ പറഞ്ഞത് അദ്ദേഹത്തെ ആരോ തള്ളിയിടുന്നതുപോലെ ചക്രങ്ങൾ ക്കടിയിലേക്ക് വീഴുകയായിരുന്നു എന്നാണ്. ഔദ്യോഗിക നിഗമനം ജെജ്യ മദ്യപിച്ചിരുന്നു എന്നായിരുന്നു. നികൃഷ്ടരായ സോവിയറ്റ് രഹസ്യപ്പൊലീസിന് കുറച്ചുകൂടി വിശ്വസനീയമായ ഒരു കാരണം കണ്ടെത്താൻ കഴിഞ്ഞില്ല. ജെജ്യ ഒരിക്കലും മദ്യപിക്കാത്ത ആളാ യിരുന്നു.

ഞാൻ നിശ്ശബ്ദയായി കണ്ണീരൊലിപ്പിക്കാതെ തേങ്ങിക്കൊണ്ടു വല്യപ്പൂപ്പനോട് വിട പറഞ്ഞു. ഇരുട്ടു വീണ ഇടനാഴിയുടെ മൂലയിൽ നിശ്ശബ്ദയായി വിഹ്വലയായി ഞാനിരുന്നു. ''എന്റെ പ്രിയപ്പെട്ട ജെജ്യാ, ഞാനിനി അങ്ങയെ ഒരിക്കലും കാണില്ലല്ലോ. ജെജ്യ എന്റെ ജെജ്യാ...'' ഞാൻ പറയുന്നത് അദ്ദേഹത്തിന് കേൾക്കാമെന്നു എനിക്കു തോന്നി.

വിളയാത്ത നെല്ലിക്കകൾ

ഒരിക്കൽ ഒരമ്മ തന്റെ മകളെ സുഖമില്ലാത്ത കുട്ടികൾക്കായുള്ള അനാഥാലയത്തിൽ കൊണ്ടുചെന്നാക്കിയിട്ട് പൊയ്ക്കളഞ്ഞു. ആ പെൺകുട്ടി ഞാനായിരുന്നു.

ഒരു ശരത്കാലമായിരുന്നു. രണ്ടു നിലയുള്ള നീളമുള്ള വീടിന്റെ രണ്ടാംനിലയിൽ മുഴുവൻ ഗാലറികളോടുകൂടിയ കിടക്കമുറികളാ യിരുന്നു. മറ്റു പല പ്രഭുകുടുംബങ്ങളുടേയും ബംഗ്ലാവുപോലെ അത് ഒരു വലിയ കുളത്തിന്റെ കരയിൽ സ്ഥിതി ചെയ്തു. അതിന്റെ ചുറ്റും ശരത്കാല ഭംഗികളോടെ പുൽത്തകിടികളും നടവഴികളും പരന്നു കിടന്നു. വലിയ മരങ്ങൾ സ്വർണ്ണനിറത്തിലും ചെമ്പുനിറത്തിലും കടുംനീല ആകാശത്തിനു കീഴിൽ തിളങ്ങിനിന്നു. രണ്ടാംനിലയിലെ കിടപ്പുമുറിയിൽ വലിയ ഒരു പിയാനൊ ഉണ്ടായിരുന്നു. അപ്രതീ ക്ഷിതമായ ഒരു നിധിയായിരുന്നുഅത്. പിയാനൊ വായിക്കാനാവുന്ന ഭാഗ്യവതികൾ അത് വായിച്ചിരുന്നു. അറിയാൻ വയ്യാത്ത നിർഭാഗ്യർ അത് പഠിക്കാൻ ശ്രമിച്ചു. പന്ത്രണ്ടു വയസ്സുള്ള ഞാൻ പിയാനൊ

വായിക്കാൻ അറിയാവുന്ന ബറ്റിയോട് നിർബ്ബന്ധപൂർവ്വം എന്നെ പിയാനോ പഠിപ്പിക്കാൻ ആവശ്യപ്പെട്ടു. അവസാനം 'സൈക്കിൾ ഓടിക്കുന്ന പെണ്ണ്' എന്ന പാട്ട് പിയാനൊവിൽ വായിക്കുവാൻ പഠിച്ചു. പൊതുവായ കിടപ്പുമുറിയിലേക്ക് ഞങ്ങൾ തിരക്കിട്ടു ഓടി വന്നതിന്റെ ഒന്നാമത്തെ കാര്യം പിയാനൊ ആയിരുന്നു. നിരവധി തൂണുകളും ഉയർന്ന സീലിംഗുമുള്ള പഴയ ബംഗ്ലാവിലായിരുന്നു ഞാൻ ചെന്നെത്തിയിരുന്നത്. ഹാളിൽ കുട്ടികൾക്കു പൊതുവായ കിടപ്പുമുറി ഒരുക്കിയിരുന്നു. സോഷ്യലിസ്റ്റ് വിപ്ലവത്തിനുശേഷം പ്രഭുകുടുംബത്തിന്റെ കെട്ടിടം ക്ഷയരോഗമുള്ള തൊഴിലാളി കുട്ടികൾക്കായി വിട്ടുകൊടുത്തു. പക്ഷേ പെൺകുട്ടി അഞ്ചാംക്ലാസിലായപ്പോൾ എല്ലാ കുട്ടികളും തൊഴിലാളികളുടെ കുട്ടികളായി മാറി. കമ്മ്യൂണൽ ഫ്ളാറ്റുകളിൽ തുല്യതയോടെ ജീവിച്ചു. നഗരത്തിലെ പൊതുയാത്രാ വാഹനങ്ങളിൽ തിക്കിത്തിരക്കി സഞ്ചരിച്ചു. അവർ പൊതുഭക്ഷണശാലകളിൽ ക്യൂ നിന്ന് ആഹാരം കഴിച്ചു. ഭക്ഷണശാലകളിൽ ഇരിപ്പിടം ലഭിക്കാൻ കാത്തുനിൽക്കേണ്ടിവന്നു. ഓരോ മേശയുടേയും നാല് കസേരകളിനും നാലു വരി ക്യൂ രൂപപ്പെട്ടു. അവ തമ്മിൽ കെട്ടുപിണഞ്ഞു കാണപ്പെട്ടു. ബാറിലെപ്പോലെ ഒട്ടും തിരക്കുകൂട്ടാതെ ആഹാരം കഴിക്കുന്നവരുടെ വായിൽനോക്കി വിശപ്പുള്ളവർ ക്യൂവിൽ നിന്നു.

അവർ അവസാനം അവരവരുടെ ഇരിപ്പിടം കരസ്ഥമാക്കി. എല്ലാവരും തൊഴിലാളികളായിരുന്നു. അവരെല്ലാവരും റൊട്ടിക്കും ഉരുളക്കിഴങ്ങിനും ഷൂസുകൾക്കും പാന്റ്സുകൾക്കും വേണ്ടി ക്യൂ നിന്നു. വളരെ അപൂർവ്വമായി മാത്രം ഓവർകോട്ടുപോലുള്ള ആഡംബര വസ്തുക്കൾക്കുവേണ്ടിയും ക്യൂ നിന്നു. ഒന്നിലധികം കുടുംബങ്ങൾ ഒരുമിച്ചു താമസിച്ചിരുന്ന വിപ്ലവാനന്തര കമ്മ്യൂണൽ ഫ്ളാറ്റുകളിൽ കുളിമുറിയിലും കക്കൂസിലും പോകാൻവരെ ക്യൂ നിൽക്കേണ്ടി വന്നു. ബസ് സ്റ്റോപ്പുകളിലും ക്യൂ നിൽക്കേണ്ടിവന്നു. അവിടെയാകട്ടെ, ഏറ്റവും മുന്നിൽ ഒന്നാമതായി ക്യൂവിൽ സ്ഥാപിച്ചയാൾതന്നെ ആദ്യം ബസിൽ കയറുമെന്ന് ഒരു ഉറപ്പും ഉണ്ടായിരുന്നില്ല. കയ്യൂക്കുള്ളവൻ കാര്യക്കാരനെന്ന പ്രമാണമനുസരിച്ച് ഏറ്റവും പുറകിൽ നിൽക്കുന്നവൻ ചിലപ്പോൾ ദുർബ്ബലരുടെ കാലടികളിൽ ചവിട്ടി ആദ്യം ബസിൽ കയറി ഫോറസ്റ്റ് സ്കൂളിൽ തന്റെ ഊഴത്തിനായി പെൺകുട്ടി കാത്തിരുന്നു. അങ്ങനെ മോസ്കോവിലെ പുക നിറഞ്ഞ തെരുവീഥികളും തന്റെ മേഖലയിലെ തിളങ്ങുന്ന വൃത്തിയുള്ള സ്കൂളും സ്ഥിരമായി ഉറങ്ങാറുള്ള മേശയ്ക്കടിയിൽ നിലത്തുവിരിച്ചിട്ട കിടക്കയും ഉപേക്ഷിച്ച് പെൺകുട്ടി അമ്മയോടൊപ്പം ഒരു പെട്ടിയും പിടിച്ച് ഫോറസ്റ്റു സ്കൂളിലേക്ക് ട്രെയിൻ കയറി. സ്കൂളിലെ പിയാനോയുള്ള പൊതുവായ കിടക്കമുറി 'ഡോർമിറ്ററി' എന്നാണ് അറിയപ്പെട്ടത്. അവിടത്തെ

ക്യാന്റീനിൽ പാർശ്വഭാഗങ്ങളിൽ നിറയെ സ്തൂപങ്ങൾ ഉണ്ടായിരുന്നു. മുകളിലത്തെ നിലയിലാകട്ടെ, ഒരു ഗായകസംഘവും ഉണ്ടായിരുന്നു.

പന്ത്രണ്ടുവയസ്സുള്ള ഒരു പെൺകുട്ടിയുടെ ബാഹ്യരൂപം വർണ്ണിക്കുവാൻ ഞാൻ ഉദ്ദേശിക്കുന്നില്ല. എല്ലാവർക്കും അറിയാവുന്നതുപോലെ ബാഹ്യരൂപം ധാരാളം കാര്യങ്ങൾ കാട്ടിത്തരും, എന്നാൽ എല്ലാം കാട്ടിത്തരില്ല. ഒരാൾ എങ്ങനെ ആഹാരം കഴിക്കുന്നു, നടക്കുന്നു, സംസാരിക്കുന്നു, എന്തു സംസാരിക്കുന്നു ഇവയെല്ലാം പുറമെ നിന്നും മനസ്സിലാക്കാം. ഒരാൾ അദ്ധ്യാപികയോട് എങ്ങനെ പ്രതികരിക്കുന്നു, പാർക്കിൽ എങ്ങനെ ഓടുന്നു, എന്നെല്ലാം ബാഹ്യമായ കാഴ്ചയിലൂടെ വ്യക്തമാകും. എന്നാൽ ഒരാളുടെ ആന്തരികജീവിതം ആർക്കും മനസ്സിലാക്കാൻ കഴിയില്ല. അത് പൊള്ളയായ ബാഹ്യചേഷ്ടകളിൽനിന്നും ആർക്കെങ്കിലും അനുമാനിക്കാനോ തീരുമാനിക്കാനോ കഴിയുന്നതല്ല. ഉദാഹരണത്തിന് കുറ്റവാളിയുടെ മനസ്സിൽ സ്ഥിരമായ ആന്തരികസംഭാഷണം നടക്കുന്നുണ്ട്. നിരപരാധിത്വം വ്യക്തമാക്കുന്ന അത്തരം സംഭാഷണങ്ങൾ മറ്റാരെങ്കിലും കേട്ടിരുന്നെങ്കിൽ! പന്ത്രണ്ടു വയസ്സുള്ള ഒരു സാധാരണ പെൺകുട്ടിയുടെ മനസ്സിൽ ഇത്തരം സംഭാഷണങ്ങൾ തുടർച്ചയായി നടന്നിരുന്നു. എന്തു ചെയ്യണമെന്നും ആരോട് എന്തുത്തരം പറയണമെന്നും എവിടെ നിൽക്കണമെന്നും എങ്ങനെ പ്രതികരിക്കണമെന്നും അവൾ ചിന്തിച്ചുകൊണ്ടേയിരുന്നു. അടി കിട്ടാതിരിക്കുക, പരിഹസിക്കപ്പെടാതിരിക്കുക, പുറത്താക്കപ്പെടാതിരിക്കുക എന്നീ പ്രധാന ലക്ഷ്യങ്ങളാണ് അവൾക്കുണ്ടായിരുന്നത്.

പന്ത്രണ്ടു വയസ്സുള്ള കുട്ടിക്ക് അവളുടെ അക്രമാസക്തമായ സ്വഭാവവുമായി ഇണങ്ങിപ്പോകാനോ സ്വയം സൂക്ഷിക്കാനോ സൽസ്വഭാവത്തിനു ഉദാഹരണമാക്കാനോ പോന്ന ശക്തിയുണ്ടായിരുന്നില്ല. ആവശ്യത്തിന് ശക്തിയുണ്ടായിരുന്നില്ല എന്നതിനാൽ കുട്ടി അക്രമാസക്തയാകുകയും ഓടുകയും ഉച്ചത്തിൽ നിലവിളിക്കുകയും കീറിയ സോക്സുകളും നനഞ്ഞ ഷൂസുകളും ഇട്ടുകൊണ്ട് നടക്കുകയും ചെയ്തു. നനഞ്ഞ ശരത്ക്കാലമായിരുന്നു.

അവളുടെ അടയ്ക്കാത്ത വായിൽകുടി നെഞ്ചിൻകൂട്ടിൽനിന്നും കരച്ചിൽ ഉയർന്നു കേട്ടു. കാരണം കസാഖ്കൊള്ളക്കാരുടെയോ ദുർമന്ത്രവാദിയുടെയോ കളികളാണ് അവർ കളിച്ചിരുന്നത്. സ്കൂളിൽ ഇടവേളകളിൽ ഇടനാഴികളിലൂടെ ഓടുമ്പോൾ അവളുടെ മുടികൾ അഴിഞ്ഞുലയുകയും മൂക്ക് ഒലിക്കുകയും മിക്കപ്പോഴും മറ്റുള്ളവരുമായി വഴക്കടിക്കുകയും ചെയ്തു. വീട്ടിൽനിന്നും അകലെ ഒറ്റയ്ക്ക് ബോർഡിംഗ് സ്കൂളിൽ നിൽക്കുന്ന ഒരു പെൺകുട്ടി കുറഞ്ഞപക്ഷം സ്വന്തം സാധനങ്ങൾ സൂക്ഷിക്കണമായിരുന്നു. കീഴ്കാലുറകൾ പോലും അവൾക്കു സൂക്ഷിക്കാൻ കഴിഞ്ഞില്ല. ഒരെണ്ണം കിടക്കയുടെ

അരികിൽനിന്നും കിട്ടി. മറ്റൊരെണ്ണം എവിടെയാണെന്ന് ദൈവത്തിനെ അറിയൂ. ആദ്യം അപ്രത്യക്ഷമായത് തൂവാലകളായിരുന്നു. പിന്നെ അവളുടെ വലതുകയ്യുറ, കഴുത്തിൽ ചുറ്റുന്ന ഷാൾ എന്നിവയും കാണാതായി. പെൻസിലുകൾ, സ്കെയിൽ, തുടയ്ക്കാനുള്ള റബ്ബർ എല്ലാം നഷ്ടപ്പെട്ടു. താമസിയാതെ ക്ലാസിലുള്ള ആർക്കും തന്നെ സ്വന്തം സാധനങ്ങൾ ഇല്ലാതായി. പെൺകുട്ടിക്ക് സാധനങ്ങൾ നഷ്ട പ്പെടുന്നതിനെക്കുറിച്ച് ഒരു യക്ഷിക്കഥ എഴുതണമെന്ന പദ്ധതി യുണ്ടായിരുന്നു.

ചീപ്പുകൾ, റിബ്ബൺ, മുടിയിൽ കുത്തുന്ന സ്ലേഡുകൾ, പേന, പെൻസിലുകൾ മുതലായ വസ്തുക്കളെല്ലാം ഏതോ രാജ്യത്തേക്ക് അപ്രത്യക്ഷമാവുകയും പിന്നീട് ഒരിക്കലും തിരിച്ചു വരാതിരിക്കു കയും ചെയ്യുന്നതിനെക്കുറിച്ച് എഴുതണമെന്ന് അവൾക്കു തോന്നി. തന്റെ എല്ലാ ചില്ലറ സാധനങ്ങളും നഷ്ടപ്പെട്ട പെൺകുട്ടിക്ക് പേനയും പെൻസിലും സ്കെയിലും റബ്ബറും മറ്റുമില്ലാതെ ജീവിക്കാൻ പ്രയാസ മായിരുന്നു. അവൾ തന്റെ അമ്മയ്ക്ക് എഴുതി. ‘‘പ്രിയപ്പെട്ട അമ്മേ, അമ്മ എങ്ങനെ ജീവിച്ചു പോകുന്നു? ഞാൻ നന്നായി കഴിയുന്നു. എനിക്ക് ഇവയൊക്കെ കൊണ്ടുവരണം. (സാധനങ്ങളുടെ പൂർണ്ണ മായ പട്ടിക)

റോബിൻസൺ ക്രൂസൊയെപോലെ വീട്ടുസാമാനങ്ങളിലെ വിടവ് കുട്ടിതന്നെ നികത്തേണ്ടിയിരുന്നു. ചളിക്കുണ്ടിൽ നടക്കുവാനുള്ള നീളമുള്ള ബൂട്ടുകൾ നഷ്ടപ്പെട്ടു. ക്ലാസ്മുറികളിലേക്കു ചളിക്കുണ്ടു താണ്ടി വേണമായിരുന്നു പോകാൻ. അഴുക്കു പറ്റിയ ഷൂസുകളുമായി കാന്റീനിൽ പ്രവേശിക്കാൻ അനുവദിച്ചിരുന്നില്ല. ഗലീന പെത്രോവ്ന എന്ന ടീച്ചർ അവളുടെ കാലിനു ചേരാത്ത നീളമുള്ള ബൂട്ടുകൾ നൽകി. ഉപ്പൂറ്റികൾ വലിച്ചിഴച്ച് ഒരു വിശ്വാസവഞ്ചകയെപ്പോലെ അവൾ ക്ലാസിൽ നടന്നു. പാപിയായ ഒരു ആത്മാവിനെപ്പോലെ ഓരോ പാദത്തിലും വ്യത്യസ്ത അളവിലുള്ള ബൂട്ടുകൾ ധരിച്ച് അവൾ നടന്നു. അവളുടെ അമ്മ ഒരു പുതിയ ജോടി ബൂട്ടുകൾ കൊണ്ടുവരുന്നതുവരെ അങ്ങനെ നടന്നു.

സൗന്ദര്യത്തിന്റെ കാര്യത്തിൽ ഞാനൊരു സാധാരണ പെൺ കുട്ടിയായിരുന്നു. ഒരു മനുഷ്യനെപ്പോലെ കാണപ്പെടേണ്ടത് എന്റെ ആവശ്യമായിരുന്നു. പന്ത്രണ്ടുവയസ്സുണ്ടായിരുന്ന എനിക്ക് ആറാം ക്ലാസിലുള്ള തോലിക് എന്ന ആൺകുട്ടിയോട് ഒരു കമ്പം തോന്നി. എന്റെ അതേ പ്രായം. എന്റെ തലയുടെ പാതിവരെയെ അയാൾക്ക് ഉയരമുണ്ടായിരുന്നുള്ളൂ. അസാധ്യസൗന്ദര്യം. കത്തുന്ന കറുത്ത കണ്ണുകൾ, ചെറിയ മൂക്ക്, മൂക്കിന്റെ പാലത്തിൽ ഒരു മറുക്. ഒതുക്ക മില്ലാത്ത കൺപീലികൾ. പൊതുവെ പറഞ്ഞാൽ നക്ഷത്രങ്ങൾ പോലെയുള്ള കണ്ണുകൾ. എല്ലായ്പ്പോഴും പുഞ്ചിരിച്ചുകൊണ്ടിരിക്കും. മനം കവരുന്ന ഒരു കൗശലക്കാരൻ. പെൺകുട്ടിക്ക് അവനേക്കാൾ

ഉയരമുണ്ടായിരുന്നു. യവനപുരാണത്തിലെ കള്ളന്മാരുടെ ദേവനായ ഹെർമിസിനെപോലെ സുന്ദരനായ അവന്റെ ശോഭ കൃത്യമായി എല്ലാ വരിലേക്കും വ്യാപിച്ചു. അണുവികിരണം നടത്തുന്ന ഒരു ചെറു പേടകംപോലെ അവൻ നൂറുമീറ്റർ വരെ അകലേക്ക് പ്രഭ ചൊരിഞ്ഞു. എല്ലാത്തിനും ഉപരിയായി കാഞ്ചനമുഖമുള്ള ഒരു കുട്ടിപ്പിശാചായി തോലിക്ക് വിരാജിച്ചു. എല്ലായ്പ്പോഴും അവനെ ഒരു തേജസ് അനുഗമിച്ചു.

ക്ലാസിലെ ആൺകുട്ടികൾക്കിടയിൽ അവനായിരുന്നു കേന്ദ്ര ബിന്ദു. കണ്ണഞ്ചിപ്പിക്കുന്ന കൂരമ്പുപോലെ അപകടകാരിയായിരുന്നു അവൻ. ഊണുകഴിക്കാൻ വരുമ്പോൾ അവന്റെ മേശയ്ക്കടുത്തുള്ള ഒരു ഭാഗം അഭൗമമായ പ്രഭ ചൊരിഞ്ഞു. പെൺകുട്ടിയെ അസാധാരണമായ ഒരു സന്തോഷം ചൂഴ്ന്നുനിന്നു, തോലിക്ക് വന്നു. അവന്റെ കണ്ണുകൾ ഒരു ഭൂതക്കണ്ണാടിയിൽ എന്നപോലെ വലിപ്പം കൂടികാണപ്പെട്ടു. കണ്ണുകൾ തന്റെ സാമ്രാജ്യത്തെ ശ്രദ്ധാപൂർവ്വം നിരീക്ഷിച്ചു. സൂര്യകാന്തിപ്പൂക്കൾ സൂര്യന്റെ നേരെ തലതിരിക്കുന്നതുപോലെ എല്ലാ തലകളും അവന്റെ നേരെ തിരിഞ്ഞു. അല്ലെങ്കിൽ പന്ത്രണ്ടുവയസ്സുള്ള ഒരു പെൺകുട്ടിക്ക് അങ്ങനെയൊക്കെ തോന്നിയതായിരിക്കാം. ഒരു കാലിൽ മാത്രം സ്വന്തം ബൂട്ടു ധരിച്ച പെൺകുട്ടി, മറ്റേ കാലിൽ മറ്റാരുടേയോ ബൂട്ടു ധരിച്ച് കാൽ ചങ്ങലവലിക്കുന്നതുപോലെ ബുദ്ധിമുട്ടിയാണ് ക്ലാസിലും ഡൈനിംഗ് ഹാളിലും വന്നിരുന്നത്. ഒരു കാലിന്റെ അടിയിൽ ഒച്ചിഴയുന്നതുപോലുള്ള തോന്നലായിരുന്നു അവൾക്ക്. അങ്ങനെയുള്ള പെൺകുട്ടിയുടെ ഹൃദയത്തിലാണ് ഒരു മുള്ള് തറഞ്ഞു കയറിയത്. അതിന്റെ മുകളിൽ വലിയ ഒരു നെല്ലിക്കയുടെ വലിപ്പത്തിൽ മാറിൽ മുഴച്ചു പൊന്തി. ഞങ്ങളുടെ സ്കൂളിലെ അഞ്ചാംക്ലാസിലേയും ആറാംക്ലാസിലേയും പെൺകുട്ടികൾക്കും ആൺകുട്ടികൾക്കും മാറിൽ ഈ മുഴകളുണ്ടായിരുന്നു.

ഒരിക്കൽ ഊണുമുറിയിൽ പൊടുന്നനെ തോലിക്കിന്റെ സാന്നിദ്ധ്യം അവൾക്ക് പ്രാപ്യമായി. ഓടിവന്ന മറ്റൊരു ആൺകുട്ടി അവന്റെ നെഞ്ചിൽ കൈകളമർത്തി. ''ഹൊ, എന്റെ നെഞ്ച് വേദനിക്കുന്നു. പഹയാ'' തോലിക്ക് ഹാസ്യഭാവത്തിൽ പറഞ്ഞു. അവൻ തന്റെ കൈപ്പത്തി ഇടതു മുലക്കണ്ണിൽ പൊത്തിപ്പിടിച്ചു. വിചിത്രമായ ഒരു ചിരി അവന്റെ മുഖത്ത് വിരിഞ്ഞുനിന്നു. ''ഹൊ, അവനും അതുണ്ട്, അവന്റെ നെഞ്ചും വേദനിക്കുന്നുണ്ട്.'' അവൾ സ്വയം പറഞ്ഞു. പെൺകുട്ടികൾക്കു മാത്രം അല്ല ഇത്തരം വിങ്ങലുള്ളത്. അവൾ ആശ്വസിച്ചു.

അവന്റെ പൂർണ്ണമായ ശ്രദ്ധ എന്റെ കണ്ണുകളിൽ കേന്ദ്രീകരിക്കപ്പെട്ടു. ഞാനും തോലിക്കിനെ പ്രകടമായി നോക്കി. എന്റെ ചിന്തകൾ അവന് എന്റെ മിഴികളിൽ വായിച്ചെടുക്കാൻ കഴിയുമായിരുന്നു.

കാമദേവൻ എന്റെ ചിന്തകൾ അവന് അനുകൂലമായ വിധത്തിൽ വായിച്ചെടുത്തിരിക്കാം. പെട്ടെന്ന് കടന്നുവന്ന ആൺകുട്ടികൾ അവനെ ഊണുമുറിയിലേക്ക് വലിച്ചുകൊണ്ടുപോയി. ഇതായിരുന്നു ഞങ്ങളുടെ നോട്ടത്തിന്റെ തുടക്കം.

എന്റെ ചിന്തകൾ ഇപ്രകാരമായിരുന്നു: ആൺകുട്ടികൾക്കും മാറിൽ മുഴച്ചു വരുകയും വേദനിക്കുകയും ചെയ്യുമോ? തോലിക്കിനും അങ്ങനെയുണ്ടെന്ന അറിവ് എനിക്ക് ഹർഷോന്മാദം പകർന്നു. അതായത് അവൻ എന്നെപ്പോലെ തന്നെയാണ്. ഞാനും അവനും ഒരേ അവസ്ഥകളിലൂടെയാണ് കടന്നുപോകുന്നത്. ഞങ്ങൾ ഒരേ തരം തവളക്കുഞ്ഞുങ്ങളാണ്. നാണം തോന്നിക്കുന്ന എന്റെ ബൂട്ടുകൾ ആരുടേയും ശ്രദ്ധയിൽപെടാതിരിക്കാനായി ഏറ്റവും അവസാനമാണ് ഞാൻ ഊണുമുറിയിൽ പ്രവേശിക്കുന്നത്.

ഒരാൾ ഒറ്റപ്പെട്ടു പെരുമാറുന്ന സോഷ്യലിസ്റ്റ് വ്യവസ്ഥിതിയിലെ സമൂഹത്തിന് ഇഷ്ടമല്ല. ഒരാൾ മാത്രം വൈകുന്നതോ വിഭിന്നമായ വസ്ത്രം ധരിക്കുന്നതോ പൊതുവായ സ്കൂൾ സമൂഹത്തിന് ഹിതമല്ല. സമൂഹജീവിതത്തിന്റെ ഭാഗമായാണ് പെൺകുട്ടി വളർന്നുവന്നത്.

നഴ്സറി സ്കൂളിൽപോലും കഠിനമായ ശിക്ഷ ലഭിച്ചിരുന്നു. അങ്ങനെയുള്ള ജീവിതത്തിൽ ദുർബലർക്ക് ഉള്ളതെല്ലാം ശക്തിയുള്ളവർ കവർന്നെടുത്തിരുന്നു. കൈമുട്ടുകൊണ്ട് നേരെ മൂക്കിൽ ഇടിച്ച് ചോര വരുത്താനും മടിയുണ്ടായിരുന്നില്ല. വലിയ ബൂട്ടുകൾ കാണുമ്പോൾ അവർ ആർത്തുചിരിച്ചു. എല്ലാ സാധനങ്ങളും മോഷ്ടിക്കപ്പെടും. ബോർഡിംഗ് സ്കൂളുകളിലെ പൊതുജീവിതത്തിൽ ആയിരം കണ്ണുകളുള്ള ജലസർപ്പത്തെപ്പോലെ നിങ്ങൾ ശ്രദ്ധാലുവായിരിക്കണം. അവിടെ നിരവധി സൂത്രങ്ങളും കെണികളുമുണ്ട്. നിങ്ങളുടെ ചിന്തകൾ ആരുമായും പങ്കുവെയ്ക്കരുത്. നിങ്ങളുടെ ചിന്ത മറ്റൊരാൾ അറിഞ്ഞാൽ അത് നിങ്ങളുടെ അന്ത്യമാണ്. അത് എല്ലാവരോടും പറയുകയും അവരെല്ലാം ചേർന്നു നിങ്ങളെ കളിയാക്കി ആർത്തു ചിരിക്കുകയും ചെയ്യും.

അമ്മ വീട്ടിൽനിന്നും കൊടുത്തു വിടുന്ന ഭക്ഷണം രഹസ്യമായി ഒറ്റയ്ക്ക് കഴിക്കാൻ സാധ്യമല്ലായിരുന്നു. എല്ലാം എല്ലാവരുമായും പങ്കുവെയ്ക്കണം. അതാണ് അവിടത്തെ ജീവിതരീതി. സ്വകാര്യ സ്വത്ത് എന്ന ചിന്തപോലും എന്നന്നേക്കുമായി തച്ചുടയ്ക്കപ്പെട്ടു. എല്ലാം കൊടുക്കണമായിരുന്നു. വേനൽക്കാലത്തെ പയനീർ ക്യാമ്പുകളിലെ സ്ഥിതി വളരെ മോശമായിരുന്നു. വഴക്കടിക്കുന്നത് കാണുമ്പോൾ മുതിർന്നവരാരും ഇടപെട്ടിരുന്നില്ല. എല്ലാവരേയും തീറ്റിപ്പോറ്റുകയും വിളിച്ചുണർത്തുകയും ചെയ്യും. കൂടുതൽ സൂക്ഷ്മമായ കാര്യത്തിലും ആരും ഇടപെട്ടില്ല. അതാണ് നിരവധി കുട്ടികൾ ഒരുമിച്ചു വളരുമ്പോഴുള്ള നിയമം.

വനത്തിനരികെയുള്ള ഞങ്ങളുടെ സ്കൂളിൽ അധികം കുട്ടികൾ ഇല്ലാതിരുന്നതിനാൽ ക്ലാസുകളിലെ അംഗസംഖ്യ കുറവായിരുന്നു. പാർക്ക്, പിയാനൊ, ക്ഷയരോഗം മൂലമുള്ള ഒറ്റപ്പെടുത്തൽ മുതലായ കാരണങ്ങൾ കുട്ടികളോട് കൂടുതൽ ശ്രദ്ധ പുലർത്താൻ അദ്ധ്യാപകരെ പ്രേരിപ്പിച്ചു. സുരക്ഷിത രോഗികളുടെ ഗണത്തിൽ പെടുന്ന അദ്ധ്യാപകരും ഉണ്ടായിരുന്നു. അസ്ഥിക്ഷയം ബാധിച്ചവർ ധരിക്കുന്ന വീതിയുള്ള ബൽറ്റുപോലെയുള്ള അടിക്കുപ്പായം ധരിച്ച അദ്ധ്യാപകരെയും കാണാമായിരുന്നു. അതുകൊണ്ട് നിരവധി അദ്ധ്യാപകർ ആളുകളിൽ നിന്നകന്ന് തുറസ്സായ സ്ഥലത്ത് ശുദ്ധവായു കിട്ടുന്ന സ്ഥലങ്ങളിൽ ചെലവഴിക്കാൻ ഇഷ്ടപ്പെട്ടു.

വിചിത്രസ്വഭാവമുള്ള ബുദ്ധിമാന്മാരായ അസാധാരണ അദ്ധ്യാപകർ ലോകം വെടിഞ്ഞു പാർക്കിൽ വന്ന് തൂണുകളുള്ള കൊട്ടാരത്തിൽ സ്ഫടികം പോലെയുള്ള ആകാശത്തിന്റെ കീഴെയിരുന്നു ക്ലാസെടുത്തു. ഇരുട്ടാകുമ്പോൾ വലിയ മരങ്ങൾക്കിടയിലൂടെ അപൂർവ്വമായ വെളിച്ചം അരിച്ചെത്തുമായിരുന്നു. ബൂട്ടുകളുടെ ജോടിയിൽ നിന്നും ഒരെണ്ണം നഷ്ടപ്പെട്ടതിനാൽ ഒരു അദ്ധ്യാപിക സമ്മാനിച്ച പാകമല്ലാത്ത ബൂട്ട് ഒരു കാലിൽ ധരിച്ച് നടക്കേണ്ടിവന്നത് എനിക്ക് വലിയ മനോവിഷമം ഉണ്ടാക്കി. ഞാൻ എല്ലാ പെൺകുട്ടികളേക്കാളും പിന്നിലായി. അവർ എന്നെ പരസ്യമായി കളിയാക്കി.

ഒക്ടോബർ മാസം രണ്ടാമത്തെ ആഴ്ചയിൽ രാത്രി അത്താഴത്തിനു ശേഷം ഞങ്ങളുടെ വിദ്യാർത്ഥികളുടെ ഒരു സംഘം പാർക്കിലൂടെ ഹോസ്റ്റലിലേക്ക് നീങ്ങി. പെൺകുട്ടി മറ്റു പെൺകുട്ടികളേക്കാൾ വളരെ പിന്നിലായാണ് നടന്നിരുന്നത്. തന്റെ ബൂട്ടുകൾ മറച്ചു പിടിച്ചുകൊണ്ട് അവൾ പതുങ്ങിനടന്നു. അവിടെ ആൺകുട്ടികൾ അദ്ധ്യാപകരൊന്നും സമീപത്തില്ലാതെ നടന്നുവരുന്നുണ്ടായിരുന്നു. പെൺകുട്ടി ആൺകുട്ടികളുടെ ഇടയിൽപെട്ടു.

ചെന്നായ്ക്കൾ ഇരയുടെ ചുറ്റും വലയം തീർത്തുകൊണ്ട് ഒരു ജീവിയുടെ മാർഗ്ഗങ്ങളെല്ലാം കൊട്ടിയടയ്ക്കുന്ന നൈസർഗ്ഗികമായ രീതിയിൽ ആൺകുട്ടികൾ നിബിഡവനത്തിൽ പെൺകുട്ടിയുടെ മുന്നിൽ വഴിയടച്ച് പെട്ടെന്ന് നിലയുറപ്പിച്ചു. ഇരുട്ടിൽ നിഴലുകൾ തിരിച്ചറിയാൻ കഴിയാത്തവിധം കാണപ്പെട്ടു. ചുറ്റിലും നോക്കിയ പെൺകുട്ടി തന്റെ പിന്നിൽനിന്നും സാവധാനം നടന്നടുക്കുന്നവരെ കണ്ടു. അവരെല്ലാവരും ഒരു സമൂഹവേട്ടയുടെ ലഹരിയിൽ ഒരേ അവയവത്തിന്റെ ഭാഗങ്ങളായി ഒരുമിച്ച് ഒരു മൃതദേഹത്തിൽ ചാടിവീഴാൻ തയ്യാറായി. അതൊരു നിമിഷാർദ്ധത്തിന്റെ സങ്കുചിതഭാവം മാത്രമായിരുന്നു. ഭാവിയെക്കുറിച്ച് ഒന്നും ആലോചിക്കാതെയുള്ള ഒരു നിമിഷം. ഇപ്പോൾ ഒരേയൊരു ലക്ഷ്യം മാത്രം. അവൾ ചലിക്കുകയാണ്. എങ്ങനെയും അവളെ തടഞ്ഞു നിർത്തണം, അടക്കിപ്പിടിക്കണം. എല്ലാവരും അതുമാത്രം ആലോചിച്ചു.

എന്തായിരുന്നു ആ പന്ത്രണ്ടു വയസ്സുകാരായ ആൺകുട്ടികളുടെ തലയ്ക്കകത്ത്, ശൂന്യമായ ഹൃദയങ്ങളിൽ, അവരുടെ പക്വതയി ല്ലാത്ത ശരീരങ്ങളിൽ, അവരുടെ മുലക്കണ്ണുകൾക്കു ചുറ്റുമുള്ള വിള യാത്ത നെല്ലിക്കകളിൽ? ഒന്നുമാത്രം. കൂട്ടത്തോടെയുള്ള കടന്നു പിടുത്തത്തിനുള്ള ആഗ്രഹംമാത്രം. വൃക്ഷങ്ങളുടെ ഇരുട്ടിൽ ചെറിയ ഒരു കുഴിയുടെ മദ്ധ്യത്തിലായി പെൺകുട്ടി നിന്നു. ദൂരെ വളരെ അകലെ പാർക്കിന്റെ അറ്റത്തായി ഹോസ്റ്റലിലെ വെളിച്ചം കാണാ മായിരുന്നു. കൂടാതെ പരിപൂർണ്ണ സുരക്ഷിതരായി നടന്നു നീങ്ങുന്ന മറ്റു പെൺകുട്ടികളുടെ തിളങ്ങുന്ന രൂപങ്ങൾ കാണാമായിരുന്നു. ഞാൻ അവരുടെ നേർക്ക് അലറിവിളിച്ചു. ഞാൻ വന്യമായി വില പിച്ചു.

ഞാനൊരു കാഹളസൈസൻ മുഴക്കി. ഭീകരമായ ഒരലർച്ചയായി രുന്നു അത്. എന്റെ തൊണ്ടയിൽ കണ്ണീർ ഓളം തല്ലിയെങ്കിലും നിർത്താതെയുള്ള ഒരു അലർച്ചയായിരുന്നു അത്. മുന്നിൽനിന്ന ആൺകുട്ടികൾ എന്നെ സമീപിച്ചു. അവരുടെ ചിരിക്കുന്ന മുഖങ്ങൾ കൂടുതൽ അടുത്തേക്കു വന്നു. എന്നെ കടന്നു പിടിക്കാനായി അവർ കൈകൾ നീട്ടി. ഞാൻ നിശ്ചലയായി നിന്ന് പെൺകുട്ടികളുടെ നേർക്ക് നോക്കി വിലപിച്ചു. ദൂരെയുള്ള പെൺകുട്ടികളുടെ രൂപങ്ങൾ ചുറ്റിലും നോക്കിയിട്ട് ഓടിപ്പോകുന്നത് ഞാൻ കണ്ടു. എന്റെ അലർച്ച യുടെ ശബ്ദം ഉയർന്നുകൊണ്ടിരുന്നു. അവരെന്നെ എന്തുചെയ്യും? ഒരുപക്ഷേ അവർ തങ്ങളുടെ കൈകളാൽ എന്നെ വലിച്ചു കീറി മുറിക്കുമായിരിക്കും. തങ്ങളുടെ വേട്ടയുടെ ഫലങ്ങൾ ഒളിപ്പിച്ചു വെയ്ക്കാനായി എന്റെ അവശിഷ്ടങ്ങൾ അവർ കുഴിച്ചു മൂടിയേക്കാം. ഒരു ജീവനുള്ള വ്യക്തിയോട് ചെയ്യാവുന്ന എല്ലാ ക്രൂരതകളും ഇതി നകം അവർ എന്നോട് ചെയ്തിരിക്കും. പക്ഷേ ഇപ്പോൾ അവർ എന്നോട് വായടയ്ക്കാനാണ് ആവശ്യപ്പെട്ടത്.

എന്നിൽനിന്നും ഏകദേശം രണ്ടു മീറ്റർ ദൂരത്തെത്തിയ അവരെ എന്തോ തടഞ്ഞു നിർത്തി. അവരുടെ വലയം പിന്നെ ചുരുങ്ങിയില്ല. അവർ എന്തോ കാത്തുനിന്നു. വന്യമായി അലറി വിളിച്ചുകൊണ്ട് ഞാൻ അതിവേഗം ആൺകുട്ടികളുടെ വലയം ഭേദിച്ച് സ്വതന്ത്രമായ പുൽത്തകിടിയിലേക്ക് ഓടി. എന്റെ ഒരു ബൂട്ട് ചെളിയിൽ പുതഞ്ഞു നഷ്ടപ്പെട്ടു. വാതിൽക്കൽവെച്ച് ഏറ്റവും പിന്നിലായി നടന്ന പെൺ കുട്ടിയെ ഞാൻ മറികടന്നു. എന്റെ കാലടി ശബ്ദം കേട്ട് തിരിഞ്ഞു നോക്കിയ അവളുടെ മുഖത്ത് വൃത്തികെട്ട ഒരു വഷളൻ ചിരി വിരിഞ്ഞു നിന്നു.

കെട്ടിടത്തിനുള്ളിലെത്തിയ ഞാൻ പൊട്ടിക്കരഞ്ഞു. പക്ഷേ ആരും ഒന്നും ചോദിച്ചില്ല. ഞാനെന്തിനാണ് അങ്ങനെ അലറിക്കരഞ്ഞ തെന്നും ആരും അന്വേഷിച്ചില്ല. അവർക്ക് അതെല്ലാം എങ്ങുനിന്നോ

മനസ്സിലായി. ഗുഹയിലെ അന്ധകാരത്തിന്റെ സൃഷ്ടികളായിരുന്നു അവരും. ഇത്തരം ചൂണ്ടയിടീലിന്റെയും വേട്ടയാടലിന്റേയും സന്തതികളായിരുന്നു അവർ ഓരോരുത്തരും. കുട്ടികൾ ജീവിതം എളുപ്പത്തിൽ മനസ്സിലാക്കുകയും അതിന്റെ ലഘുവായ നിയമങ്ങളെ സ്വീകരിക്കുകയും ചെയ്തു. അവർ വളരെ പെട്ടെന്ന് ഭയങ്കരമായി പിഴച്ചു പോകുമായിരുന്നു. പുരാതന ജീവിതരീതിയിലേക്ക് അവർ മടങ്ങുകയും എല്ലാവരും പൊതുവായ ആഹാരം തുല്യമായി കഴിക്കുകയും നേതാക്കൾ അതുല്യരായി വർത്തിക്കുകയും ചെയ്തു. അവസാനം വരുന്നയാൾക്കും ദുർബലനും വളരെ കുറച്ചു മാത്രമോ ഒന്നും ലഭിക്കാതെയോ വന്നു. അവർ പെണ്ണുങ്ങളെ പൊതുവായി പങ്കുവെച്ചു. കിടക്കയോ പാത്രങ്ങളോ ഇല്ലാതെ കൈകൊണ്ട് ആഹാരം കഴിക്കുകയും നിൽക്കുന്നിടത്തുതന്നെ കിടന്നുറങ്ങുകയും ചെയ്തു. അവർ ഒരേ സിഗററ്റുകുറ്റി പങ്കുവെച്ചു വലിക്കുകയും ഒരേ പാത്രത്തിൽ നിന്ന് കുടിക്കുകയും ഒരുമിച്ച് കരയുകയും ആരെയും നിന്ദിക്കാതിരിക്കുകയും ചെയ്തു. അവരുടെ ഉമിനീരും വിസർജ്ജ്യങ്ങളും രക്തവും പറ്റിയ ഒരേതരം വസ്ത്രങ്ങൾ ധരിച്ചു.

ആ സായാഹ്നത്തിൽ പെൺകുട്ടികൾ മൗനം പൂണ്ടു. ആരും എന്നോട് ഒന്നും സംസാരിച്ചില്ല. പ്രാധാന്യമുള്ളതും എല്ലാവർക്കും ആവശ്യമുള്ളതുമായ എന്തോ സംഭവിച്ചതുപോലെയായിരുന്നു അവരുടെ ഭാവം. ന്യായത്തിന്റെ യുക്തി അവരെ അടക്കി ഭരിച്ചു. എല്ലാവരും സംതൃപ്തരായിരുന്നു. ഞാൻ രക്ഷപ്പെട്ട കാര്യം അവർ അറിഞ്ഞില്ല. പെൺകുട്ടിയെ ആ ആൺകുട്ടികൾ വലയം ചെയ്തിരുന്നുവെങ്കിൽ, അവൾ മരത്തിനു കീഴെ വീണുകിടന്നുവെങ്കിൽ എന്തു സംഭവിക്കുമായിരുന്നു? എല്ലാവരുംകൂടി അവളെ വാരിക്കൂട്ടിയേനേ. അത്യാർത്തിയോടെയാണ് അവരെ കാണപ്പെട്ടത്. കണ്ണുകൾകൊണ്ട് ആർത്തിയോടെ അവർ ശവം കൊത്തി വലിച്ചു തിന്നുമായിരുന്നു. അവൾ ജീവനോടെ എന്നാൽ ആകെ തകർന്നു നുറുങ്ങിതിരിച്ചെത്തിയെങ്കിൽ എന്തു സംഭവിക്കുമായിരുന്നു? അത്തരം സംഭവങ്ങൾക്ക് വശംവദരായവരെയാണ്. 'പുറന്തള്ളപ്പെട്ടവൾ' എന്ന് വിളിച്ചിരുന്നത്.

തന്റെ സ്കൂൾ അങ്കണത്തിലെ പുറന്തള്ളപ്പെട്ടവരെ പെൺകുട്ടിക്ക് അറിയാമായിരുന്നു. അത്തരക്കാരെ തങ്ങൾക്കു തോന്നുന്നവിധം ഉപയോഗിക്കുകയും ഇഷ്ടംപോലെ ദേഹോപദ്രവം ഏൽപ്പിക്കുകയും ചെയ്തിരുന്നു. 'പുറംതള്ളപ്പെട്ടവരെ' എല്ലായിടത്തും വേട്ടയാടി. അവരെ പിൻതുടർന്ന വേട്ടക്കാർ എല്ലാവരുടേയും കൺമുന്നിൽ വെച്ച് അവരെ ഭിത്തിയിൽ ചേർത്ത് അമർത്തി. രണ്ടോ മൂന്നോ വേട്ടക്കാർ എല്ലായ്പ്പോഴും അവരെ പിൻതുടർന്നു. മുതിർന്നവരുടെ സാമീപ്യം മാത്രമേ വേട്ടക്കാരിൽനിന്നും അവരെ രക്ഷപ്പെടുത്തിയുള്ളൂ. ഓരോ മുക്കിലും മൂലയിലും മുതിർന്നവരുടെ സാമീപ്യം ആർക്കാണ് പ്രതീക്ഷിക്കാൻ കഴിയുക?

അടുത്ത ദിവസം എല്ലാം പഴയതു പോലെയായി. അത്ര മോശമോ നല്ലതോ ആയിരുന്നില്ല. ചളിയിൽ ആഴ്ന്നുപോയ കാലുറ ഞാൻ കണ്ടുപിടിച്ചു. അഴുക്കു പുരണ്ട ഷൂസുകൾ അതിനുള്ളിൽ ഒളിപ്പിച്ച് ഉന്മേഷത്തോടെ ഞാൻ മുടന്തി നടന്നു. പിടലിക്കു കിഴുക്കാനും പിന്നിയ മുടിയിൽ പിടിച്ചു വലിക്കാനും വട്ടക്കാലിടാനുമുള്ള അവസരങ്ങൾ പാഴാക്കാതെ ആൺകുട്ടികൾ എന്നോടു സാധാരണ പോലെ പെരുമാറി. പെൺകുട്ടികൾ എന്നെ ഇടയ്ക്കിടെ ശ്രദ്ധിച്ചു. അസാധാരണമായി ഒന്നും കാട്ടിയതുമില്ല. ആൺകുട്ടികൾ എന്നെ നോക്കി അർത്ഥം വെച്ചു ചിരിച്ചിരുന്നുവെങ്കിൽ എല്ലാവർക്കും കാര്യം മനസ്സിലാകുമായിരുന്നു. അങ്ങനെ പ്രത്യേകമായ ഒരു പെരുമാറ്റവും ആൺകുട്ടികളുടെ ഭാഗത്തുനിന്നും ഉണ്ടാകാത്തതിനാൽ ഞാൻ രക്ഷപ്പെട്ടു എന്ന സത്യം പെൺകുട്ടികൾക്ക് മനസ്സിലായി. എല്ലാം വീണ്ടും പഴയതുപോലെയായി. എനിക്കു സംഭവിച്ച എല്ലാ കാര്യങ്ങളും പരോക്ഷമായി ഒരാൾ അറിയാനിടയായി.

കുട്ടികളുടെയിടയിൽ ഏറ്റവും വളർച്ച നേടിയ വേട്ടക്കാരനായ ഒരാളായിരുന്നു അത്. തോലിക്ക് ആയിരുന്നു. അവൻ എന്റെ വഴി തടഞ്ഞു. അവൻ ഒരിക്കലും ഒറ്റയ്ക്കു നടന്നിരുന്നില്ല. എല്ലായ്പ്പോഴും അവനോടൊപ്പം രണ്ടോ മൂന്നോ സുഹൃത്തുക്കൾ ഉണ്ടാകുമായിരുന്നു. എന്റെ വഴി തടഞ്ഞ, അവന്റെ തിളങ്ങുന്ന, കറുത്ത, വിഷയാസക്തമായ കണ്ണുകൾ എന്റെ മുഖത്തും ശരീരത്തിലും കാലുകളിലും പരതി നടന്നു. അവൻ എന്നെ നോക്കി ഒരു വിഡ്ഢിച്ചിരി ചിരിച്ചു. കുറച്ചു ദൂരെ മാറി നിന്ന അവന്റെ അംഗരക്ഷകർ ഞങ്ങൾ നിൽക്കുന്ന സ്ഥലം മ്ലാനമായി പരിരക്ഷിച്ചു. അവർക്ക് ചിരിക്കാൻ സമയമുണ്ടായിരുന്നില്ല. അവർ വേട്ടയാടിയിരുന്നില്ല. ബലാൽക്കാരത്തിന്റെ തെളിവുകൾ തേടി അവന്റെ കണ്ണുകൾ രാത്രിയിലെ ആകാശത്ത് തിരഞ്ഞു.

ഞാൻ എപ്പോഴും സുരക്ഷിതയായിരുന്നു. എന്തെങ്കിലും പഴുതുണ്ടെങ്കിൽ മുതിർന്നവരെ എങ്ങനെ ഉപയോഗപ്പെടുത്തണമെന്ന് ഞാൻ പഠിച്ചിരുന്നു. പതിയിരുന്ന് ആക്രമിക്കുന്നവരെ കണ്ട് എന്റെ ഹൃദയം വല്ലാതെ തുടിച്ചു. അത് അവന്റെ പ്രേമാഭ്യർത്ഥനയായിരുന്നില്ല. അത് മറ്റെന്തോ ആയിരുന്നു. പെൺകുട്ടികൾക്ക് നിർവചിക്കാനാവാത്തതും അവർ തോളുകൾ കുലുക്കിക്കൊണ്ട് അറിയില്ല എന്നു പറഞ്ഞതുമായ എന്തോ ഒന്ന്. എന്നിൽ ഒട്ടിപ്പിടിച്ചിരിക്കുന്ന നാണക്കേടിന്റെ അല്പഗന്ധത്തെയാണ് തോലിക്ക് തിരഞ്ഞത് എന്ന് എനിക്കു മാത്രം മനസ്സിലായി.

ക്ലാസിലെ മറ്റു കുട്ടികൾ അവളെ ശല്യം ചെയ്യാതായി. തന്റെ വളയ്ക്കാൻ കഴിയാത്ത സ്വഭാവവും തൊള്ള കീറാനുള്ള കഴിവും കൊണ്ട് അവൾ സ്വയം പ്രതിരോധം തീർത്തു. വളരെ ഉച്ചത്തിൽ അരോചകമായി അലറിവിളിക്കാനും വളരെ നേർത്ത ശബ്ദത്തിൽ

അവസാനിപ്പിക്കാനും അവൾക്കൊരു പ്രത്യേക കഴിവുണ്ടായിരുന്നു. ഒരു വഴക്കാളിപൂച്ചയുടെ പ്രത്യേക കഴിവായിരുന്നു അത്. അവശ്യ ഘട്ടങ്ങളിൽ അവളുടെ ഈ കഴിവ് അവളെ രക്ഷിച്ചു. അതുകൂടാതെ പഠനകാര്യങ്ങളിലെല്ലാം അവൾ എപ്പോഴും 'എ' പ്ലസ് നേടിയിരുന്നു. അതൊരു ഫോറസ്റ്റ് സ്കൂളായിരുന്നതുകൊണ്ട് പയനീർ ക്യാമ്പിലെ പോലെ നേരത്തെ എഴുന്നേൽക്കുകയും ആദ്യം എത്തുകയും ചെയ്യുന്ന വർക്കായിരുന്നില്ല മുൻഗണന.

ഉയർന്ന ഗ്രേഡുകൾസത്യസന്ധമായ നേട്ടമായി കണക്കാക്കപ്പെട്ടു. ആരെയും മൂക്കിനിടിച്ച് എ ഗ്രേഡ് വാങ്ങാനോ തന്റെ കോമ്പോ സിഷൻ ക്ലാസിൽ ടീച്ചർ ഉച്ചത്തിൽ വായിക്കുന്നത് പരിഹസിക്കാ നുള്ള സംഗതിയോ ആയിരുന്നില്ല. എന്റെ ബാല്യകാലം ഞാൻ കൂടു തലും ചെലവഴിച്ചത് പബ്ലിക് കാന്റീനുകളിൽ ക്യൂ നിന്നും കമ്മ്യൂണൽ ഫ്ളാറ്റുകളിലെ അടുക്കളയിൽ ക്യൂ നിന്നുമായിരുന്നു. അവിടെ എ ഗ്രേഡ് എന്നെ തുണച്ചില്ല. ശത്രുതാമനോഭാവമുള്ള ഒരു കൂട്ടം ആളു കൾക്കിടയിൽ ഒറ്റപ്പെട്ടുപോയ അവൾ ശരത്ക്കാലത്തെക്കുറിച്ച് ഒരു ഉപന്യാസം എഴുതിക്കൊണ്ടാണ് പ്രതികരിച്ചത്. പനിക്കുമ്പോൾ ചുട്ടുപൊള്ളുന്നതുപോലെ ചൂടോടെ അവൾ വിവരണങ്ങൾ എഴുതി ക്കൂട്ടി.

എന്റെ അവസാനത്തെ കയ്യെഴുത്ത്പ്രതിയിൽ കുമിഞ്ഞുകൂടിയ ആകാശനീലിമയ്ക്കു മുകളിലെ വൈഡൂര്യസന്ധ്യയും വെള്ളച്ചാട്ട ത്തിനു മുകളിലെ സ്വർണ്ണനിറവും സ്ഫടികസങ്കാശമായ പവിഴപ്പുറ്റു കളും കണ്ട് റഷ്യൻ ഭാഷാ അദ്ധ്യാപിക അത്ഭുതം കൂറി. ക്ഷയരോഗി യായ സുന്ദരിടീച്ചർ, അസ്ഥിക്ഷയമുള്ളവർ ധരിക്കുന്ന കുപ്പായം ധരിച്ചിരുന്നു. അവർ എന്റെ രചന മറ്റ് അദ്ധ്യാപകർക്ക് വായിക്കാൻ കൊടുക്കുകയും ക്ലാസിൽ ഉറക്കെ വായിക്കുകയും ചെയ്തു. എന്നെ ഏകദേശം പൂർണ്ണമായും നശിപ്പിച്ച അതേ ക്ലാസിൽ അവർ അത് വായിച്ചു. പിന്നീട് ഞാൻ കവിതയെഴുതി. ഭരണഘടനാദിനത്തോടനു ബന്ധിച്ച് സ്കൂളിൽ പ്രസിദ്ധീകരിച്ച സ്പെഷ്യൽ എഡിഷനിലാണ് കവിതയെഴുതിയത്. മരിക്കുന്ന മനുഷ്യന്റെ ചോര വാർന്നു പോകു ന്നതുപോലെയോ അനുകമ്പയില്ലാത്ത ഒരു തമാശയോ പ്രതിപാദി ക്കുന്ന ആധുനിക കവിതയായിരുന്നില്ല അത്. എന്റെ സൃഷ്ടികൾ പരിഹാസത്തിന് പാത്രമായില്ല. അതെനിക്ക് പൊതുവായ ബഹു മാനം നേടിതന്നു. നമ്മൾ സോവിയറ്റ് ജനത. ഇന്ന് നമ്മൾ ശക്ത രാണ്. നമ്മളിന്ന് ലോകസമാധാനത്തിനുവേണ്ടി നിലകൊള്ളുന്നു. ആകെ ആറു വരികൾ.

''നിന്റെ സ്വന്തം സൃഷ്ടിയാണോ?'' സുന്ദരി ടീച്ചർ ചോദിച്ചു.

ശൈത്യകാല സൂര്യന്റെ ചാഞ്ഞ രശ്മികൾ വലിയ ജാലകത്തി ലൂടെ അവളുടെ മുടി പിന്നിക്കെട്ടിയ തലയുടെ രൂപരേഖ രചിച്ചു.

കുറുനിരകൾ സൂര്യരശ്മികളിൽ തിളങ്ങി. അങ്ങനെ ആർക്കും വഴി മുടക്കുവാനാകാത്തവിധം ഞാൻ വഴിയിൽ ഉറച്ചുനിന്നു! അമ്മയെ നിക്ക് ഒരു ജോടി പുതിയ റബ്ബർ കാലുറകളും ഫെൽറ്റ് ഷൂസുകളും അയച്ചുതന്നു.

രാത്രിയിൽ ടോയ്‌ലറ്റിലെ വൈദ്യുത വിളക്കുകളുടെ പ്രഭയിൽ ജനാലപ്പടിയിലിരുന്ന് ഞാൻ പാഠങ്ങൾ പഠിച്ചു. എന്റെ പുതിയ ശക്തി യുള്ള ശബ്ദം ഇപ്പോൾ സ്കൂളിലെ ഗായകസംഘത്തിന്റെ ഭാഗമായി മാറി. സ്കൂളിലെ പുതുവത്സര പരിപാടിയിൽ ഒരു മൽദാവിയൻ ചടുലനൃത്തത്തിൽ ചേർന്നു. അതുകഴിഞ്ഞ് ഞങ്ങൾ വീടുകളിലേക്ക് മടങ്ങി പോകേണ്ടിയിരുന്നു. അതിന്റെയർത്ഥം ഞാനിനി ഒരിക്കലും എന്റെ ദാഹാർത്തനായ തോലിക്കിനെ കാണില്ല എന്നാണ്. തോലിക്ക് ''നിന്റെ പേര് ചൂടുള്ള പാലുപോലെയാണ്. നിന്റെ മുഖം ഒരു സൂര്യനെ പ്പോലെ എന്നിൽ തിളങ്ങി നിൽക്കുന്നു. നിന്റെ കണ്ണുകളിൽ നിറയെ ആലസ്യവും ആസക്തിയുമാണ്. നിന്റെ കണ്ണുകൾ നക്ഷത്രങ്ങളാണ്. നിന്റെ തൊലിപ്പുറത്തെ പുള്ളിക്കുത്തുകൾ നക്ഷത്രങ്ങളാണ്. നിന്റെ ശബ്ദം സ്ഫടികംപോലെ സ്പഷ്ടമാണ്.''

ഇരുട്ടു വീണ മൂലകളിൽ വെച്ച് തോലിക് ഉച്ചത്തിലും വ്യഥത മായും എന്നിൽ അശ്ലീല വാക്കുകൾ വർഷിച്ചു. എന്നേക്കാൾ ആറിഞ്ച് പൊക്കം കുറഞ്ഞ തോലിക് നിവർന്ന് നടക്കുന്നവനും ഒരു അമ്പു പോലെ ഉറച്ച ശരീരത്തോടുകൂടിയവനുമായിരുന്നു. ഞരമ്പുകൾ വലിഞ്ഞു മുറുകിയ ക്ഷയരോഗിയായ അവൻ തന്റെ ലക്ഷ്യപ്രാപ്തി യിൽ നിതാന്ത ശ്രദ്ധാലുവായിരുന്നു. ഞാൻ അവനിൽനിന്നും ഒളിച്ചു നടന്നു. എല്ലായിടത്തും അവനൊരു ഒഴിയാബാധയായി. അവനെ കാണാതെ ഞാൻ വിഷമിച്ചു. അവനെ കാണുമ്പോൾ എന്റെ നെഞ്ചിൽ ഒരു വിങ്ങൽ അനുഭവപ്പെട്ടു. കാറ്റടിക്കുന്നതുപോലെ ഒരു വിങ്ങൽ.

പൊക്കംകൂടിയ പെൺകുട്ടിയും പൊക്കം കുറഞ്ഞ ആൺകുട്ടി യുമായുള്ള ജോടിയെ സ്കൂളിൽ എല്ലാവർക്കും പരിചിതമായിരുന്നു. എല്ലാ രാത്രികളിലും ഞാൻ അവന്റെ മുഖം സ്വപ്നം കണ്ടു. എല്ലാ വരും അവനിൽ അനുരക്തരാണെന്ന് തോന്നി. പുതുവത്സര ആഘോഷ ങ്ങളുടെ റിഹേഴ്സലുകൾ തിരക്കിട്ടു നടക്കുന്ന സമയം. അവൾ എപ്പോഴും വളരെ തിരക്കിലായിരുന്നു. ഡിസംബർ 28ന്റെ റിഹേ ഴ്സലുകൾ എല്ലാം അവസാനിപ്പിക്കേണ്ടിയിരുന്നു. അവസാനം തേങ്ങിക്കരയാൻ പറ്റിയ ഒരു സ്ഥലം അവൾ കണ്ടുപിടിച്ചു. വിന്റർ കോട്ടുകൾ തൂക്കിയിടുന്ന ക്ലോക്ക്റൂമിൽ തൂക്കിയിട്ട നീളമുള്ള വിന്റർ കോട്ടുകളിൽ മുഖംപൂഴ്ത്തി അവൾ തേങ്ങിക്കരഞ്ഞു. ഇനിയൊരി ക്കലും എന്റെ ജീവിതത്തിൽ തോലിക്കിനെ കണ്ടുമുട്ടില്ല എന്ന് അറി യാമായിരുന്നു! മാറിൽ മുഴച്ചു നിൽക്കുന്ന രണ്ടു നെല്ലിക്കകളുള്ള

പന്ത്രണ്ടുവയസ്സുകാരി, മിടുക്കിയായി എ പ്ലസ് വാങ്ങി പഠിക്കുന്ന ഒരുവൾ, അവളുടെ ബാഹ്യരൂപത്തെക്കുറിച്ച് അവൾക്ക് ധാരണ യുണ്ടായിരുന്നില്ല, അമ്മ കൊടുത്തുവിട്ട ബൂട്ടുകളും റിബ്ബണുകളും മറ്റുമണിഞ്ഞ് തരക്കേടില്ലാത്തരൂപത്തിലായിരുന്നു അവളെ കാണ പ്പെട്ടത്. തന്റെ ഭാവിജീവിതം തോലിക് എന്ന ദൈവത്തെ കൂടാതെ യായിരിക്കും എന്നോർത്ത് അവൾ മുൻകൂട്ടി കണ്ണീർവാർത്തു.

പുതിയ കാലുറകളണിഞ്ഞ് നന്നായി വസ്ത്രധാരണം ചെയ്ത പെൺകുട്ടി ഡോർമിറ്ററിയിൽ നിന്നും മഞ്ഞുതിരുന്ന പാർക്കിലൂടെ മഞ്ഞുവീണ റോഡിൽ ശൈത്യകാല സൂര്യൻ ജ്വലിച്ചു നിൽക്കുന്ന പകൽവെളിച്ചത്തിൽ അമ്മയെ കാണാനായി ഓടിയെത്തി. അവൾക്ക് പുറപ്പെടേണ്ട ദിവസമായിരുന്നു അത്. അവൾ തന്റെ ഫോറസ്റ്റ് സ്കൂളിനെ അവസാനമായി നോക്കി. തോലിക് അടക്കി ഭരിച്ച മായികമായ ആ കൊട്ടാരം തലയെടുപ്പോടെ കാണപ്പെട്ടു. വിളറിയ വൈഡൂര്യഗഗനത്തിന്റെ കീഴിൽ ശൈത്യകാലം രചിച്ച കൊത്തു വേലകൾക്കിടയിൽ മരങ്ങളിൽനിന്നും അടർന്നുവീഴുന്ന തണുത്തു റഞ്ഞ മഞ്ഞിന്റെ മുത്തുകൾക്കിടയിലൂടെ തേങ്ങിക്കരഞ്ഞുകൊണ്ട് അവൾ നടന്നു. വീശിയടിച്ച ഹിമക്കാറ്റിൽ അവളുടെ കണ്ണീരുൾ പ്പെടെ എല്ലാം തണുത്തുറഞ്ഞു. ആകാശത്തിനു കീഴിൽ തണുത്തു റഞ്ഞ മഞ്ഞിന്റെ വൈരക്കല്ലുകൾ തിളങ്ങി.

ഞാൻ പങ്കെടുത്ത പുതുവത്സരപരിപാടിക്കു ശേഷമായിരുന്നു വീട്ടിലേക്ക് മടങ്ങിയത്. ഗായകസംഘത്തിന്റെ മുൻപിൽ നിന്ന് ലീഡ് പാടിയ ഞാൻ മൽദാവിയൻ നാടോടിനൃത്തം വട്ടത്തിൽ കറങ്ങിയാടി. മുത്തുമാലകളും വർണ്ണശബളിമയാർന്ന പാവാടയും ധരിച്ച് കാലിൽ വെള്ളസോക്സും ശബ്ദമുണ്ടാക്കി അമർത്തി ചവിട്ടാൻ കഴിയുന്ന ചെരുപ്പുകളും അണിഞ്ഞ് ഞാനും എന്റെ കൂട്ടുകാരിയും കൈകോർത്ത് സംഗീതത്തിന്റെ ചുഴലിക്കാറ്റിൽ ഹാളിന്റെ മദ്ധ്യത്തിൽ നൃത്തമാടി. 'എല്ലാം നിനക്കുവേണ്ടി മാത്രമായിരുന്നു തോലിക്'. തോലിക്കും പിയാനൊ വായിച്ചുകൊണ്ട് ഒരു പാട്ടുപാടി. അവന്റെ ശബ്ദം വളരെ ശുദ്ധവും ശക്തിയുള്ളതുമായിരുന്നു. മാതൃഭൂമിയെക്കുറിച്ചാണ് അവൻ പാടിയത്. ഇവിടെ അവന്റെ പരിഹാസഭാവം ദൃശ്യമായില്ല. വളരെ വേവലാതിയോടെയാണ് അവനെ സ്റ്റേജിൽ കാണപ്പെട്ടത്. അതു കണ്ട കാണികൾ കയ്യടിച്ചു. തങ്ങളുടെ രാജാവിന്റെ ശ്രോതാക്കളോ ടുള്ള ഭാവം കാണികളെ അത്ഭുതപ്പെടുത്തി.

അത്താഴത്തിനുശേഷം ഏറ്റവും പ്രധാനപരിപാടിയായ നൃത്തം തുടങ്ങി. അൻപതുകളിൽ സ്കൂൾ വിദ്യാർത്ഥികളെ പഠിപ്പിച്ചിരുന്നത് കുലീനരുടെ നൃത്തരീതികളായിരുന്നു. തോലിക്ക് അവന്റെ സഭാകമ്പ ത്തിൽനിന്നും മുക്തനായിരുന്നു. അവൻ തന്റെ അനുചരസംഘവുമായി ചേർന്നുനിന്നുകൊണ്ട് എന്നെ നോക്കി പുഞ്ചിരിച്ചു. ആണും പെണ്ണും

ചേർന്നുള്ള, മന്ദഗതിയിലുള്ള നൃത്തമായിരുന്നു അടുത്തയിനം. ഞാൻ അവന്റെയടുത്തേക്കു നടന്നുചെന്നു. ഞങ്ങളുടെ തണുത്ത വിരലുകൾ പരസ്പരം കോർത്തു പിടിച്ചുകൊണ്ട് മുഴുവൻ നൃത്തവും ഞങ്ങൾ കണ്ടു. ഇടയ്ക്ക് താണുവണങ്ങുകയും തന്റെ പാദാഗ്ര ത്തിൽ ഉയർന്നുനിന്നുകൊണ്ട് അവന്റെ ഉയർത്തിയ കൈപ്പത്തിക്കു കീഴെ എന്നെ വട്ടം കറക്കുകയും ചെയ്തു. തോലിക്ക് തണുത്തുറഞ്ഞു. അവന്റെ കളിയാക്കിച്ചിരി പിന്നെ ഉണ്ടായില്ല. തമാശയ്ക്ക് നേരമില്ലാ യിരുന്നു. കാര്യങ്ങൾ കൈവിട്ടുപോയിരുന്നു. എനിക്ക് ഒന്നും ഒളി ക്കാനുണ്ടായിരുന്നില്ല. ഞാൻ കരയുകയും മൂക്കു ചീറ്റുകയും ചെയ്തു. തോലിക്ക് എന്റെ അവസ്ഥയെ ഉപചാരപൂർവ്വം സമീപിക്കുകയും എന്നെ ഏതോ തൂണിന്റെ മറവിൽവരെ അനുഗമിക്കുകയും ചെയ്തു. പിന്നിട്ട് അവൻ അവന്റെ കൂട്ടുകാരുടെയടുത്തേക്ക് പോയി. ഞാൻ ഹോസ്റ്റലിലെ പൊതുശയന മുറിയിലേക്ക് നടന്നു. പെൺകുട്ടികളുടെ യടുത്ത് എത്തുന്നതുവരെ ഞാൻ കരഞ്ഞു.

തോലിക്കിന് എന്തു ചെയ്യണം എന്ന് നിശ്ചയമില്ലാത്ത ഒരു പുതിയ അധ്യായത്തിലേക്കാണ് ഞങ്ങളുടെ ബന്ധം വളർന്നത്. ഇരുണ്ട മൂല കളിൽ പിന്നീട് ഒരിക്കലും അവൻ എന്നെ തടഞ്ഞു നിർത്തിയില്ല. എന്നെ എന്തു ചെയ്യണമെന്ന് അവന് അറിയില്ലായിരുന്നു. എല്ലായ് പ്പോഴും സംഭവിക്കാറുള്ളതുപോലെ അമ്മ എന്നെ ഏറ്റവും അവ സാനമാണ് കൂട്ടിക്കൊണ്ടു പോകാൻ എത്തിയത്. കറുത്ത ആകാശ ത്തിനു കീഴെ മഞ്ഞുവീണു വെളുത്ത റോഡിലൂടെ പെട്ടിയും തൂക്കി ഞാൻ അമ്മയോടൊപ്പം സ്റ്റേഷനിലേക്ക് നടന്നു. ഞങ്ങളുടെ ദരിദ്രമായ യാത്രയെ ഹോസ്റ്റലിലെ വൈദ്യുതവിളക്കുകൾ അനു ധാവനം ചെയ്തു. തോലിക്ക് എന്നാണ് പോയതെന്നോ എങ്ങനെ യാണ് പോയതെന്നോ ഞാൻ കണ്ടില്ല. പിന്നീട് ഞാനവനെ ഒരിക്കലും കണ്ടില്ല. പക്ഷേ, വീണ്ടും ഞാനവന്റെ തെളിഞ്ഞ ശബ്ദം കേട്ടു.

മോസ്കോയിൽ അവനെന്നെ ഫോണിൽ വിളിക്കാൻ തുടങ്ങി. ഞങ്ങളുടെ കമ്മ്യൂണൽ ക്വാർട്ടേഴ്സിലെ (ഒന്നിലധികം കുടുംബ ങ്ങൾ ഒന്നിച്ച് ഒരേ ഫ്ളാറ്റിൽ പൊതുവായ അടുക്കളയും ടോയ്‌ലറ്റും പങ്കുവെച്ച് ഒരുമിച്ച് ജീവിച്ചിരുന്ന സോഷ്യലിസ്റ്റ് നിർമ്മാണകാല ഘട്ടം) എന്റെ അപ്പൂപ്പന്റെ രണ്ടാംകെട്ടിലെ പെൺകുട്ടി ജൂലിയ അടുത്ത മുറിയിൽനിന്നും ഉച്ചത്തിൽ വിളിച്ചു പറഞ്ഞു.

‘‘നിനക്കൊരു ഫോൺ.’’ സാധാരണപോലെ തുറിച്ചുനോക്കി ക്കൊണ്ട് അവൾ ഉറക്കെ പറഞ്ഞു. ‘‘ഏതോ ചെറുക്കനാണ്.’’

‘‘ചെറുക്കനോ? ഏതുചെറുക്കൻ?’’ മുറുമുറുത്തുകൊണ്ട് ഞാൻ ഹാളിലേക്ക് ഇറങ്ങിച്ചെന്നു. അത് തോലിക്ക് ആയിരുന്നു.

''മനസ്സിലായോ?'' അവന്റെ ഉരുക്കുശബ്ദം ചെവിയിൽ മുഴങ്ങി.

മറ്റുള്ളവരെ തെറ്റിദ്ധരിപ്പിക്കാനായി ഞാൻ പറഞ്ഞു. ''ലേയ്ന, നമസ്കാരം'' ജൂലിയയെ അർത്ഥവത്തായി ഞാൻ നോക്കി. അപ്പോൾ ഹാളിലേക്ക് ഇറങ്ങിവന്ന അമ്മ എന്നെ ചോദ്യഭാവത്തിൽ നോക്കി.

''ലേയ്ന മിച്യയേവയാണ്, അമ്മേ.'' ഞാൻ അമ്മയോടുപറഞ്ഞു.

കെ.ജി.ബി. ക്ലിനിക്കിലെ റേഡിയോളജിസ്റ്റ് ആയി ജോലി നോക്കുന്ന എന്റെ അമ്മാവൻ മീഷ അപ്പോൾ ഏതോ പാർട്ടിക്കു പോകാനായി ഹാളിലേക്ക് ഇറങ്ങി വന്നു. ഞങ്ങളുടെ ഫ്ളാറ്റിൽ താമസിക്കുന്ന അപ്പൂപ്പനും അപ്പൂപ്പന്റെ രണ്ടാംഭാര്യയും ഒഴിച്ചുള്ള എല്ലാവരും അപ്പോൾ ഹാളിൽ സന്നിഹിതരായിരുന്നു. എല്ലാവരും ഫോൺ ചെയ്യാൻ കാത്തിരിക്കുകയാണ്.

''ഇത് ഞാൻ തോലിക്കാണ്.'' ഫോണിലെ ശബ്ദം എന്നോടു പറഞ്ഞു.

''ഇല്ല ലേയ്ന, ഇന്നു രാത്രി എനിക്കു പറ്റില്ല.'' ഞാൻ മൗത്ത് പീസ് പൊത്തിപ്പിടിച്ചുകൊണ്ട് അമ്മയോടു പറഞ്ഞു.

''അവരെന്നെ സിനിമയ്ക്കു പോകാൻ ക്ഷണിക്കുന്നു.''

''ഇപ്പോഴോ? ഒത്തിരി വൈകിയ സമയത്തോ?'' അമ്മ മറുചോദ്യം ചോദിച്ചു.

മീഷ അമ്മാവനും ജൂലിയയും ഫോണിനുവേണ്ടി കാത്തു നിൽക്കുകയായിരുന്നു. എന്റെ ബന്ധുക്കളുടേയും അയൽവക്കക്കാരുടേയും മുന്നിൽ വെച്ച് എന്റെ ജീവിതത്തിലെ ഏറ്റവും വലിയ രഹസ്യത്തെക്കുറിച്ചാണ് ഞാൻ സംസാരിച്ചത് തോലിക്ക് അവനോടൊപ്പം മോസ്കോയിലെ ഒരു സിനിമാതിയേറ്ററിൽ ചെല്ലാൻ എന്നെ നിർബ്ബന്ധിച്ചു. എനിക്ക് എന്നന്നേക്കുമായി നഷ്ടപ്പെട്ട എന്റെ പ്രിയതമനാണ് വിളിക്കുന്നത്. എന്റെ മനസ്സ് വേദനിച്ചു. തോലിക്ക് എന്റെ ടെലിഫോൺ നമ്പർ കണ്ടുപിടിച്ച് എന്നെ നൃത്തം ചെയ്യാൻ ക്ഷണിച്ചു. എന്റെ സൗഭാഗ്യത്തിൽ ഞാൻ വിശ്വസിച്ചില്ല. അതൊരു സൗഭാഗ്യമാണെന്ന് മനസ്സിലായതുമില്ല. അമ്മയും അമ്മാവനും ജൂലിയയും കേട്ടുനിൽക്കെ ഞാൻ അസംബന്ധങ്ങൾ പുലമ്പി. കേൾവിക്കാർക്ക് ഒരുപക്ഷേ എല്ലാം ഇതിനകം മനസ്സിലായിരിക്കാം. അവർ എന്റെ കെട്ടുകഥയിൽ താല്പര്യം കാണിച്ചു.

''ഇല്ല ലേയ്ന, പറ്റില്ല.''

ഞാൻ ആവർത്തിച്ചു പറഞ്ഞു. ഞാൻ തോലിക്കിനെ തരിമ്പു പോലും വിശ്വസിച്ചില്ല. അത് ശരിയുമായിരുന്നു, കാരണം അവൻ അമർത്തിയ ശബ്ദത്തിൽ ആരോടോ പറയുന്നത് കേട്ടു.

‘‘നീ ഒന്നു നിർത്തുന്നുണ്ടോ?’’

ആരുടേയോ അടക്കിപ്പിടിച്ച പരുക്കനും അസഹ്യവുമായ ചിരി ഞാൻ കേട്ടു. എന്റെ ചുറ്റും വിഡ്ഢിച്ചിരിയുതിർക്കുന്ന ഗൗരവമുള്ള മുഖങ്ങൾ വലയം തീർത്തു. പക്ഷേ ഞാനിന്നും വളരെ അകലെയായിരുന്നു.

‘‘ഇവിടെ അയൽവക്കക്കാർക്ക് ഫോൺ കൊടുക്കണം.’’ ഞാൻ നിർവ്വികാരയായി പറഞ്ഞു. (പക്ഷേ എന്റെ തൊണ്ടയിൽ എന്തോ തടഞ്ഞു.) ഫോൺ വെയ്ക്കുന്നതിനിടയിൽ ഞാൻ വിനയപൂർവ്വം പറഞ്ഞു. ‘‘ബൈ ലേയ്ന.’’

തോലിക്ക് വീണ്ടും പല വട്ടം എന്നെ ഫോണിൽ വിളിച്ചു. എന്നെ സിനിമയ്ക്കും സ്കേറ്റിംഗിനും പോകാൻ ക്ഷണിച്ചു. ഓരോ തവണയും ഞാൻ ചോദിച്ചു. ‘‘എന്തിനാണ് ലേയ്ന?’’

ഓരോ തവണയും ചിരിച്ചുതള്ളിക്കൊണ്ട് തോലിക്ക് ‘‘എന്തിന്, എന്തിന്...’’ എന്നു നാണമില്ലാതെ തിരിച്ചു ചോദിച്ചു.

എന്റെ നിർഭാഗ്യകരമായ പ്രേമത്തെ തന്റെ വൃത്തികെട്ട ആവശ്യങ്ങൾക്ക് ഉപയോഗിക്കാൻ മാത്രമായിരുന്നു തോലിക് എന്ന ബുദ്ധിമാനും അതിസാമർത്ഥ്യക്കാരനുമായ പയ്യൻ ശ്രമിച്ചത്. പക്ഷേ മൃഗീയമായ മുഖങ്ങൾക്ക് പെൺകുട്ടിയെ വലയം ചെയ്യാൻ കഴിഞ്ഞില്ല. അവ വനത്തിലെ ഉയരമുള്ള മരങ്ങൾക്കപ്പുറം മോഹിപ്പിക്കുന്ന വിളയാത്ത നെല്ലിക്കകൾക്കൊപ്പം നിലകൊള്ളുക മാത്രമേ ചെയ്തുള്ളൂ.

ഗറില്ല

അയൽവക്കത്തെ ആൺകുട്ടികളുമായി പന്തടിച്ചുകളിക്കുന്ന മെലിഞ്ഞ ഒരു പെൺകുട്ടിയായിരുന്നു അവൾ. അവളെ ആരും ശ്രദ്ധിച്ചതേയില്ല. നല്ല കുടുംബങ്ങളിൽനിന്നുള്ള സുന്ദരികളായ അൽബീന, വോൾഗ, അവളുടെ സഹോദരിയായ ഇറീന എന്നിവർ ഒത്തുചേരുകയും മാഹാത്മ്യത്തോടെ പരിലസിക്കുകയും ചെയ്തു. കൊച്ചു പെൺകുട്ടിയുടെ ഫ്ളാറ്റിന് പുറകിലുള്ള രണ്ടുനില കെട്ടിടത്തിലായിരുന്നു സുന്ദരികൾ താമസിച്ചിരുന്നത്. ആ വീട്ടിൽ കുറച്ചു വർഷങ്ങൾക്കു മുൻപ് ഒരു കൊലപാതകം സംഭവിച്ചിരുന്നു. ആരോ പറഞ്ഞു അൽബീനയുടെ അച്ഛനാണ് കൊല്ലപ്പെട്ടതെന്ന്. ഒരു അപരിചിതനു വേണ്ടി വാതിൽതുറന്നു കൊടുത്ത അയാൾക്ക് വെടിയേൽക്കുകയായിരുന്നു. നിലവറയുടെ കാര്യത്തിൽ പുറകിലെ കെട്ടിടം പ്രശസ്തമായിരുന്നു. അതിലെ നിലവറകൾ ചേഹവ് സ്ട്രീറ്റിനു കുറുകെ അവസാനമില്ലാതെ നീണ്ടുകിടക്കുന്നു എന്നായിരുന്നു വിശ്വാസം. പക്ഷേ കൊച്ചു പെൺകുട്ടിയൊഴിച്ച് മറ്റാരും അക്കാര്യം പരിശോധിക്കാൻ തയ്യാറായില്ല.

സംഗീതവിദ്യാലയത്തിൽ പഠിച്ചിരുന്ന ഷ്ചെനീക് എന്ന സുന്ദരനായ ആൺകുട്ടി എല്ലായ്പ്പോഴും ഒരു അക്കോർഡിയനുമായാണ് മുറ്റത്ത് നടന്നിരുന്നത്. യെൽവിസ് പ്രെസ്ലെ എന്ന അമേരിക്കൻ ഗായകന്റെ ഹെയർ സ്റ്റൈലും കൃതാവുകളുമായിരുന്നു ആ പയ്യന്. പക്ഷേ കൊച്ചുപെൺകുട്ടി അവനെ വകവെച്ചില്ല. അവൾ യഥേഷ്ടം പരിസരബോധമില്ലാതെ പൊടിയിൽ കളിച്ചുനടന്നു. അവൾ ഇടപെട്ടിരുന്നതും എന്നാൽ അകറ്റിനിർത്താൻ ആഗ്രഹിച്ചതുമായ ഒരേയൊരു ചെറുപ്പക്കാരൻ മുഖത്ത് വടുക്കളുള്ള ഗാരിക്ക് എന്നയാളായിരുന്നു. അയാളുടെ ഇരട്ടപ്പേരായിരുന്നു ഗറില്ല. അയാൾ തരത്തിനു കിട്ടിയാൽ അവളെ പിടിച്ചു തള്ളുകയും കടന്നുപിടിച്ച് അവളുടെ പിന്നിയിട്ട മുടി പിടിച്ചു തിരിക്കുകയും ചെയ്യുമായിരുന്നു.

ഒരിക്കൽ വിയർത്തു കുളിച്ച് അവൾ ലിഫ്റ്റിനുവേണ്ടി താഴെ കാത്തുനിൽക്കുമ്പോൾ ഒരു സംഭവമുണ്ടായി. ഗറില്ല നുഴഞ്ഞുകയറി. അവളെ കടന്നുപിടിച്ചു. ലിഫ്റ്റ് ഓപ്പറേറ്ററുടെ ഒഴിഞ്ഞുകിടന്ന മറവുള്ള സ്ഥലത്തേക്ക് അവളെ വലിച്ചിഴച്ചു. അയാൾ അവളെ തന്റെ ശരീരംകൊണ്ട് ഭിത്തിയിൽ ചേർത്തമർത്തി. അവൾ ''അമ്മേ, അമ്മേ...'' എന്ന് ആടിനെപ്പോലെ അലറിക്കരഞ്ഞു. നാലാമത്തെ നിലയിലുള്ള അവളുടെ അമ്മയ്ക്ക് അവളുടെ കരച്ചിൽ കേൾക്കാൻ കഴിഞ്ഞില്ല. അവൾ വീണ്ടും അലറിക്കരഞ്ഞു.

''അമ്മേ, അമ്മേ, അമ്മേ...''

''വരുന്നു മോളെ, ഞാൻ ദാ എത്തി.''

പെട്ടെന്ന് അമ്മയുടെ പ്രിയമുഖം ദൃശ്യമായി. അമ്മ അവളുടെയടുത്തേക്കു ഓടി വന്നു. ഗറില്ല ആവിപോലെ അപ്രത്യക്ഷനായി. അമ്മയ്ക്ക് എങ്ങനെ മനസ്സിലായി? അവർ എങ്ങനെയാണ് അവളുടെ കരച്ചിൽ കേട്ടത്? എങ്ങനെയാണ് മൂന്നു സെക്കന്റുകൾക്കുള്ളിൽ അവർ നാലുനിലകൾ ഓടിയിറങ്ങിയത്? ഒരുപക്ഷേ അവർ ജനാലയിലൂടെ അവളേയും ഗറില്ലയേയും നേരത്തെ കണ്ടിരിക്കും. കാര്യം മനസ്സിലാക്കി ഓടിവന്നതായിരിക്കും. ഇത്തരം മനോഹരമായ കൂട്ടുകെട്ടാണ് മുതിർന്ന കുട്ടികൾ മുറ്റം വിട്ടു പോകാൻ തുടങ്ങുന്നതുവരെ പെൺകുട്ടിക്ക് ഉണ്ടായിരുന്നത്. നിരവധിയാളുകൾ അവിടം വിട്ട് ജീവിതത്തിൽ ഉന്നതപദവികളിൽ എത്തുകയും കുറച്ചു പേർ താഴ്ന്ന നിലവാരം പുലർത്തുകയും ചെയ്തു. മറ്റു ചിലരാകട്ടെ എക്കാലത്തും തങ്ങളുടെ പഴയ മുറ്റത്ത് തങ്ങളുടെ കുട്ടികളെ വളരാൻ അനുവദിക്കുകയും ജോലിക്കുശേഷം രാത്രി വീട്ടുമുറ്റത്ത് എത്തിച്ചേരുകയും ചെയ്തു.

വേനൽക്കാലത്ത് പെൺകുട്ടി ലപ്ത്താ എന്ന കളി കളിക്കുമായിരുന്നു (ക്രിക്കറ്റിനോട് സാമ്യമുള്ള ഒരു റഷ്യൻ ഗയിം). ശൈത്യകാലത്താകട്ടെ അവൾ സ്കേറ്റിംഗിനായുള്ള ഡിനാമോ ഹിമപരപ്പിൽ

പോകുമായിരുന്നു. ഒരിക്കൽ അവിടെ ടിക്കറ്റിനായി അവൾ ക്യൂ നിന്നു. പെട്ടെന്ന് ജനക്കൂട്ടം പിരിഞ്ഞു പോകാനായി തിരക്കുകൂട്ടി. ഇളകിയാടിയ ജനക്കൂട്ടത്തിനിടയിൽനിന്നും ആരോ അവൾ കയ്യിൽ പിടിച്ചിരുന്ന അവളുടെ സ്കേറ്റിംഗിനായുള്ള ഹിമപാദുകങ്ങൾ തട്ടിപ്പറിച്ചു കൊണ്ടുപോയി. ആൾക്കൂട്ടത്തിൽ അക്രമി അപ്രത്യക്ഷനായി. അവൾ കരഞ്ഞുകൊണ്ട് പൊലീസ് സ്റ്റേഷനിൽ ചെന്നു. പൊലീസ് സ്റ്റേഷനിലേക്ക് പരാതി നൽകാനായി അവൾ താമസിച്ചിരുന്ന കെട്ടിടത്തിന്റെ കാവൽക്കാരന്റെ മകൾ നീന അവളെ അനുഗമിച്ചു. പൊലീസുകാർ അവളോട് ഒരാഴ്ച കഴിഞ്ഞു വരാൻ പറഞ്ഞു. അവൾ വീണ്ടും നീനയോടൊപ്പം ഒരാഴ്ചയ്ക്കുശേഷം പൊലീസ് സ്റ്റേഷനിൽ ചെന്നു. സഹികെട്ട പൊലീസ് ഓഫീസർ അവളേയും നീനയേയും മാറി മാറിനോക്കി. അടിപ്പെട്ട ഒരു ജോടി സ്കേറ്റിംഗ് ഷൂസ് എടുത്തുകാട്ടി പറഞ്ഞു.

''ഇതാ, നിന്റെ ഷൂസുകൾ കണ്ടുകിട്ടി.''

''പക്ഷേ അത് എന്റേതല്ല.''

അല്ലേ, എന്നാൽ ഇവിടെ നോക്കൂ നിന്റേത് കണ്ടേക്കും എന്നു പറഞ്ഞുകൊണ്ട് അയാൾ ഒരു വലിയ മുറിതുറന്നു കാണിച്ചു. അതിൽ തറ മുതൽ സീലിംഗ് വരെ നിരവധി സ്കേറ്റിംഗ് ഷൂസുകൾ അടുക്കി വെച്ചിരുന്നു. അവൾ ഓരോ തട്ടിലും വിശദമായി പരിശോധിച്ചു. പക്ഷേ അവളുടെ ഷൂസുകൾ അവൾക്ക് കണ്ടുപിടിക്കാൻ കഴിഞ്ഞില്ല. അവളുടെ അമ്മ അരിഷ്ടിച്ച് മിച്ചം പിടിച്ചു വാങ്ങിയ ഷൂസുകളായിരുന്നു അവ. പുതിയ ഒരു ജോടി ഷൂസുകൾ വാങ്ങാൻ അവൾക്ക് കഴിയുമായിരുന്നില്ല. അവൾ കരയാൻ തുടങ്ങി ഓഫീസർക്ക് ക്ഷമ നശിച്ചു. നിനക്ക് വേണ്ടത് എടുത്തുകൊള്ളൂ. അയാൾ പറഞ്ഞു. അയാൾക്ക് എങ്ങനെയെങ്കിലും അവളുടെ പരാതി അവസാനിപ്പിക്കേണ്ടിയിരുന്നു. കുറ്റബോധത്താൽ വേദനിച്ചുകൊണ്ട് അവൾ അല്പം വലിയ ഒരു ജോടി ഷൂസുകൾ കടന്നെടുത്തു. കോളേജിലെത്തുന്നതുവരെ അവൾ ആ ഷൂസുകൾ ഉപയോഗിച്ചാണ് മഞ്ഞുകാലത്ത് തെന്നിനടന്നത്.

പിന്നീടാണ് അവൾക്കു മനസ്സിലായത് കളവുമുതൽ സൂക്ഷിക്കുന്ന മുറിയാണ് അവൾക്കു മുന്നിൽ തുറക്കപ്പെട്ടതെന്ന്. അവൾക്ക് ഏറ്റവും നല്ല ഷൂസുകൾ വേണമെങ്കിൽ തിരഞ്ഞെടുക്കാമായിരുന്നു. എല്ലാം നീനയുടെ മിടുക്കുകൊണ്ടാണ് സാദ്ധ്യമായത്. കാരണം കാവൽക്കാരും പൊലീസുകാരും സഹോദരീസഹോദരന്മാരെപ്പോലെയായിരുന്നു. കൂടാതെ നീന വളരെ മനോഹരിയും ചുറുചുറുക്കുള്ളവളും ആരുടേയും ശ്രദ്ധ പിടിച്ചു പറ്റുന്ന വിധം ആകർഷണീയമായി

സംസാരിക്കാൻ കഴിയുന്നവളുമായിരുന്നു. നീനയുമായി സൗഹൃദം പങ്കിടാൻ വളരെ എളുപ്പമായിരുന്നു. ഏതു സമയത്തും ആർക്കും അവളുടെയടുത്ത് ചെല്ലാൻ കഴിയുമായിരുന്നു. അവളുടെ കുടുംബം മാത്രമാണ് അങ്ങനെ തുറന്നിട്ട വാതിലുമായി ആ കെട്ടിടത്തിൽ ജീവിച്ചത്. ആ കെട്ടിടത്തിന്റെ വൃത്തികെട്ട ഇടുങ്ങിയ ഇളംചുവപ്പ് ഇടനാഴിയുടെ അറ്റത്ത് ഒരു ചെറിയ ബേസ്മെന്റ് മുറിയിലായിരുന്നു നീനയുടെ കുടുംബം താമസിച്ചിരുന്നത്. കെട്ടിടത്തിന്റെ കാവൽ ക്കാരിയായിരുന്നു നീനയുടെ അമ്മ. ഗ്രാന്യ എന്നു പേരുള്ള നീന യുടെ അമ്മയ്ക്ക് കൊള്ളക്കാരനായ ഒരു കാമുകനും നാലുമാസം പ്രായമായ കുഞ്ഞും ഉണ്ടായിരുന്നു. എല്ലാവരും കൂടി ചെറിയ ആ മുറിയിലായിരുന്നു താമസിച്ചിരുന്നത്.

ഒരിക്കൽ പെൺകുട്ടി നീനയുടെ വീട്ടിലേക്ക് പോകുകയായിരു ന്നു. തത്താർ വംശജനായ മറ്റൊരു കാവൽക്കാരൻ ഇടനാഴിയിൽ അവളെ നിർത്തി. അവൾ നീനയുടെ വീട്ടിലേക്ക് പോകുന്നതിന് അയാൾ അവളെ അനുവദിച്ചില്ല. ഇപ്പോൾ അങ്ങോട്ട് പോകേണ്ട എന്ന് കർശനമായി പറഞ്ഞിട്ട് അയാൾ സ്ഥലം വിട്ടു. പെൺകുട്ടി നീനയുടെ മുറിയിൽ പ്രവേശിച്ചു. അത് ഒഴിഞ്ഞു കിടന്നു. മേശ പ്പുറത്ത് നഗ്നയായി കിടന്ന കുഞ്ഞുകൊച്ചു കൈകാലുകൾ ചലി പ്പിച്ചുകൊണ്ടിരുന്നു. മുറിയുടെ തറ നനഞ്ഞു കിടന്നു. മുറിയിൽ എന്തോ സംഭവിച്ചിട്ടുണ്ട് എന്ന് പെൺകുട്ടിക്ക് തോന്നി. മുറ്റത്തു നടക്കുന്ന കാര്യങ്ങളൊന്നും രഹസ്യമല്ലാത്തതിനാൽ പിന്നീട് അവൾ അക്കാര്യം അറിഞ്ഞു, പതിന്നാലു വയസ്സുള്ള നീനയെ ഇവാ നൊവ് എന്ന അമ്മയുടെ കാമുകൻ ക്രൂരമായി ബലാത്സംഗം ചെയ്തു. അയാൾ മദ്യപിച്ചിരുന്നു. നീനയുടെ അമ്മ ഉടനെ പൊലീ സിൽ പരാതിപ്പെട്ടില്ല. രണ്ടു ദിവസങ്ങൾക്കുശേഷം ഇവാനൊവു തന്റെ തലയിണയ്ക്കടിയിൽ ഒരു ഇരുമ്പുവടി വെച്ചിട്ടുണ്ടെന്നും തങ്ങളെ തല്ലുമെന്നു ഭീഷണിപ്പെടുത്തിയെന്നും ഗ്രാന്യ പൊലീ സിൽ പരാതിപ്പെട്ടു. ഇവാനൊവിനെ ഒരു വർഷത്തേക്ക് ജയിലി ലടച്ചു. അയാൾ തിരിച്ചു വരാതിരിക്കാനായി ഒരു വർഷത്തിനുള്ളിൽ മറ്റൊരു കുറ്റം ചുമത്തപ്പെട്ടു.

പൊലീസും കാവൽക്കാരും സഹോദരി സഹോദരന്മാരായിരുന്നു. ഇരയോടുള്ള ആദരവു നിമിത്തം യഥാർത്ഥ കുറ്റം മറച്ചു വെയ്ക്കു കയും ഇവാനൊവിനെതിരെ മറ്റു കുറ്റങ്ങൾ ചുമത്തപ്പെടുകയും ചെയ്തു. മഞ്ഞുരുകി രൂപപ്പെട്ട ചളിക്കുഴികൾ വസന്തകാലത്ത് ഉണങ്ങി വരണ്ടു. പെൺകുട്ടികൾ സോക്സ് അണിഞ്ഞുതുടങ്ങി. സുഗന്ധമുള്ള പൂമ്പൊടി ക്കടിയിൽ നാരകവർഗ്ഗത്തിൽപെട്ട പഴയ ചെടി അപ്രത്യക്ഷമായി. പച്ചപ്പുല്ലിന്റെയും പച്ചിലകളുടേയും നറുമണം മുറ്റത്തുനിറഞ്ഞുനിന്നു. സായാഹ്നങ്ങളിൽ ഇരുനിലക്കെട്ടിടത്തിന്റെ പുറകിലെ ചെറിയ

പൂന്തോട്ടത്തിൽ ഷ്ചെന്നിക്കിന്റെ അക്കോർഡിയൻ വായനാമുഖരിതമായി. അവിടെ മരത്തിനു കീഴിൽ നല്ല കുടുംബത്തിലെ സുന്ദരിക്കുട്ടികളായ അൽബീന, വോൾഗ, ഇറീന എന്നിവർ വിലാസവതികളായി പൊട്ടിച്ചിരിച്ചു. ആരുടേയോ സിഗററ്റ് എരിഞ്ഞു പ്രകാശിച്ചു (ആരുടെ?) അക്കോർഡിയൻ രാപ്പാടിയെപ്പോലെ സംഗീതമുതിർത്തു. ഒരു രാത്രിയിൽ തന്റെ ഏറ്റവും നല്ല വസ്ത്രങ്ങൾ അണിഞ്ഞു അമ്മയുടെ സുതാര്യമായ അംഗവസ്ത്രം തോളുകൾക്കു മീതെ അണിഞ്ഞുകൊണ്ട് അവൾ നാലാം നിലയിൽനിന്നു പടികളിറങ്ങി തുടിക്കുന്ന ഹൃദയവുമായി മുറ്റത്തുനിന്നും വഴുതിയിറങ്ങുന്ന പടികൾ താണ്ടി സിഗരറ്റുകൾ എരിയുന്ന, പൊട്ടിച്ചിരികൾ അലയടിക്കുന്ന ചെറിയ പൂന്തോട്ടത്തിലേക്ക് ഇറങ്ങിചെന്നു.

അവൾ വരുന്നതുകണ്ട് അവിടെയുണ്ടായിരുന്നവർ അവളുടെ നേരെ തിരിഞ്ഞു. അവരുടെ പുത്തൻ സമീപനത്തിൽ സന്തുഷ്ടയായ അവൾ അവരുടെ കൂടെ ചേർന്നു. ഒരു മുതിർന്ന യുവതിയോട് കാണിക്കുന്ന മര്യാദയോടെ അവർ അവൾക്കുവേണ്ടി ഒതുങ്ങിനിന്ന് സ്ഥലം കൊടുത്തു. അവർ അവളെ ആട്ടിപ്പായിക്കുകയോ കളിയാക്കിച്ചിരിക്കുകയോ ചെയ്തില്ല. ഷ്ചെന്നിക്ക് വീണ്ടും സംഗീതം വായിച്ചു. ആരുടേയോ സിഗററ്റ് പുറകിലെ നിഴലുകൾക്കിടയിൽ എരിഞ്ഞു. ഒരു ചെറുപ്പക്കാരൻ തവിട്ടുനിറമുള്ള സൂട്ടുമണിഞ്ഞ് കറുത്ത നിഴലുകൾക്കുള്ളിൽ നിന്നും പുറത്തുവന്നു. അയാൾ വലതുകൈ നീട്ടി അവളെ നൃത്തം ചെയ്യാൻ ക്ഷണിച്ചു. അവളുടെ ഹൃദയം തുടിച്ചു. ശരിക്കും ഒരു രാജകുമാരൻ. മായികമായ ഇരുണ്ട രാജ്യത്തുനിന്നും ഒരു രാജകുമാരൻ. അവൾ കൺപോളകൾ ഉയർത്തി അവനെ നോക്കി.

അത് ഗറില്ലയായിരുന്നു.

അവൻ പെൺകുട്ടിക്കരികിൽ അധികാരഭാവത്തിൽ നിന്നു. വസന്തത്തിന്റെ സുതാര്യമായ ഇളംകാറ്റിൽ പുത്തൻ ഇലകളുടേയും പച്ചപ്പുല്ലിന്റേയും നറുമണത്തിൽ, അക്കോർഡിയന്റെ മധുരസംഗീതത്തിൽ അവൾ ഗറില്ലയെ കണ്ട് ആസ്വദിക്കാനാണോ വന്നത്? അവളുടെ ആദ്യവസന്തത്തിന്റെ വാഗ്ദത്ത സന്തോഷം മുഴുവൻ ഗറില്ലയാണോ? നീട്ടിപ്പിടിച്ച അയാളുടെ വലതുകൈ അവർക്കിടയിൽ വൈകല്യത്തോടെ നിന്നു.

''മന്ദബുദ്ധി, നിങ്ങളോ?'' അവൾ പ്രതികരിച്ചു. ''വിഡ്ഢി.''

നീട്ടിപ്പിടിച്ച കൈ പിൻവലിക്കാതെ ഗറില്ല അവളെ നോക്കി വിഡ്ഢിച്ചിരി ചിരിച്ചു.

അവൾ തിരിഞ്ഞു നടന്ന് തന്റെ കെട്ടിടത്തിലേക്ക് കയറിപ്പോയി. പിന്നീടൊരിക്കലും അക്കോർഡിയന്റെ സംഗീതം അലതല്ലുന്ന, ബാല്യത്തിൽനിന്നും യൗവ്വനത്തിലേക്ക് പരിണമിക്കുന്ന നിഗൂഢതകൾ

നിറഞ്ഞ ആ ചെറിയ പൂന്തോട്ടത്തിലേക്ക് അവൾ പോയില്ല. വസന്ത കാലത്ത് എല്ലാ സായാഹ്നങ്ങളിലും സംഗീതം കേൾക്കുമ്പോൾ അവളുടെ മനം തുടിച്ചു. പക്ഷേ അവൾ ദേഷ്യത്തോടെ അത് ഒഴിവാക്കി പുറത്തുവരാൻ തുനിഞ്ഞതുമില്ല.

മഞ്ഞു വീണപ്പോൾ ഗറില്ല അപ്രത്യക്ഷനായി. 'ഗറില്ല ഒരു ഭ്രാന്തൻ' എന്ന് ആരോ അയാളുടെ വാതിലിൽ കോറിയിട്ടത് അയാളേക്കാൾ ഉപരിയായി ദീർഘനാൾ കാണപ്പെട്ടു. മോസ്കോയിലെ മഴയിലും മഞ്ഞിലും കാറ്റിലും നിരവധി വർഷങ്ങൾ കൊണ്ട് വാതിലിലെ അക്ഷരങ്ങൾ മാഞ്ഞുപോയി. മുറ്റത്തു പടർന്ന കിംവദന്തി, ഗറില്ല എന്തോ ഉപകരണം തന്റെ വീട്ടിൽ കൊണ്ടുവന്നുവെന്നും അതിൽ നിന്നും രോഗിയായിത്തീർന്ന അയാളെ ഹോസ്പിറ്റലിൽ പ്രവേശിപ്പിച്ചു എന്നുമായിരുന്നു. അയാളെപ്പോലെ നിരവധി ആൺകുട്ടികൾ ഉണ്ട്. എല്ലാം ആസ്വദിക്കാൻ ആഗ്രഹിക്കുന്നവർ, എല്ലാം തച്ചുടയ്ക്കുന്നവർ, എന്തു സംഭവിക്കുമെന്നറിയാനായി തീയിലേക്ക് സാധനങ്ങൾ വലിച്ചെറിയുന്നവർ, വേട്ടയാടുകയും ദ്രോഹിക്കുകയും ചെയ്യുന്നവർ, കവർന്നെടുത്ത് എല്ലാം വലിച്ചു കീറികളയുന്നവർ. അത്തരക്കാരെപോലെയാണ് ഗറില്ല എന്നന്നേക്കുമായി തന്റെ ബാല്യകാലത്തിൽ അവശേഷിച്ചത്. മഞ്ഞുപൊഴിയുന്ന സന്ധ്യകളിൽ സുതാര്യമായ വെളുത്ത തിരശ്ശീലയുടെ മറവിൽ അടുക്കളയിലെ കസേരകൾക്കു മുകളിൽ കയറ്റിവെച്ച ശവപ്പെട്ടിയിൽ തന്റെ തവിട്ടു നിറമുള്ള സ്യൂട്ടുമണിഞ്ഞ് കയ്യുകൾ കൂട്ടിപ്പിടിച്ച് കിടക്കുന്ന ഗറില്ലയെ കണ്ട് അവൾ തേങ്ങിക്കരഞ്ഞു.

നഷ്ടഹംസം

എന്റെ അമ്മ കവിതകളെ പ്രണയിച്ചിരുന്നു. 'നഷ്ടഹംസം' എന്ന ഇരട്ടപ്പേരുള്ള ആറാം ക്ലാസിലെ എന്റെ റഷ്യൻ അദ്ധ്യാപിക വീട്ടിലിരുന്നു ഒരു കവിത രചിച്ച് കൊടുക്കുവാൻ നിർദ്ദേശിച്ചു. എന്റെ അമ്മ എന്നെ സഹായിക്കാൻ തയ്യാറായി. രാത്രി ഏറെ വൈകുവോളം ഞങ്ങൾ 'നഗ്നപാദ' എന്നൊരു ലഘുകവിത തിരഞ്ഞുകൊണ്ടിരുന്നു. രാവിലെ അമ്മയുടെ മേൽനോട്ടത്തിൽ ഞാനൊരു കവിത പകർത്തിയെഴുതി. അത് 'നഷ്ടഹംസ'ത്തിന് സമർപ്പിച്ചു.

ഹോം വർക്ക് ഒന്നും സമയത്തു ചെയ്യാത്ത തോൽക്കുന്ന വിദ്യാർത്ഥിനിയായിരുന്നുവെങ്കിലും ഏറ്റവും മുൻനിരയിൽ അദ്ധ്യാപികയുടെ മൂക്കിനു കീഴെയാണ് ഞാൻ ക്ലാസിൽ ഇരുന്നത്.

ഒരു ദിവസത്തിനുശേഷം വിജയഭാവത്തിൽ തീ കെടുത്താനുള്ള ഉപകരണംപോലെ പതഞ്ഞു പൊന്തിയാണ് ഹംസം ക്ലാസിലെത്തിയത്. തന്റെ തടിച്ച അരക്കെട്ട് ഡസ്കിൽ ചാരിവെച്ചു കൊണ്ട് അടുത്ത

നാൽപ്പത്തഞ്ചു മിനിട്ടുകൾ അവർ 'സാഹിത്യചോരണം' എന്ന വിഷയത്തെക്കുറിച്ച് ദീർഘമായി വിശദീകരിച്ചു. അന്ന് ഞങ്ങൾക്കാർക്കും അറിയില്ലായിരുന്ന ഒരു പദമായിരുന്നു അത്. അവരുടെ സ്ഥിരമായി അടച്ചിടാത്ത സിബ്ബ് എന്റെ തലയ്ക്കു മുകളിലായിരുന്നു. പാവം ഹംസം ഒരു വിചിത്രജീവിയായിരുന്നു. അവർ തന്റെ മുടിക്ക് ഓറഞ്ചു നിറം കൊടുക്കാൻ ശ്രമിച്ചെങ്കിലും എപ്പോഴും ആ ശ്രമം പാളിപ്പോയിരുന്നു. അവരുടെ മുടി എല്ലായ്പ്പോഴും വൃത്തികെട്ട, വെളുത്ത നിറത്തിൽ കാണപ്പെട്ടു. പക്ഷേ അവരുടെ തലയോട്ടി നല്ല തെളിഞ്ഞ ചുവപ്പുനിറത്തിൽ കാണപ്പെട്ടു. എന്തോ കാരണത്താൽ അവർക്ക് ഞങ്ങളുടെ ക്ലാസിനോട് വെറുപ്പായിരുന്നു.

ഓളംവെട്ടുന്ന അവരുടെ വയറിലെ മടക്കുകളിൽ തുറിച്ചുനോക്കിക്കൊണ്ട് ഞാൻ അശ്രദ്ധമായി ഇരുന്നു. അതോടൊപ്പം സഹപാഠിയുമായി ചേർന്ന് ജന്തുശാസ്ത്രം പഠിപ്പിക്കുന്ന അദ്ധ്യാപികയുടെ ഒരു മുതലയുടെ ചിത്രം രചിക്കുന്നതിലും ഞാൻ ഏർപ്പെട്ടു. അവർ ഒരു നാൾ മുമ്പാണ് കുടലിലെ പാരസൈറ്റുകളെക്കുറിച്ച് പഠിപ്പിക്കാനായി ഒരു നാടവിരയെ ജാറിലാക്കി എന്റെ ഡസ്കിൽ വെച്ചത്. ഞാൻ ഭീതിയോടെ മുറിയിൽനിന്നും ഇറങ്ങിയോടി. പിന്നീട് തിരിച്ചു വന്നില്ല. അതിന് എന്നെ അവർ തോല്പിച്ചു. ഇപ്പോൾ ചിത്രകലയോടുള്ള എന്റെ പ്രതികാരം ഞാൻ ഉദാത്തമാക്കുകയായിരുന്നു.

ഹംസത്തിന്റെ നിന്ദാഭാഷണം ബെല്ലടിച്ചതോടെ അവസാനിച്ചു. ക്ലാസിനുശേഷം ഹംസത്തെ സമീപിച്ച് ഞാൻ നിഷ്ക്കളങ്കമായി എന്റെ കവിതയെക്കുറിച്ച് അന്വേഷിച്ചു. അവരെന്നെ കർക്കശമായി നോക്കുകയും പൊട്ടിത്തെറിക്കുകയും ചെയ്തു. ഒരു മണിക്കൂറോളം അവർ വായിട്ടലച്ചത് എന്റെ മോഷണത്തെക്കുറിച്ചായിരുന്നു.

''നീ നിന്റെ കവിത ആഗ്നിയ ബാർട്ടൊ എന്ന റഷ്യൻ കവയിത്രിയിൽ നിന്നും പകർത്തിയതാണ്, അതിനെയാണ് സാഹിത്യചോരണം എന്നു പറയുന്നത്.'' അവർ ഭൂമികുലുക്കിക്കൊണ്ട് ക്ലാസിന്റെ പുറത്തേക്കുപോയി. അങ്ങനെ സാഹിത്യത്തിനും ഞാൻ തോറ്റു. ഞാനും അമ്മയും ചേർന്ന് ഉണ്ടാക്കിയ പദ്യം ഏകദേശം ഇപ്രകാരമായിരുന്നു: ''ഫ്ളാറ്റിൽ എല്ലാം ശാന്തമാണ് കുട്ടികൾ ഉറങ്ങുന്നു, പൂച്ച ഉറങ്ങുന്നു താന്യ മാത്രം കിടക്കയിൽ എണീറ്റിരിക്കുന്നു.

അദ്ധ്യയനവർഷം തുടങ്ങുന്ന 'സെപ്റ്റംബർ ഒന്ന്' എന്നായിരുന്നു ശീർഷകം. പദ്യം അവസാനിച്ചത് ഇപ്രകാരമായിരുന്നു: കൊച്ചു ടൊമ്മി ഏകനായി ഉറങ്ങുന്നു. നഗ്നപാദനായി, മാളികപ്പുറത്ത്. അവൻ കറുത്ത വർഗ്ഗക്കാരൻ, അവൻ വെള്ളക്കാരനല്ല; അവനു കീഴിൽ ന്യൂയോർക്ക് നഗരമുറങ്ങുന്നു. എന്റെ സങ്കൽപ്പത്തിൽ എനിക്ക് പാവം അമേരിക്കൻ കറുത്ത കുട്ടിയെ കാണുവാൻ കഴിഞ്ഞു.

ന്യൂയോർക്ക് നഗരത്തിലെ അംബരചുംബിയായ ഏതോ കെട്ടിടത്തിന്റെ മുകളിൽ കിടന്നുറങ്ങുന്ന, പരിതാപകരമായി കണ്ണീർവാർക്കുന്ന അവന് മുതലാളിമാരുടെ എതിർപ്പുമൂലം സ്കൂളിൽ പോകാൻ പോലും കഴിഞ്ഞില്ല.

സാന്നിച്ച്

ഞാൻ അദ്ദേഹത്തെ സ്നേഹിച്ചിരുന്നു എന്ന് ഇന്നെനിക്ക് അംഗീകരിക്കാൻ കഴിയും. ഒരു ദേവനെപ്പോലെ ഞാനെന്റെ അദ്ധ്യാപകനെ ആരാധിക്കുകയും സ്നേഹിക്കുകയും ചെയ്തു. കുള്ളനായ, സദാ ക്ഷോഭിക്കുന്ന അരുണവർണ്ണമുള്ള ദേഹത്തോടെ, എന്നാൽ നിറമില്ലാത്ത കണ്ണുകളോടെയുള്ള അലക്സാണ്ടർ പ്ലാസ്ച്ചിനിൻ എന്ന അദ്ദേഹത്തെ ഞാൻ 'സാന്നിച്ച്' എന്നാണ് വിളിച്ചിരുന്നത്. അദ്ദേഹം ഞങ്ങളുടെ അവസാന വർഷ ക്ലാസുകളിൽ സാഹിത്യമാണ് പഠിപ്പിച്ചിരുന്നത്. എന്നുവെച്ചാൽ, ഗോർക്കിയുടേയും അലക്സാണ്ടർ ഫച്ചിയേവിന്റേയും ഒസ്ത്രോവ്സ്കിയുടേയും വായിക്കാൻ വിഷമമുള്ള ചപ്പുചവറുകളായ സോവിയറ്റ് ഇതിഹാസങ്ങളാണ് അദ്ദേഹം പഠിപ്പിച്ചത്. ആ വിഷയങ്ങൾ പഠിപ്പിക്കുക എന്നത് ഒരുപക്ഷേ അദ്ദേഹത്തിന് നിത്യേനയുള്ള യാതനയായിരുന്നിരിക്കാം, പക്ഷേ അവസാന വർഷ വിദ്യാർത്ഥികളെ ഈ വിഷയങ്ങൾ പഠിപ്പിക്കാൻ ചുമതലപ്പെടുത്തിയിരുന്നത് അദ്ദേഹത്തെയായിരുന്നു.

ഗേൾസ് ഹൈസ്കൂളും ബോയ്സ് ഹൈസ്കൂളും അടുത്തടുത്തായിരുന്നു. സാന്നിച്ച് എന്നും പഠിപ്പിച്ചിരുന്ന രണ്ടു സ്കൂളുകളും തമ്മിൽ വേർതിരിച്ചിരുന്നത് ഏഴടി പൊക്കമുള്ള ഒരു ഇരുമ്പുവേലി മാത്രമായിരുന്നു. വസന്തകാല ദിനങ്ങളിൽ ഞങ്ങളുടെ വശത്ത് ഞങ്ങൾ ചരടു ചുഴറ്റിയുള്ള ചാട്ടവും (സ്കിപ്പിംഗ്) പെണ്ണുങ്ങളുടെ വോളിബോൾ കളിയും കളിച്ചിരുന്നു. ബഞ്ചുകളിൽ വട്ടംകൂടിയിരുന്ന് ഞങ്ങൾ മനപ്പൂർവ്വം ഉച്ചത്തിൽ ധിക്കാരപൂർവ്വം ചിരിക്കുമായിരുന്നു. അപ്പുറത്തു നിന്നാകട്ടെ, തീവ്രമായ ഫുട്ബാൾ കളിയുടെ ഇടിമുഴക്കങ്ങളും അടക്കിയ ശബ്ദത്തിലുള്ള തെറിവിളികളും മൽപ്പിടുത്തത്തിന്റെ ശബ്ദകോലാഹലങ്ങളും അതിനെത്തുടർന്ന് പിരിഞ്ഞു പോകുന്നതിനോടബന്ധിച്ച് ഉച്ചത്തിലുള്ള ഭീഷണികളും നിന്ദാവചനങ്ങളും കേട്ടിരുന്നു. ബോയ്സ് ഹൈസ്കൂളിന്റെ മുന്നിലെ റോഡിന്റെ എതിർവശത്ത് പൂർണ്ണമായി നശിപ്പിക്കപ്പെട്ട നിലയിൽ 'വിസക്കൊ പെത്രോവ്സ്കിസന്ന്യാസാലയം' കാണപ്പെട്ടു.

മഹാനായ പീറ്റർ ചക്രവർത്തിയുടെ അമ്മ നതാലിയ കിരിലോവ്നയുടെ ശവക്കല്ലറയിൽ സ്ഥാപിച്ചിരുന്ന ശിലാഫലകം ഞാനവിടെ കണ്ടെത്തി. (അത് വായിച്ചതു മുതലാണ് റഷ്യൻ രാജകീയ പേരുകളായ നതാലിയ, കിരീൽ, പീറ്റർ എന്നിവയുമായി ഞാൻ

പ്രണയത്തിലാകുന്നതും എന്റെ ഭാവിയിലെ കുട്ടികൾക്ക് ആ പേരുകൾ ഇടണമെന്ന് ഞാൻ തീരുമാനിക്കുന്നതും.) മോസ്കിൻ തെരുവിന്റെ മറുവശത്ത് റോമെൻ എന്നു പേരുള്ള ജിപ്സി തിയേറ്റർ, പിൽക്കാലത്ത് എന്തോ തെറ്റായ ചെയ്തികൾക്ക് പിരിച്ചുവിടപ്പെട്ട കുപ്രസിദ്ധമായ ഒരു പൊലീസ് സ്റ്റേഷൻ, മ്യൂസിക്കൽ തിയേറ്റർ എന്നിവ സ്ഥിതിചെയ്തു. സ്റ്റാലിനെ സംസ്കരിച്ചു കഴിഞ്ഞ 1954ലെ മോസ്കോയുടെ ചിത്രമാണിത്.

ഞാൻ മുതിർന്ന ക്ലാസിൽ എത്തുന്നതിനു മുൻപായി രണ്ടു സ്കൂളുകളും സംയോജിപ്പിക്കാൻ തീരുമാനിക്കപ്പെട്ടു. ഞങ്ങളുടെ സ്കൂളിലെ പ്രിയപ്പെട്ട അദ്ധ്യാപകരേയും തിളങ്ങുന്ന ജാലകങ്ങളും കറുത്ത പോളീഷു ചെയ്ത തറയും ഉപേക്ഷിച്ച് ഒരു കൂട്ടം വിദ്യാർത്ഥിനികളെ പഴയ ബോയ്സ് ഹൈസ്കൂളിലേക്ക് സ്ഥലംമാറ്റി. സൈനികത്താവളങ്ങളിലെ പട്ടാളച്ചിട്ടയോടു സാമ്യമുള്ള അച്ചടക്കമായിരുന്നു പുതിയ സ്കൂളിൽ. പുഷ്കിൻ, പെത്രോവ്ക എന്നീ തെരുവുകളിലേയും സ്റ്റോൾഷനിക്കോവിൽ നിന്നുമുള്ള ദുർഗുണ പരിഹാര പാഠശാലകളിലെ പല തലമുറകൾ സ്കൂളിന്റെ ചുവരുകളിൽ മറയ്ക്കാൻ പറ്റാത്ത ഗന്ധത്തിലുള്ള അടയാളങ്ങൾ സ്ഥാപിച്ചിരുന്നു. മൃഗങ്ങൾക്ക് പുക വലിക്കാൻ കഴിയുമായിരുന്നുവെങ്കിൽ അത് തികച്ചും ഒരു മൃഗശാലയോട് സാദൃശ്യം പുലർത്തിയേനേ. അങ്ങോട്ടു സ്ഥലം മാറ്റിയ കുട്ടികളുടെ പട്ടിക വായിച്ച ഞാൻ കണ്ണീരൊഴുക്കി വീട്ടിൽ ചുരുണ്ടുകൂടികിടന്നു.

എന്റെ ക്ലാസിലെ പാതി കുട്ടികളും പരുഷമായ സ്വരത്തിൽ സംസാരിക്കുകയും കാർക്കിച്ചു തുപ്പുകയും കേന്ദ്രീകരിക്കാനാവാത്ത മിഴികളോടെയും പട്ടാളക്കാരുടേതുപോലെ മുടി വെട്ടിയും നഖം കടിക്കുകയും തെറി കൂട്ടാതെ സംസാരിക്കാൻ ബുദ്ധിമുട്ടുന്നതായും കാണപ്പെട്ടു. വൈകുന്നേരങ്ങളിൽ അവരിൽ ചിലർ പട്ടാളത്താവളങ്ങളിൽപോയി പട്ടാളക്കാരുമായി വഴക്കുണ്ടാക്കി. മറുപാതിയാകട്ടെ വെളുത്ത നാട കെട്ടിയ തങ്ങളുടെ യൂണിഫോമിനെ കാമിക്കുന്നവരും മുടി നീളത്തിൽ പിന്നിയിട്ടവരും ഡ്രെയിസർ എന്ന അമേരിക്കൻ നോവലിസ്റ്റിന്റേയും ബൽസാക്, റൊമേൻ റോളണ്ട് എന്നീ ഫ്രഞ്ച് എഴുത്തുകാരുടേയും കൃതികൾ വായിക്കുന്നവരും പ്രേമത്തോടെയല്ലാതെ ആർക്കും ഒരു ചുംബനം പോലും നൽകരുത് എന്ന് വിശ്വസിച്ചിരുന്നവരും ആയിരുന്നു. അവരുടെ സംസാരങ്ങളിൽ 'വെളുത്ത ആർമി ദയനീയമായി പരാജയപ്പെട്ടു' എന്ന പരാമർശങ്ങൾ പതിവായിരുന്നു.

ഇത്തരം കോവർകഴുതകളെ മാക്സിംഗോർക്കിയുടെ'അമ്മ' എന്ന സോവിയറ്റ് ഇതിഹാസം പഠിപ്പിക്കാൻ നിയുക്തനായത് സാന്നിച്ച്

ആയിരുന്നു. സ്വഭാവികമായും അദ്ദേഹത്തിന് ഞങ്ങളെ അവജ്ഞ യോടെ വീക്ഷിക്കുവാൻ കഴിയുമായിരുന്നില്ല.

അക്കാലത്ത് സോവിയറ്റ് യൂണിയനിൽ ബാൾ പെന്നുകൾ പ്രചാര ത്തിൽ ഉണ്ടായിരുന്നില്ല. മഷി ഒഴിച്ച് എഴുതുന്ന പേനകളാണ് സാധാ രണയായി ഉപയോഗിച്ചിരുന്നത്. തന്റെ ക്ലാസിൽ ബാൾ പെൻ ഉപ യോഗിക്കുന്നത് സാന്നിച്ച് വിലക്കിയിരുന്നു. വൊയിനോവ് എന്ന വിദ്യാർത്ഥി സാന്നിച്ചിന്റെ വിലക്കിന് ഇരയായി. അയാൾ ഒരു വിദേശ നിർമ്മിത ബാൾ പെൻ ഉപയോഗിക്കുന്നത് സാന്നിച്ചിന്റെ ശ്രദ്ധയിൽ പെട്ടു. അദ്ദേഹം പാഞ്ഞുവന്ന് അത് തട്ടിപ്പറിച്ചെടുക്കുകയും രണ്ടായി ഒടിച്ചു നുറുക്കി ജനൽ വഴി പുറത്തേക്ക് എറിയുകയും ചെയ്തു.

അതിനുശേഷം സാന്നിച്ച് തന്റെ ടീച്ചിംഗ് നോട്ട് എഴുതുന്ന പുസ്തകത്തിലേക്ക് മടങ്ങി. ഞങ്ങൾ അറിഞ്ഞിരിക്കേണ്ട എല്ലാ കാര്യങ്ങളും അദ്ദേഹം വിരസമായി വായിച്ചിരുന്നത് പ്രസ്തുത നോട്ടു ബുക്കിൽ നിന്നായിരുന്നു. അദ്ദേഹം വായിക്കുമ്പോൾ ഏറ്റവും വേഗത യിൽ ഞങ്ങൾ അത് എഴുതിയെടുത്തിരുന്നു. അദ്ദേഹം അത് ഒരിക്കലും ഭേദപ്പെടുത്തുകയോ വിഷയത്തിൽ നിന്നും വ്യതിചലിക്കുകയോ തമാശകൾ പറയുകയോ ചെയ്തില്ല. അല്ലെങ്കിലും ഗോർക്കിയുടെ അമ്മ മേശപ്പുറത്തു കിടക്കുമ്പോൾ അദ്ദേഹം എങ്ങനെയാണ് തമാശ പറയുക? പാവം സാന്നിച്ച്.

മറ്റു അദ്ധ്യാപകർ അല്പം നേരമ്പോക്ക് അനുവദിച്ചിരുന്നു. ഫിസി ക്സ് അദ്ധ്യാപകനായ നിക്കൊളായ് സിമ്യോനവിച്ച് മുടന്തുള്ള അദ്ധ്യാപകനായിരുന്നു. അദ്ദേഹത്തിന് കുട്ടികൾ ഒരു ഇരട്ടപ്പേർ ഇട്ടിരുന്നു. ക്ലാസിൽ വന്നുകയറുമ്പോൾ അദ്ദേഹം പതിഞ്ഞ സ്വര ത്തിൽ പറയും.

‘‘എല്ലാവരും ചെവി അടച്ചു വെയ്ക്കുക. ഡൈനാമൊ ഒരു ശക്തി യാണ്.’’

ഓരോ അദ്ധ്യാപകർക്കും അവരവരുടെ വ്യത്യസ്തമായ രീതി കൾ ഉണ്ടായിരുന്നു. ഡ്രോയിംഗ് അദ്ധ്യാപകൻ ക്ലാസിലെ കുശു കുശുപ്പ് ശബ്ദത്തോട് ആക്രോശിക്കുമായിരുന്നു. തടിച്ച ബുദ്ധിമതി യായ കോൾബ എന്ന രസതന്ത്ര അദ്ധ്യാപിക പരുഷമായി പ്രതി കരിക്കുകയും കൂടുതൽ പേരെ തോൽപ്പിക്കുകയും ചെയ്തിരുന്നു.

സാനിച്ച് ആകട്ടെ, തന്റെ നിറമില്ലാത്ത മിഴികളാൽ തുറിച്ചു നോക്കി ക്കൊണ്ടു ഞങ്ങളുടെ തലകളെ തളച്ചിട്ട് ഒരു ആട്ടോമാറ്റിക്ക് വെടി വെയ്പ്പിനു സമാനമായി അനർഗ്ഗളമായി തന്റെ പ്രഭാഷണം നടത്തുക യായിരുന്നു. ഒരാൾക്കും ഒരുനിമിഷംപോലും ശ്രദ്ധ വ്യതിചലിപ്പിക്കാൻ കഴിഞ്ഞില്ല. അദ്ദേഹം ഒരിക്കൽപോലും ആക്രോശിക്കുകയോ സ്വതവെ

അല്പം ഉയർന്നശബ്ദം വീണ്ടും ഉയർത്തുകയോ ചെയ്തില്ല. പുസ്തകത്തിന്റെ ചരിത്രവും അതിലെ പ്രധാന കഥാപാത്രങ്ങളും എഴുത്തുകാരനെക്കുറിച്ചുള്ള നിഷ്പക്ഷവസ്തുതകളും വിമർശനപരമായ തർക്കങ്ങളും പ്രത്യേക ഉച്ചാരണത്തിലാണ് അദ്ദേഹം അവതരിപ്പിച്ചത്.

ആൺകുട്ടികളുടെ മുഖത്തെ തരണം ചെയ്യാൻ കഴിയാത്ത ബുദ്ധിശൂന്യതയും പെൺകുട്ടികളുടെ സ്ത്രൈണമായ മന്ദബുദ്ധിഭാവവുമാണ് സാന്നിച്ചിനെ നിസ്സഹായനാക്കുകയും ദേഷ്യം പിടിപ്പിക്കുകയും ചെയ്തത്. ആൺകുട്ടികൾ അത്ര മോശക്കാരല്ല എന്നു തോന്നിക്കുന്ന തരത്തിൽ അദ്ദേഹത്തിന്റെ ജോലിക്കിടയിൽ ആദ്യമായി ബ്ലാക്ബോർഡിനടുത്ത് എല്ലാ റിബ്ബണുകളും മുടിയിഴകളും പിന്നിയിട്ട മുടിയും പെൺകുട്ടികളുടെ മേൽവസ്ത്രവും കുണുങ്ങിച്ചിരികളും വിഡ്ഢിത്തം തുളുമ്പുന്ന നിറകണ്ണുകളും അദ്ദേഹത്തിനു അഭിമുഖീകരിക്കേണ്ടിവന്നു.

അദ്ദേഹത്തിന്റെ വിരസവും ഭീഷണിപ്പെടുത്തുന്നതുമായ ഉച്ചാരണം പ്രക്ഷുബ്ധമായ ഞങ്ങളുടെ സിരകളെ കൂടുതൽ ഉത്തേജിപ്പിച്ചു എന്ന് പിന്നീട് എനിക്ക് മനസ്സിലായി. ഒരു അദ്ധ്യാപകൻ എന്ന നിലയിൽ അദ്ദേഹത്തിന്റെ ശക്തമായ പ്രകടനമായിരുന്നു. അദ്ദേഹത്തിന്റെ പ്രഭാഷണങ്ങളെല്ലാം വിനോദരഹിതവും ക്ലേശകരവുമായ ബഹിർസ്പുരണങ്ങളായിരുന്നു. ഇത് കാഴ്ചക്കാരുടെ മുന്നിലെ ആട്ടമായിരുന്നുവോ?

ഓരോ അദ്ധ്യായത്തിന്റെയും അവസാനത്തിൽ അദ്ദേഹം നടത്തിയിരുന്ന ക്ലാസ് പരീക്ഷകൾ വളരെ കാര്യക്ഷമമായിരുന്നു. മുൻനിരയിലെ പത്ത് ഇരിപ്പിടങ്ങൾ ഒഴിവാക്കിയെടുത്തിട്ട് അദ്ദേഹം ആദ്യത്തെ പത്ത് ഇരകളെ പേനയും നോട്ടുബുക്കുമെടുത്തു വരാൻ ആവശ്യപ്പെട്ടു. അവർ അവിടെനിന്ന് ഉത്തരം എഴുതുകയും അദ്ദേഹം അപ്പോൾ തന്നെ മാർക്കിടുകയും ചെയ്തു. മറ്റു രണ്ടുപേർ ബോർഡിൽ ഉത്തരം എഴുതും. മറ്റൊരാൾ അദ്ദേഹത്തിന്റെ ചോദ്യങ്ങൾക്ക നേരെ ഉത്തരം പറയണം. അയാൾക്ക് ഉത്തരം പറയാൻ കഴിഞ്ഞില്ലെങ്കിൽ ഞങ്ങളെ ഓരോരുത്തരേയും വിളിക്കും. അതൊരു കൂട്ടത്തോടെയുള്ള പരസ്യവിചാരണയായിരുന്നു. തെറ്റുന്ന ഉത്തരങ്ങൾ നിർത്തപ്പെടുകയും അത്തരം ഉത്തരങ്ങൾ ബോർഡിൽ ചോക്കുകൊണ്ടും പേപ്പറിൽ പേനകൊണ്ടും പൂർത്തിയാക്കപ്പെട്ടു.

ക്ലാസ്ബുക്കിലേക്ക് കുട്ടികളുടെ ഗ്രേഡുകൾ വർഷിക്കപ്പെട്ടു. നാൽപ്പത്തിയഞ്ചു മിനിറ്റിനുള്ളിൽ അദ്ദേഹം ഇരുപതുകുട്ടികളുടെ പരീക്ഷ നടത്തി. അദ്ദേഹത്തിന്റെ വെളുത്ത കണ്ണുകൾ ഡസ്കിന്റെ നിരകളിൽ സൂക്ഷ്മപരിശോധന നടത്തി. ജില്ലയിലെ ഏറ്റവും നല്ല

അദ്ധ്യാപകനായി അദ്ദേഹത്തെ തിരഞ്ഞെടുത്തു. കോളേജ് വിദ്യാർത്ഥികൾ സ്വന്തം കസേരയുമായി വന്ന് അദ്ദേഹത്തിന്റെ ക്ലാസിൽ പ്രഭാഷണങ്ങൾ കേട്ടിരുന്നു. അദ്ദേഹത്തിന്റെ ക്ലാസിലെ കൃത്യവിലോപികളായ വിദ്യാർത്ഥികളുടെ ഭീകരതയുമായി ഇതൊന്നിനും പൊരുത്തപ്പെടാനായില്ല. മുടി പറ്റെ വെട്ടിയ സിഗററ്റു പുകച്ചു നടക്കുന്ന അക്ഷരം പഠിക്കുന്നതിനേക്കാൾ തല്ലുകൂടാൻ ഇഷ്ടപ്പെട്ട കയ്യിൽ തഴമ്പുള്ള അവർ പോലും സാന്നിച്ചിന്റെ ക്രൂരമായ ആക്രമണത്തിന് വിധേയരായി എഴുതാനും വായിക്കാനും ശ്രമിച്ചു. ചീത്ത വാക്കുകൾ ഉപയോഗിക്കാതെ സംസാരിക്കാൻ, രചനകളിൽ തങ്ങളുടെ ചിന്തകൾ പ്രതിഫലിപ്പിക്കാൻ, അവരുടെ തഴമ്പുള്ള കൈകൊണ്ട് എഴുതാനും അവർ ശ്രമിച്ചു. ചോദ്യം ചെയ്യപ്പെട്ടപ്പോൾ അവർ വിയർത്തു.

''ഗോർക്കി ജനിച്ചത് ഏകദേശം എന്നായിരുന്നു?'' ഭീരുക്കളുടെ സംഘത്തോട് നിശ്ശബ്ദമായ ഒരു അഭ്യർത്ഥനയായിരുന്നു അത്. ''അദ്ദേഹം ജനിച്ചത്, ആയിരത്തി എണ്ണൂറിലായിരിക്കാം. സ്വാഭാവികമായും അദ്ദേഹം ആയിരത്തി എണ്ണൂറിനു ശേഷമായിരിക്കും ജനിച്ചത്. അദ്ദേഹം പതിനെട്ടാം നൂറ്റാണ്ടിൽ ജനിച്ചിരുന്നില്ല. അങ്ങനെയല്ലേ?''

കഠോര ശബ്ദത്തിൽ ക്ലാസ് മുഴുവനായി അനുസരണയോടെ പറഞ്ഞു.

''ആയിരത്തി എണ്ണൂറ്റി അറുപത്തിയെട്ട്.''

''അതെ, ഗംഭീരമായി. ഇനി അമ്മ എന്ന നോവൽ എപ്പോഴാണ് എഴുതപ്പെട്ടത്?''

''ആയിരത്തിതൊള്ളായിരത്തിൽ...''

''നോക്കൂ, നിങ്ങൾക്ക് സി ഗ്രേഡ് ലക്ഷ്യമിട്ടാണ് ഇത്തരം ഉത്തരം പറയുന്നത്...''

''എന്നാൽ ആയിരത്തി തൊള്ളായിരത്തിഅഞ്ച്...''

''ഇരുന്നോളൂ. നിങ്ങൾ തോറ്റിരിക്കുന്നു.''

''എന്നാൽ തൊള്ളായിരത്തി ഏഴ്... അടുത്തെത്തിയിരിക്കുന്നു. നിങ്ങൾ ബോർഡിനടുത്തേക്കു വരൂ.''

തോറ്റവന്റെ കരച്ചിൽ ദുഃഖസാന്ദ്രമായി. ''അലക്സാണ്ടർ സാന്നിച്ച്, ഞാൻ പഠിച്ചതാണ്.''

''അപ്പൊ നീ കുറച്ചുകൂടി പഠിക്കുക. കോന്നിവ, നീ അവന് പറഞ്ഞുകൊടുത്താൽ നിന്നെയും തോല്പിക്കും.''

അതൊരു ഭാഗ്യത്തിന്റെ മത്സരമായിരുന്നു. ഞാൻ പെട്ടെന്ന് പൊരുത്തപ്പെട്ടു. അദ്ദേഹത്തിന്റെ കാരുണ്യം ചെറുക്കാൻ പറ്റാത്ത വശീകരണമായിരുന്നു. അദ്ദേഹം ആവശ്യപ്പെട്ട കൃതികളെല്ലാം

നേരത്തെ തന്നെ ഞാൻ വായിച്ചിരുന്നു. ഗോർക്കിയുടെ മറ്റു വലിയ നോവലുകളായ ക്ലിംസാംഗിന്റെ ജീവിതം, ഫോമഗൊർജിയേവ് മുതലായവയെപ്പോലെ 'അമ്മയും' എന്നെ അവ്യക്തമായി അലോസരപ്പെടുത്തി.

'ബാല്യകാലം' ഞാൻ ആസ്വദിച്ചു വായിച്ചതാണ്. അദ്ദേഹത്തിന്റെ 'ജിപ്സി കഥകൾ' എന്നെ നന്നായി ആകർഷിച്ചു. കുട്ടിക്കാലം മുതൽ ഞാൻ വായനയ്ക്ക് അടിമയായിരുന്നു. വീട്ടിൽ എല്ലായ്പ്പോഴും ഞാൻ ഏതെങ്കിലും പുസ്തകത്തിൽ തല പൂഴ്ത്തിയിരുന്നു. അങ്ങനെ ഞാൻ എന്റെ കണ്ണുകളെ നശിപ്പിച്ചു. ഇപ്പോൾ ഇതാ, ഒരു സാഹിത്യ അദ്ധ്യാപകൻ എന്നെ തിരസ്കരിക്കുകയും ഗൗനിക്കാതിരിക്കുകയും ചെയ്യുന്നു.

അദ്ദേഹം മനപ്പൂർവ്വം എന്നെ ഗൗനിക്കാതിരിക്കുകയാണ് എന്നെനിക്കു തോന്നി. എന്റെ ഉയർത്തിയ കയ്യിലേക്ക് അദ്ദേഹം നോക്കിയതേയില്ല. ഒരുപക്ഷേ അദ്ധ്യാപകന്റെ സേവ പിടിക്കുന്ന ഒരു വക്രബുദ്ധിക്കാരിയാണ് ഞാൻ എന്ന് അദ്ദേഹം ധരിച്ചിരിക്കാം. എന്റെ പഴയ സ്കൂളിൽ ഞാൻ ഏറ്റവും മോശക്കാരിയായ വിദ്യാർത്ഥിനിയായിരുന്നു എന്ന കാര്യം അദ്ദേഹത്തിന് അറിയില്ലായിരുന്നു. എനിക്ക് ഏറ്റവും മോശം ഗ്രേഡുകൾ ലഭിക്കുകയും വളരെ മോശം അച്ചടക്ക നടപടികൾക്ക് വിധേയയാകുകയും ചെയ്തിരുന്നു. ഞാൻ ടീച്ചറുടെ മൂക്കിനു താഴെ ഒന്നാംനിരയിലാണ് ഇരുന്നത്. ബോയ്സ് സ്കൂളിലേക്ക് മാറ്റിയതിനു ശേഷം എന്റെ പഴയ കാര്യങ്ങൾക്ക് വലിയ പ്രചാരം ലഭിച്ചില്ല. അതിനാൽ എനിക്ക് പുറകിൽ അവസാന നിരയിൽ ഇരിക്കാൻ കഴിഞ്ഞു.

ഞാൻ പതിനാറു വയസ്സുള്ള ഒരു മുതിർന്ന പെൺകുട്ടിയായി വളർന്നിരുന്നു. എന്റെ ഉള്ളിൽ വർണ്ണശോഭയുള്ള ഒരു അന്തരംഗവും തീക്ഷ്ണമായ ന്യായബോധവും ഉണ്ടായിരുന്നു. ആത്മാഭിമാനം എന്നെ നന്നായി പഠിക്കാൻ പ്രേരിപ്പിച്ചു. എന്റെ ജീവിതത്തിലെ ഭീകരവിഷയമായ ആൾജിബ്രവരെ ഞാൻ പഠിച്ചു. റിബ്ബൺകെട്ടിയ പിന്നിയിട്ട മുടിയുള്ള ഒരു അഹങ്കാരി പെൺകുട്ടിയും പരിശീലകനായ വെള്ളക്കണ്ണുള്ള ഒരു പൊലീസുകാരനും എന്നതുപോലെയായിരുന്നു ഞങ്ങൾ ഇരുവരും.

അദ്ദേഹം ആദ്യം എഴുതാൻ ആവശ്യപ്പെട്ടത് ഗോർക്കിയുടെ 'അമ്മ' എന്ന കൃതിയെക്കുറിച്ചായിരുന്നു. ശപിക്കപ്പെട്ട ആ പുസ്തകം രണ്ടാമതു വായിക്കാൻ എനിക്ക് സമയമുണ്ടായിരുന്നില്ല. വർഷങ്ങൾക്കു മുമ്പ് വായനശാലയിലോ അമ്മയുടെ അടുത്തുനിന്നോ ഞാൻ ഓടിച്ചു വായിച്ചതായിരുന്നു ആ പുസ്തകം. അമ്മ ഭ്രാന്തമായി പുസ്തകങ്ങൾ വാങ്ങിച്ചു കൂട്ടുകയും ഞാൻ അവ വായിക്കുകയും ചെയ്തിരുന്നു. അറസ്റ്റുകളെ തുടർന്ന് അമ്മയുടെ കുടുംബത്തിലെ

വായനശാല നശിച്ചുപോയി. സ്കൂളിലെ ക്ലാസു കഴിഞ്ഞ് എന്നും ഞാൻ വായനശാലയിൽ പോയിരുന്നു. പുസ്തകങ്ങളോടുള്ള എന്റെ ആസക്തിയെ ലൈബ്രേറിയന്മാർ എപ്പോഴും മുതലെടുത്തിരുന്നു. ഞാൻ രണ്ടു പുസ്തകങ്ങൾ ആവശ്യപ്പെട്ടാൽ അവർ തരുന്ന പുസ്തകങ്ങളിൽ ഒന്ന് എല്ലായ്പ്പോഴും സ്കൂളിലെ പാഠ്യപദ്ധതി അനുസരിച്ചുള്ളതായിരുന്നു. അങ്ങനെ അവർ നിർബ്ബന്ധപൂർവ്വം എന്നെ വായിപ്പിച്ച പുസ്തകമായിരുന്നു ഗോർക്കിയുടെ അമ്മ.

അമ്മയിലെ ഒരു രംഗം എന്റെ ഓർമ്മയിൽ ഉടക്കി നിന്നു. ഇരുട്ടു പരക്കുന്നു, ഫാക്ടറിയിലെ സൈറൺ മുഴങ്ങുന്നു. ഗ്രാമീണർ ജോലിക്കു പോകാൻ തയ്യാറെടുക്കുന്നു. വാതിലുകൾ തുറക്കുന്നു. കുടിലുകളിൽ നിന്നും വെളിച്ചം തെരുവിലെ കട്ടിയുള്ള ചളിയിൽ പതിക്കുന്നു. ഇത്തരം ഒരു ശില്പത്തിന്റെ അകമ്പടിയോടെയാണ് ഞാനെന്റെ രചന രൂപപ്പെടുത്തിയത്.

അലക്സാണ്ടർ സോൾഷെനിവിത്സന്റെ വിഖ്യാതകൃതിയായ 'ഇവാൻ ഡെനിസോവിച്ചിന്റെ ഒരു ദിവസം' എന്ന നോവലിന്റെ തുടക്കവുമായി അതിന് സാദൃശ്യമുണ്ടായിരുന്നു. പക്ഷേ ഒന്നോർക്കണം, തെരുവിലേക്ക് പതിക്കാൻ എന്തു വെളിച്ചമാണ് ഉണ്ടായിരുന്നത്? അക്കാലത്ത് മെഴുകുതിരികളാണ് കുടിലുകളിൽ ഉണ്ടായിരുന്നത്. റഷ്യൻ ഗ്രാമീണകൃഷിക്കാരുടെ കുടിലുകളിലെ മുൻവാതിലുകളിൽകൂടി ഒരു വെളിച്ചവും പുറത്തേക്ക് വരാൻ സാധിക്കുമായിരുന്നില്ല. ഗ്രാമീണരുടെ കുടിലുകളിൽ പുറംവാതിലുകൾ തുറന്നിരുന്നത് ഇരുട്ടുമുറി എന്നറിയപ്പെട്ടിരുന്ന പ്രധാന മുറിയിലേക്കുള്ള ഇടുങ്ങിയ ചെറിയ മുറിയിലേക്കായിരുന്നു അതിൽനിന്നും ഒരു വെളിച്ചവും പുറത്തേക്ക് വരില്ല.

മറ്റൊരു വരി ഞാൻ ഓർമ്മിക്കുന്നു. ഹെലൻ കെല്ലറിനെപോലെ 'അന്ധയും ബധിരയും നെഞ്ചുരുക്കുന്നതുമായ നിരാശ.' ഞാൻ ഗ്രാഫ് പേപ്പർ പോലെ വരയിട്ട നോട്ടുബുക്കിൽ വളരെ അടുപ്പിച്ചാണ് രചന തയ്യാറാക്കിയത്. എന്റെ രചന വളരെ ചെറുതായിരുന്നു. വിധിയോടുള്ള വെല്ലുവിളി വിരസവും ദീർഘവുമായിരിക്കരുത്.

അദ്ദേഹം എന്റെ വെല്ലുവിളി സ്വീകരിച്ചു. അദ്ദേഹം എനിക്ക് ബി പ്ലസ് ഗ്രേഡ് തരുകയും ചുവന്ന പെൻസിൽകൊണ്ട് അടയാളപ്പെടുത്തുകയും ചെയ്തു. അടുത്ത ക്ലാസിൽ അദ്ദേഹം എന്നെ നോക്കി വിളറിയ ഒരു ചിരി ചിരിച്ചു. അല്ലെങ്കിൽ എനിക്കങ്ങനെ തോന്നി. അദ്ദേഹം അല്പം സന്തോഷവാനായി കാണപ്പെട്ടു.

എന്റെ കപ്പലിലെ പായകളിൽ കാറ്റു നിറഞ്ഞു. ഞാൻ മുന്നോട്ടു കുതിച്ചു. എനിക്ക് എന്നോടുതന്നെ കൂടുതൽ സ്നേഹം തോന്നി.

അദ്ദേഹത്തിന്റെ ഒരു ചെറിയ വാക്യം ഞാൻ വിവിധ തരത്തിൽ തിരിച്ചും മറിച്ചും ദിവസം മുഴുവൻ വ്യാഖ്യാനിച്ചു. ''മൗലികതയുള്ളത്, എന്നാൽ സംശയാസ്പദം.''

അടുത്ത പരിശോധനാനാളിൽ അദ്ദേഹം എന്നെ മുൻഡസ്കിലേക്ക് വിളിച്ചു. ഞാൻ വേഗത്തിൽ ഉത്തരം എഴുതി. അദ്ദേഹത്തിന് ഇഷ്ടപ്പെടുന്ന വിധം പരമ്പരാഗത രീതിവിട്ട് വളരെ ചുരുക്കി ഞാൻ ഉത്തരം പറഞ്ഞു. അദ്ദേഹം അവിടെവെച്ച് ഉടൻ തന്നെ അത് വായിക്കുകയും കൂടുതൽ ചോദ്യങ്ങൾ ചോദിക്കുകയും ചെയ്തു. അദ്ദേഹത്തിന്റെ എതിർപ്പിനെ ഞാൻ എതിർത്തു.

അദ്ദേഹം അത്ഭുതത്തോടെ തലകുലുക്കി സമ്മതിക്കുകയും പുഞ്ചിരിക്കുകയും ചെയ്തു.

ആദ്യപ്രണയം പോലെ ഞാൻ ഭ്രമിച്ചുപോയി. തങ്ങൾക്ക് അല്പമെങ്കിലും ശ്രദ്ധ നൽകുന്ന ആരുമായും യുവാക്കൾ പ്രണയത്തിലാകും. സ്വയം മതിപ്പ് ആകാശംമുട്ടെ ഉയർന്നു.

ഞാൻ കൂടുതൽ മെച്ചപ്പെടാൻ ആഗ്രഹിച്ചു. എനിക്ക് മറ്റൊരു ബി പ്ലസ് കിട്ടി. 'ഇപ്പൊ അതു മതി.' ഞാൻ അദ്ദേഹത്തിന്റെ ഏറ്റവും നല്ല വിദ്യാർത്ഥിനിയായി. പിന്നീട് എനിക്കു മനസ്സിലായി ഓരോ ക്ലാസിലും അദ്ദേഹത്തിൽ ഒരു നല്ലകുട്ടി ഉണ്ടായിരുന്നു. മനോഹരമായ മഞ്ഞ ഷൂസു ധരിക്കുന്ന അഹങ്കാരിയായ സുലിമോവ എന്ന പെൺകുട്ടിയായിരുന്നു ഒൻപതാംക്ലാസിലെ അദ്ദേഹത്തിന്റെ നല്ല കുട്ടി. അവിശ്വാസത്തോടെ ഞാനവളെനോക്കി. അങ്ങനെയാവാൻ കഴിയില്ല. ഞങ്ങൾ രണ്ടുപേരും മിടുക്കികളാവാൻ പറ്റില്ല. വസന്തകാലത്തെ അവസാന പരീക്ഷ. ഞാൻ വേവലാതിപ്പെട്ട് ചോദ്യം വായിച്ചു തീർന്നില്ല. ബെല്ല് അടിച്ചിരുന്നു. എല്ലാവരും പോകാൻ തുടങ്ങി. സാന്നിച്ച് അദ്ദേഹത്തിന്റെ മേശയ്ക്കരികിൽ ഇരിക്കുന്നുണ്ടായിരുന്നു. പെട്ടെന്ന് അദ്ദേഹം പറഞ്ഞു.

''തിടുക്കപ്പെടേണ്ട, നിനക്കു വേണ്ടത്രയും സമയമെടുത്തോളൂ.''

ആളൊഴിഞ്ഞ ക്ലാസ്മുറിയിൽ ഞാനും സാന്നിച്ചും മാത്രമായി. ഞാനും എന്റെ പ്രണയവും.

ഞാൻ പോകുമ്പോൾ അദ്ദേഹംപറഞ്ഞു, ''ഞാനും വായിച്ചു നോക്കി തെറ്റു തിരുത്താം.''

എന്റെ അവസാനത്തെ രചനയ്ക്ക് എ ഗ്രേഡ്കിട്ടി. സാന്നിച്ചിൽ നിന്നും എനിക്കു കിട്ടിയ അവസാനത്തെ എ ഗ്രേഡ്. അന്നു മുതൽ അദ്ദേഹം എന്നെ പഠിപ്പിച്ചതുപോലെ വരയിട്ട നോട്ടുബുക്കിൽ ഞാൻ വളരെ അടുപ്പിച്ചടുപ്പിച്ച് എല്ലാവരയിലും ഉൾക്കൊള്ളിച്ച് എഴുതാൻ തുടങ്ങി.

ഞാൻ അദ്ദേഹത്തെ ഒരിക്കൽകൂടി കണ്ടു. ഒരു വർഷത്തിനുശേഷം ഞങ്ങൾ ഒരുമിച്ചു കൂടി. പഴയ കൂട്ടുകാർ ഒത്തുകൂടി ആഘോഷിക്കുകയും ആർത്തു ചിരിക്കുകയും തമാശ പറയുകയും ഞങ്ങളുടെ ഒരുമിച്ചുള്ള ഭൂതകാലം അയവിറക്കുകയും ചെയ്തു. 1957 ഫെബ്രുവരി മാസമായിരുന്നു അത്. കഴിഞ്ഞ വർഷങ്ങളിലെ ധാരാളം പ്രബുദ്ധരായ മുഖങ്ങൾ ഞാനവിടെ കണ്ടു.

പ്രവേശന കവാടത്തിൽ ഒരു ചെറിയ ചുഴലിക്കാറ്റ് രൂപപ്പെട്ടു. അതിന്റെ കേന്ദ്രബിന്ദുവിൽ ഒരു തവിട്ടുനിറമുള്ള തല. ആഴമില്ലാത്ത വെളുത്ത കണ്ണുകൾ. സാന്നിച്ച്. അദ്ദേഹം നാണത്തോടെ ചിരിച്ചു. ആൺകുട്ടികൾ അദ്ദേഹവുമായി മദ്യം പങ്കുവെച്ചിരിക്കും. 'സാന്നിച്ച്... സാന്നിച്ച്' എന്ന വിളികൾ അന്തരീക്ഷത്തിൽ മുഴങ്ങി. വളരെ വികാരാധീനരായാണ് പൂർവ്വവിദ്യാർത്ഥികൾ അദ്ദേഹത്തെ അഭിസംബോധന ചെയ്തത്. ആരായിരുന്നു എല്ലാവരുടേയും ഇഷ്ടപ്പെട്ട അദ്ധ്യാപകൻ എന്ന് ഇപ്പോൾ വ്യക്തമായി. അവർ അദ്ദേഹത്തെ പോകാൻ അനുവദിച്ചില്ല. ജനക്കൂട്ടം മുഴുവൻ അദ്ദേഹത്തെ പൊതിഞ്ഞു. അദ്ദേഹത്തെ പിൻതുടർന്നു.

അദ്ദേഹത്തിനെപ്പോലെ നിറമില്ലാത്ത കണ്ണുകളുള്ളവർക്ക് ഹൃദ്രോഗം ഉണ്ടായേക്കാം എന്ന് ഞാൻ പിന്നീട് അറിഞ്ഞു.

നിരവധി വർഷങ്ങൾ ശേഷം മോസ്കോയിലെ ജർമ്മൻ എംബസി എന്നെ ആദരിക്കാൻ ക്ഷണിച്ചു. എനിക്ക് പുഷ്കിൻ അവാർഡ് ലഭിച്ചതിന്റെ ആഘോഷമായിരുന്നു അത്. എഴുത്തുകാരനായ അനത്തോളി മക്കാറൊവ്, ചിത്രകാരൻ ബോറിസ്മെസ്സെറർ, എഴുത്തുകാരനായ നിക്കൊളായ്ഷ്മെലിവ് എന്നിവർ വട്ടം കൂടിയിരുന്ന് സംസാരിക്കുകയായിരുന്നു. അപ്പോഴാണ് ഞങ്ങൾ രസകരമായ ഒരു കാര്യം കണ്ടുപിടിച്ചത്. ഞങ്ങളെല്ലാം ഒരേ ഹൈസ്കൂളിലാണ് പഠിച്ചിരുന്നത്. എന്നു മാത്രമല്ല ഞങ്ങൾക്കെല്ലാം പൊതുവായ ഒരു അദ്ധ്യാപകൻ ഉണ്ടായിരുന്നു. അലക്സാണ്ടർ സാന്നിച്ച്.

''സാന്നിച്ച് ചെറുപ്പത്തിലെ മരിച്ചു.''

ഞാൻ അവരോടുപറഞ്ഞു. ''നാല്പത്തിയെട്ടു വയസ്സിനു മുൻപേ അദ്ദേഹം മരിച്ചു. കേട്ട കഥകൾ പ്രകാരം അദ്ദേഹത്തിന് എട്ടു മക്കൾ ഉണ്ടായിരുന്നു. പിന്നീട് അദ്ദേഹം തന്റെ പഴയൊരു വിദ്യാർത്ഥിനിയെ വിവാഹം കഴിച്ചു. നമ്മുടെ സ്കൂളിൽനിന്നും പഠിച്ചു പാസ്സായ അവൾ അവിടെ ലാബ് അസിസ്റ്റന്റായി ജോലി നോക്കുകയായിരുന്നു. ബാല്യകാലം മുതൽ അവൾ അദ്ദേഹത്തെ പ്രണയിച്ചിരുന്നു. അവൾ അദ്ദേഹത്തെ ആഴത്തിൽ പ്രണയിച്ചു. എന്റെ സഹപാഠിയായിരുന്ന മിളാ എന്ന കുട്ടിയുടെ കസിൻ ആയിരുന്നു അവൾ. രണ്ടാം കല്യാണത്തിൽ വീണ്ടും കുട്ടികളുണ്ടായി. അവർ ദാരിദ്ര്യത്തിലാണ് ജീവിച്ചിരുന്നത്.

കഥ ഇവിടെ അവസാനിക്കുന്നു.

എന്റെ പുരുഷസുഹൃത്തുക്കൾ ആദരവോടെ ദീർഘനിശ്വാസം വിട്ടു. പിന്നീട് അവർ സാന്നിച്ചിനെക്കുറിച്ച് തങ്ങളുടെ അനുഭവങ്ങൾ പങ്കുവെച്ചു. സാന്നിച്ചിന്റെ പൂർവ്വവിദ്യാർത്ഥികളുടെ ഒരു കൂട്ടായ്മ ഉണ്ടാക്കണമെന്ന് ഞങ്ങൾ തീരുമാനിച്ചു. പിന്നീട് ഞങ്ങളെല്ലാം വീടുകളിലേക്ക് പിരിഞ്ഞു പോയി.

സാന്നിച്ച് ഇന്ന് പട്ടടയിലാണ്. അദ്ദേഹം മരിച്ചിട്ട് നിരവധി വർഷങ്ങളായി.

''വാതിലുകൾ തുറന്നു. കുടിലുകളിൽ നിന്നുള്ള വെളിച്ചം വീഥിയിലെ കട്ടിയുള്ള ചളിയിൽ പതിച്ചു.''

കണ്ടെടുത്ത അനാഥശിശു

ഖസാക്കിസ്ഥാനിലെ കന്നിമണ്ണിൽ 1961ൽ എന്നെ അവർക്ക് കണ്ടുകിട്ടുകയായിരുന്നു. സോവ്യറ്റ് റേഡിയോയിലെ 'വൈകിക്കിട്ടിയ വാർത്തകൾ' എന്ന പരിപാടിയുടെ മോസ്കോ ലേഖകന്മാരായ യൂറി കോൺസ്റ്റാന്റിൻ ആർജി, വാസ്യ അനാൻച്ചെൻകൊ എന്നിവരായിരുന്നു അവർ. പിന്നീട് അവർ എന്നെ 'അനാഥശിശു' എന്ന് കളിയാക്കി വിളിച്ചിരുന്നു. കൃത്യമായി പറഞ്ഞാൽ ഉത്തര ഖസാക്കിസ്ഥാന്റെ തലസ്ഥാനമായ പെത്രൊ പൗലോസ്ക്കിലെ റേഡിയോ സ്റ്റേഷനിൽ വെച്ചാണ് അവർ എന്നെ കണ്ടുമുട്ടിയത്. പിന്നീട് ഞാനവിടെ ജോലി ചെയ്യാൻ തുടങ്ങിയപ്പോൾ അനാഥ ശിശു എന്നത് എന്റെ ഇരട്ടപ്പേരായി മാറി.

ആർജിയും അനാൻച്ചെൻകൊയും ഔദ്യോഗിക ആവശ്യത്തിനായി അവിടെ എത്തിയതായിരുന്നു. വിദൂരമായ ബുളായെവ ജില്ലാ കേന്ദ്രത്തിൽ നിന്നും വിദ്യാർത്ഥി ഗ്രൂപ്പിന്റെ ന്യൂസ് ലെറ്ററിന്റെ ചുമതലയുണ്ടായിരുന്ന ഞാൻ ഒരു ദിവസം അതിന്റെ പ്രിന്റിങ്ങിനായാണ് അവിടെ എത്തിച്ചേർന്നത്. മോസ്കോ സ്റ്റേറ്റ് യൂണിവേഴ്സിറ്റിയിലെ ഒഴിവുകാല നിർമ്മാണ ഗ്രൂപ്പിനെക്കുറിച്ചായിരുന്നു വാർത്താബുള്ളറ്റിൻ.

അത് സെപ്റ്റംബർ മാസമായിരുന്നു. ഗ്രൂപ്പിലെ മറ്റെല്ലാ വിദ്യാർത്ഥികളും കൈ നിറയെ പണവും ബിസ്കറ്റുകളും ചുണ്ടിൽ പാട്ടുമായി മുഷിഞ്ഞ വസ്ത്രങ്ങളുമണിഞ്ഞ് ക്ഷീണിതരായി തിരിച്ചു പോയിരുന്നു. നാടൻ കല്ലുകളും വെട്ടുകല്ലുകളും കൊണ്ടു നിർമ്മിച്ച വീടുകളും ആടുകളെ വളർത്തുന്ന ഷെഡ്ഡുകളും ഭീമാകാരങ്ങളായ പച്ചില കുഴികളും താണ്ടി അവർ മുന്നോട്ടു പോയി. ആർമേനിയയിൽ നിന്നുള്ള ജോലിക്കാരെ ആശ്രയിച്ച് കെട്ടിടങ്ങളുടെ പണി തീർക്കാനായിരുന്നു അവർ കരുതിയിരുന്നത്. പക്ഷേ അത് എപ്പോഴെങ്കിലും പ്രാവർത്തികമായോ അതോ കോളേജ് വിദ്യാർത്ഥികൾക്ക് തടവുപുള്ളികളുടെ ലളിതമായ ജോലികളുമായി പരിചയപ്പെടാനുള്ള അവസരമുണ്ടായി

എന്ന പ്രചാരണത്തിനു ശേഷം അവയൊക്കെ മഞ്ഞിനടിയിൽ കുഴിച്ചു മൂടപ്പെട്ടുവോ എന്നെനിക്കറിയില്ല.

ഖസാക്കിസ്ഥാനിലെ കന്നിമണ്ണിൽ ഞാൻ മാത്രം അവശേഷിച്ചു. യൂണിവേഴ്സിറ്റിയുടെ വിദ്യാർത്ഥിനിർമ്മാണസംഘത്തെക്കുറിച്ച് പലരുടേയും പേരുവെച്ച് ഞാനെഴുതിയിരുന്ന ന്യൂസ്‌ലെറ്റർ എനിക്ക് പൂർത്തിയാക്കേണ്ടിയിരുന്നു.

കസാഖ് റേഡിയോയുടെ ഒരു പ്രവർത്തകൻ വളരെ നേരം വൈകി ഞങ്ങളുടെ നിർമ്മാണ സംഘത്തെക്കുറിച്ച് ഒരു റിപ്പോർട്ട് തയ്യാറാക്കാൻ തീരുമാനിച്ചു. അയാൾ ബുലായേവ ജില്ലാ കമ്മിറ്റി ഓഫീസിൽ വിളിച്ചു. ഞാൻ ഏകയായി ഒരു ഗിത്താറുമായി അവിടെ താമസിക്കുകയായിരുന്നു. ഖസാക്ക് ജില്ലാ ഓഫീസില രാത്രികൾ ഭീകരമായിരുന്നു. ആളൊഴിഞ്ഞ ഓഫീസിൽ ചെറിയ ഒരു കട്ടിൽ മാത്രം. ഇടനാഴിയിൽ ഒരു ടെലഫോൺ. എല്ലായിടത്തും നിർത്താതെ കുരയ്ക്കുന്ന പട്ടികൾ. ഈജിപ്റ്റിലെ അന്ധകാരം പോലെ, മേൽക്കൂരകളിൽ കാറ്റ് ചൂളമടിക്കുന്നു.

പെട്ടെന്ന് ടെലഫോൺ മണിമുഴക്കാൻ തുടങ്ങി. ആരായിരിക്കും ഈ രാത്രിയിൽ?

''ഹലോ, പെൺകുട്ടീ, വിദ്യാർത്ഥികളുടെ സംഘത്തിൽ നിന്നും ആരെയെങ്കിലും കിട്ടുമോ?''

''എല്ലാവരും പോയല്ലോ.''

''നിങ്ങൾ, നിങ്ങൾ ആരാണ്?''

''ഞാൻ വിദ്യാർത്ഥികളുടെ നിർമ്മാണസംഘത്തെക്കുറിച്ച് ഒരു ന്യൂസ് ലെറ്റർ തയ്യാറാക്കുകയാണ്. ഞാനത് പൂർത്തിയാക്കുന്നു.''

''ഓ, എനിക്ക് അതു തന്നെയാണ് വേണ്ടത്. നിങ്ങൾക്ക് ഇവിടെ പെത്രോപൗലോസ്കിൽ റേഡിയോ പ്രഭാഷണത്തിന് വരാൻ പറ്റുമോ? ഹൊ, കഷ്ടം, ഞാൻ ഔദ്യോഗികമായ ആവശ്യത്തിന് യാത്രയിലായിരുന്നതുകൊണ്ട് നിങ്ങളുടെ ക്യാമ്പിൽ എത്തിച്ചേരാൻ കഴിഞ്ഞില്ല. നിങ്ങളുടെ ക്യാമ്പ് ഫയറിലെ പാട്ടുകൾക്കിടയിൽ ശബ്ദരേഖ തയ്യാറാക്കുകയായിരുന്നു എന്റെ ലക്ഷ്യം.''

''നാളെ ഞാൻ പ്രിന്റിങ്ങ് ആവശ്യത്തിനായി പെത്രോപൗലോസ്കിൽ വരുന്നുണ്ട്. എന്റെ കയ്യിൽ ഒരു ഗിത്താറുമുണ്ട്.''

അയാൾ ഒരു നിമിഷം നിശ്ശബ്ദനായി. യാദൃച്ഛികമായ ഒത്തുചേരലിൽ അയാൾ അത്ഭുതപ്പെട്ടു

''അതു നന്നായി. എന്റെ വീട്ടിലേക്ക് നിങ്ങൾക്ക് സ്വാഗതം. എന്റെ ഭാര്യ നിങ്ങൾക്ക് ആഹാരം തരും.''

അടുത്ത ദിവസം പ്രാദേശികമായ പ്രിന്റിങ് ഹൗസ് എന്റെ അവസാന ഫോട്ടോയും പ്രിന്റു ചെയ്യുകയും പിന്നീട് മുഴുവൻ കോപ്പികൾ അച്ചടിച്ച് മോസ്കോവിലേക്ക് അയയ്ക്കുവാനും തയ്യാറായിരുന്നു.

ബുളായെവ പട്ടണത്തിന്റെ ഒറ്റനില വീടുകളുടെ മേൽക്കൂരകളിൽ വെളുത്ത ഹിമധൂളികൾ കാറ്റിൽ വട്ടമിട്ട് പറന്നു. നീളവും ആഴവുമുള്ള ചളിക്കുണ്ടുകളിൽ ശക്തിയായ കാറ്റടിച്ച് തിരയിളക്കം സംഭവിച്ചു. പുൽമേടുകളിൽ നിന്നും ശൈത്യകാലത്തിന്റെ മുന്നോടിയായ തണുത്ത കാറ്റു വീശി. ഞാൻ ഗിത്താറും തൂക്കി റെയിൽവേസ്റ്റേഷനിലേക്ക് യാത്ര തിരിച്ചു. ചൈനീസ് നിർമ്മിതമായ ബർഗണ്ടി നിറത്തിലുള്ള ഒരു ഓവർക്കോട്ടും ഓറഞ്ച് നിറത്തിലുള്ള ഒരു വലിയ ശിരോവസ്ത്രവുമാണ് ഞാൻ ധരിച്ചിരുന്നത്. അടിയിൽ ഒരു നാവികക്കുപ്പായവും ബെൽബോട്ടം ട്രൗസറുകളും പച്ച ആർമി ഷൂസുകളുമാണ് അണിഞ്ഞിരുന്നത്. നേവി യൂണിഫോം ഒഴിച്ചുള്ള എല്ലാ വസ്ത്രങ്ങളും എന്റെ അമ്മ എനിക്ക് വാങ്ങിച്ചു തന്നതായിരുന്നു. ആ സത്യം ഉൾക്കൊണ്ടപ്പോഴെല്ലാം എന്റെ കണ്ണുകൾ നിറഞ്ഞു. അവയൊക്കെ ധരിക്കുകയല്ലാതെ എനിക്ക് മറ്റൊന്നും സാധ്യമായിരുന്നില്ല. ഇത്തരം വസ്ത്രധാരണത്തോടെയാണ് വടക്കേ ഖസാക്കിസ്ഥാന്റെ തലസ്ഥാനനഗരിയിലേക്ക് എന്റെ വിധിയെ ആലിംഗനം ചെയ്യാൻ ഞാൻ പോയത്.

ഇങ്ങനെയാണ് ഞാനാ കന്നിമണ്ണിൽ എത്തിച്ചേർന്നത്. വസന്തകാലത്ത് എനിക്ക് യൂണിവേഴ്സിറ്റി ബിരുദം ലഭിക്കാൻ സമയമായപ്പോൾ ഞാനൊരു ജോലിക്ക് ശ്രമം തുടങ്ങി. 'വീക്ക്' എന്ന ആഴ്ചപ്പതിപ്പിൽ ജോലിക്ക് ശ്രമിച്ചു. സഹപാഠിയായിരുന്ന ആൾ അവിടെ ജോലിക്ക് കയറിയിരുന്നു. അവിടത്തെ മേശവലിപ്പ് തുറക്കുമ്പോൾ കിരുകിരെ ശബ്ദമുണ്ടാക്കി ഉരുളുന്ന കാലിയായ കൊഗ്ന്യാക് കുപ്പിയിലൂടെ കൈക്കൂലി കൊടുക്കണമെന്ന സൂചന ലഭിച്ചെങ്കിലും ഞാനപ്രകാരം ചെയ്തില്ല. ''നീ സ്വബോധത്തിലാണോ കിഴവീ, വെറും ശരാശരിയായ ഉദ്യോഗാർത്ഥി'' എന്ന വിശേഷണത്തോടെ എന്നെ അവർ പറഞ്ഞയച്ചു.

ആക്ഷേപഹാസ്യ പ്രധാനമായ ക്രൊക്കൊഡൈൽ എന്ന പ്രസിദ്ധീകരണത്തിൽ ഞാൻ ജോലിക്കായി ശ്രമിച്ചെങ്കിലും എനിക്കത് ലഭിച്ചില്ല. മറ്റൊരു സഹപാഠിയായ ആൺകുട്ടി കോല്യ മൊണാഹൊവ് അവിടെ ജോലിക്കു കയറുകയും പ്രശസ്തനാകുകയും ചെയ്തു. റേഡിയോവിലെ ഹാസ്യപ്രധാനമായ വകുപ്പിൽ കയറിച്ചെന്ന് ഞാൻ ജോലിക്ക് അപേക്ഷിച്ചു. പക്ഷേ, അവിടത്തെ ലേഖകന്മാർ എന്നെ മാന്യമായി കളിയാക്കി പറഞ്ഞുവിട്ടു. ഞാൻ ഐച്ഛിക വിഷയമായി ബിരുദമെടുത്തിരുന്നത് ആക്ഷേപഹാസ്യ പ്രധാനമായ

രേഖാചിത്രങ്ങളിലാണ്. അതുകൊണ്ടാണ് ഹാസ്യപ്രധാനമായ ജോലി തേടി ഞാൻ പോയത്. പക്ഷേ എനിക്ക് ഒരു സ്ഥാനവും ലഭിച്ചില്ല.

ഈ സന്ദർഭത്തിലാണ് യൂണിവേഴ്സിറ്റിയിൽ നിന്നും വിദ്യാർത്ഥികളുടെ ഒരു ഒഴിവുകാല നിർമ്മാണ സംഘം ഖസാക്കിസ്ഥാനിലെ കന്നിമണ്ണിലേക്ക് പോകുന്നുണ്ട് എന്നു ഞാൻ അറിഞ്ഞത്. കൗശലത്തോടെ ഞാനൊരു പദ്ധതി മെനഞ്ഞു. അവരോടൊപ്പം പോയാൽ രാജ്യമാസകലം സൗജന്യമായി യാത്ര ചെയ്യാമെന്ന് ഞാൻ മനസ്സിലാക്കി. ഖസാക്കിസ്ഥാൻ കാണാൻ ഇനിയെപ്പോഴാണ് എനിക്ക് അവസരം കിട്ടുക?

എന്റെ പ്രശ്നങ്ങൾക്കെല്ലാം പരിഹാരമാണ് ഇപ്പോഴത്തെ യാത്ര എന്ന ആശയം എന്നിൽ വേരുറച്ചു. അക്കാലത്ത് യുറാൽ പർവ്വതം മറികടന്ന് യാത്ര ചെയ്യുക എന്നത് വലിയ സാഹസമായിരുന്നു. കള്ളന്മാരുടേയും കൊലപാതകികളുടെയും പാതയായിരുന്നു അത്. അവരും അവരുടെ കാലത്ത് വ്ളാഡിമിർ പാതയിലൂടെയാണ് യാത്ര ചെയ്തത്. (ഇന്നത്തെ മോസ്കോവിലെ എന്തൂസിയാസ്റ്റ് ഹൈവേ അധികാരികൾക്ക് തങ്ങളുടെ സഹോദരങ്ങളെ എങ്ങനെ വിളിക്കണമെന്ന് അറിയാമായിരുന്നു.) അവർ ശാന്തസമുദ്രം വരെ മൂന്നു വർഷങ്ങൾ കാൽനടയായി യാത്ര ചെയ്തു. (ആന്റൺ ചേക്കോവ് തന്റെ യാത്രാവിവരണമായ 'സാഹലിൻ ഐലന്റ്' എന്ന കൃതിയിൽ വിവരിക്കുന്നതു പോലെ). വ്ളാഡി വസ്തോക്കിൽ ഒരു കപ്പലിൽ കാലെടുത്തുവെച്ച് അക്കാലത്തെ കോൺസൻട്രേഷൻ ക്യാമ്പിലേക്ക് പോകാനാണ് അവർ യാത്ര ചെയ്തത്. ചേക്കോവിന്റെ വളരെ വിരസമായ ഒരു കൃതിയാണ് ഇതെന്ന് പറയാതെ വയ്യ.

ഒരർത്ഥത്തിൽ ആദ്യമായി 'ആർഹി പെലൊഗ്' കോൺസൺട്രേഷൻ ക്യാമ്പിനെക്കുറിച്ച് പ്രതിപാദിക്കുന്ന ഒന്നാമത്തെ കൃതി അതായിരുന്നു.

എന്റെ അവസാന വർഷത്തെ പരീക്ഷയ്ക്ക് മുഴുവൻ ശക്തിയും ക്ഷയിച്ചപോലെയാണ് ഞാൻ ഹാജരായത്. വിദ്യാർത്ഥികൾക്ക് അങ്ങനെ സംഭവിക്കാറുണ്ട്. ഞാൻ പഠിക്കുന്നത് നിർത്തിവെച്ചു. എന്റെ തിസീസ് ഡിഫെൻഡ് ചെയ്യേണ്ടതിന്റെ തലേന്നാൾ മാത്രമാണ് 'ഹാസ്യത്തിന്റെ സ്വഭാവങ്ങൾ' എന്ന വിഷയം തുറന്നു നോക്കുന്നത്. പന്ത്രണ്ടു പേജുള്ള തിയറിയും ക്രൊക്കൊഡൈൽ പ്രസിദ്ധീകരണത്തിൽ നിന്നും തയ്യാറാക്കിയ ഒന്നര ഡസൻ നോട്ടുകളും ഒറ്റരാത്രികൊണ്ട് തയ്യാറാക്കി നൽകേണ്ടി വന്നു. എന്റെ തമാശകളിൽ ഹാസ്യമുണ്ടോ എന്നു പരിശോധിക്കുകയായിരുന്നു അദ്ധ്യാപകരുടെ സംഘം ചെയ്തത്. അവസാനം അവർ കൂടിയാലോചിച്ച് എനിക്കൊരു ബി പ്ലസ് ഗ്രേഡ് തന്നു. ഞാനതിൽ പൂർണ്ണ സംതൃപ്തയായിരുന്നു.

ചുരുക്കിപ്പറഞ്ഞാൽ അഞ്ചു വർഷത്തെ എന്റെ പഠിപ്പിൽ നിന്നും പുതുതായി ഒരറിവും എനിക്കു കിട്ടിയില്ല എന്നു മാത്രമല്ല സ്കൂൾ വർഷങ്ങളുടെ അവസാനകാലത്ത് ഞാൻ വായിച്ചതൊക്കെ മറന്നു പോകുകയും ചെയ്തു. ജേർണലിസം ഡിപ്പാർട്ടുമെന്റിൽ മുഖ്യമായും ഭാവിയിലെ കമ്മ്യൂണിസ്റ്റു ചിന്തകന്മാരെ വാർത്തെടുക്കുകയായിരുന്നു അവരുടെ ലക്ഷ്യം. നിരവധി കമ്യൂണിസ്റ്റ് പ്രസിദ്ധീകരണങ്ങൾ, മുഖ്യമായും ലെനിന്റെ കൃതികൾ ഞങ്ങൾക്കു പഠിക്കേണ്ടിയിരുന്നു. പിന്നീട് ഭൗതികവാദം, ചരിത്രപരമായ ഭൗതികവാദം, മാർക്സിസത്തിന്റെ അടിസ്ഥാനപരമായ തത്ത്വചിന്തകൾ, കൂടാതെ ഹാസ്യജനകമായ ഏതോ എംബിരിക്കൽ ക്രിറ്റിസിസം മുതലായ പുസ്തകങ്ങളെല്ലാം ഞങ്ങൾക്ക് പഠിക്കേണ്ടിയിരുന്നു.

സോവിയറ്റ് യൂണിയന്റെ വിവിധ റിപ്പബ്ലിക്കുകളിൽ നിന്നുള്ള താരങ്ങൾ ഉൾപ്പെട്ടതായിരുന്നു ഞങ്ങളുടെ ക്ലാസ്. അവരുടെ റഷ്യൻ ഭാഷാജ്ഞാനം തുലോം തുച്ഛമായിരുന്നു. ഒരു പേജ് കേട്ടെഴുതുമ്പോൾ 38 തെറ്റുകൾ വരെ സംഭവിച്ച കുട്ടികൾ ഞങ്ങളുടെ ക്ലാസിൽ ഉണ്ടായിരുന്നു. (ബാക്കുവിൽ നിന്നുള്ള ഒരു വിദ്യാർത്ഥിയുടെ വ്യക്തിപരമായ റെക്കോർഡാണ്.) അവർ പിന്നീട് അവരുടെ പ്രാദേശിക പത്രങ്ങളുടെ പത്രാധിപന്മാരായി ജോലി നോക്കി. അതുപോലെ ഞങ്ങളുടെ കൂടെ ഒരിക്കലും ധൃതി കൂട്ടാത്ത രണ്ട് മംഗോളിയൻ വംശജർ ഉണ്ടായിരുന്നു. അഞ്ചു വർഷങ്ങൾക്കുള്ളിൽ ക്ലാസിലെ ഒരു ലക്ചർ പോലും കേട്ടെഴുതാൻ അവർക്ക് കഴിഞ്ഞില്ല.

തെറ്റുകൂടാതെ സംസാരിക്കാൻ ആരെയെങ്കിലും പഠിപ്പിക്കുക തികച്ചും അസാദ്ധ്യമാണ്. ഒരു വിദേശിയെ അത് പഠിപ്പിക്കുക എളുപ്പമാണ്. അവർ നിയമങ്ങൾ ഓർത്തിരിക്കും. പക്ഷേ ലെനിൻ ഗ്രാഡിലൊ, ചിറാസ് പോൾ എന്നിവിടങ്ങളിൽ നിന്നുള്ള റഷ്യക്കാരുടെ സംസാരഭാഷ ജന്മനാ എഴുത്തും വായനയും ശീലമില്ലാത്തവരിൽ നിന്നും പഠിച്ചതിനാൽ അവരെ തിരുത്താൻ ഒരദ്ധ്യാപകനും കഴിഞ്ഞില്ല. ഞങ്ങളുടെ മനസ്സിൽ പാർട്ടി സിദ്ധാന്തങ്ങൾ പതിപ്പിക്കുക എന്നതു മാത്രമായിരുന്നു ഞങ്ങളുടെ ജേർണലിസം വിഭാഗത്തിന്റെ ജോലി.

അവിടെ ലോകോത്തര സാഹിത്യഗ്രന്ഥങ്ങൾ ഉണ്ടായിരുന്നിട്ടും പ്രത്യയ ശാസ്ത്രപരമായി സംസ്കാരശൂന്യരാകാനായിരുന്നു ഞങ്ങളെ പരിശീലിപ്പിച്ചത്. തൊഴിലാളി വർഗ്ഗത്തിന്റെ ചൊറിയുന്ന കുപ്പായത്തിനുള്ളിൽ തങ്ങളുടെ ബുദ്ധിപരമായ തൊഴിലിനെ തളച്ചിട്ട ആശയവാദികളായ ഞങ്ങളുടെ പരിശീലകർ ശമ്പളത്തിനു വേണ്ടി നുണ പറയുന്നവരായിരുന്നു.

അവസാന വർഷ പരീക്ഷ മാത്രമായിരുന്നു എനിക്ക് ബിരുദത്തിനു വേണ്ടി കടക്കേണ്ടിയിരുന്ന കടമ്പ. സോവിയറ്റ് പാർട്ടി പ്രസ്സിന്റേയും വിദേശ പാർട്ടി പ്രസ്സിന്റേയും സിദ്ധാന്തങ്ങളും പ്രയോഗങ്ങളും

എന്ന വിഷയത്തെ അടിസ്ഥാനമാക്കിയാണ് എനിക്ക് പരീക്ഷ കൊടുക്കേണ്ടിയിരുന്നത്. ദൈവമേ, അതിനു വേണ്ടി തയ്യാറെടുക്കാൻ എനിക്കു കഴിഞ്ഞില്ല. തലേന്നാൾ വൈകുന്നേരം ഞാൻ എന്തെങ്കിലും വായിക്കാമെന്നു കരുതി ലെനിൻ ലൈബ്രറിയിൽ പോയി. വിശ്വ വിജ്ഞാനകോശമെങ്കിലും തുറന്നു നോക്കാമെന്ന് ഞാൻ കരുതി. എനിക്ക് വിഷയം ഒട്ടും അറിയില്ലായിരുന്നു.

വിദേശ കമ്മ്യൂണിസ്റ്റു പ്രസ്സിനെക്കുറിച്ച് വിവരവും തേടി നടന്ന എന്റെ വഴിയെ ഭേദിച്ചുകൊണ്ട് എന്റെ പ്രിയ സുഹൃത്ത് യൂർക്കയും അവന്റെ അമ്മയും കടന്നു വന്നു. (ഈ വിഷയത്തെക്കുറിച്ച് ഏതെങ്കിലും ഒരു ടെക്സ്റ്റ് പുസ്തകം ക്ലാസിൽ കൊണ്ടുവരാൻ എന്റെ ഒരു പ്രഫസർമാരാരും തയ്യാറായിരുന്നില്ല.) ''ഇന്ന് എന്റെ ജന്മദിനമാണ്.'' യൂർക്ക ഉച്ചത്തിൽ പറഞ്ഞു. ഉയരം കുറഞ്ഞ റേഡിയോളജിസ്റ്റ് ആയ അവന്റെ അമ്മ സന്തോഷത്തോടെ തല കുലുക്കി.

''വരുന്നോ, ഞങ്ങളുടെ വീട്ടിലേക്ക്?'' അമ്മയും സന്തോഷത്തോടെ അവളെ ക്ഷണിച്ചു.

''ശരി, പോകാം.'' ഞാൻ പറഞ്ഞു.

അവസാനത്തെ മെട്രോയിൽ രാത്രി ഏറെ വൈകിയാണ് ഞാൻ തിരിച്ചെത്തിയത്. അതിനു ശേഷം കാലത്ത് ഞാൻ പരീക്ഷയ്ക്ക് താമസിച്ചാണ് ഹാജരായത്. എന്റെ സഹപാഠികൾ കനം തൂങ്ങിയ കണ്ണുകളുമായി വാക്കിൽക്കൽ കൂട്ടം കൂടി നിന്നിരുന്നു. എന്തെങ്കിലും വായിക്കാൻ തരൂ എന്ന ചോദ്യം ചോദിക്കാൻ വളരെ വൈകിപ്പോയിരുന്നു. ഏറ്റവും നന്നായി പഠിക്കുന്ന കുട്ടികളുടെ അമൂല്യമായ കുറിപ്പുകൾ വാങ്ങിയായിരുന്നു സഹപാഠികളിൽ കൂടുതൽ പേരും അവസാന നിമിഷ തയ്യാറെടുപ്പുകൾ നടത്തിയത്!

മിടുക്കന്മാരും മിടുക്കികളും നേരത്തെ തന്നെ ക്ലാസ് മുറിയിൽ കയറി സ്ഥലം പിടിച്ചിരുന്നു. ഞാൻ അങ്ങോട്ട് എത്തിനോക്കി. ഓഹോ, ഞങ്ങളുടെ വകുപ്പുമേധാവി ഒറ്റക്കയ്യൻ അദ്ധ്യാപകന്റെ നേതൃത്വത്തിലുള്ള പരിശോധക സമിതിയായിരുന്നു പരീക്ഷ നടത്തിയിരുന്നത്. വിദേശ പ്രസാധകരെ സംബന്ധിക്കുന്ന വകുപ്പിന്റെ സ്ഥാപകനായ ചെറുപ്പക്കാരൻ സസൂർക്കി അവിടെയുണ്ടായിരുന്നു. പിന്നെ കുറച്ച് അമ്മാവന്മാരും അമ്മായികളും ഉൾപ്പെടെ മൊത്തം ഏഴംഗ സമിതിയായിരുന്നു അത്.

ഞാൻ നേരെ കയറിച്ചെന്നു. എനിക്ക് ഒന്നും നഷ്ടപ്പെടാനുണ്ടായിരുന്നില്ല. ഒരു സ്വപ്നാടകയെപോലെ യാന്ത്രികമായി ചെന്ന് ഞാൻ ചോദ്യപേപ്പർ എടുത്തു. ഇരുന്നു. ചോദ്യം നോക്കി. ഇല്ല, എനിക്ക് ഒന്നും അറിയില്ല. ജപ്പാനിലെ കമ്മ്യൂണിസ്റ്റ് പ്രസാധകരെക്കുറിച്ചാണ് ചോദ്യം. വിപ്ലവകാലത്ത് സൈബീരിയയിലെ കമ്മ്യൂണിസ്റ്റ് പ്രസാധനത്തെക്കുറിച്ചും എന്റെ അറിവ് വട്ടപ്പൂജ്യമായിരുന്നു. ജനറൽ

കൊൽസാക്ക്, ജനറൽ വ്റാംഗൽ എന്നീ പേരുകൾ എന്റെ ആളൊഴിഞ്ഞ തലയിൽ എന്തോ വെളിച്ചം പകർന്നു! പക്ഷേ പാർട്ടി പ്രസാധകരെക്കുറിച്ച് ഒന്നും ഓർമ്മ വന്നില്ല.

ഞാൻ എഴുന്നേറ്റ് സമിതിക്കു മുൻപാകെ നടന്നു ചെന്നു. സമിതി അംഗങ്ങൾ വളരെ ഉത്സുകരായിരുന്നു; അവർ ഒട്ടും ക്ഷീണിതരായിരുന്നില്ല. കഷണ്ടിക്കാരൻ വകുപ്പുമേധാവി തന്റെ കൃത്രിമക്കൈയും സ്വാഭാവികമെന്നു സംശയിച്ചേക്കാവുന്ന കണ്ണുകളുമായി ഇരുന്നു. ഏതോ ഭീകര സിനിമയിലെ നായകന്റെ ഭാവത്തിൽ അദ്ദേഹം ഇരുന്നു. ഞങ്ങളുടെ വകുപ്പിന്റെ പ്രത്യേകത ഞങ്ങളുടെ അദ്ധ്യാപകരുടെ വളരെ വിചിത്രമായ ബാഹ്യരൂപങ്ങളായിരുന്നു.

വൈരുദ്ധ്യാധിഷ്ഠിത ഭൗതികവാദം പഠിപ്പിച്ചിരുന്ന അദ്ധ്യാപകന് കഷ്ടിച്ച് മേശയുടെ പൊക്കമേ ഉണ്ടായിരുന്നുള്ളൂ. ചിലപ്പോഴൊക്കെ അദ്ദേഹം മേശയുടെ മറയിൽ അദൃശ്യനായിരുന്നു. ഒരിക്കൽ എന്റെ കൂട്ടുകാരി വേർക്കയും ഞാനും കൂടി ആളൊഴിഞ്ഞ ക്ലാസ് മുറിയിൽ ഓടിക്കയറി. വേർക്ക അവളുടെ പാവാട പൊക്കി അടിവസ്ത്രം നേരെയാക്കുകയായിരുന്നു. അപ്പോഴാണ് ഭീകരമായ രണ്ടു കണ്ണുകൾ മേശയ്ക്ക് അപ്പുറത്തു നിന്നും ഉയർന്നു വന്നത്. അദ്ധ്യാപകൻ തലയുയർത്തി. അവൾക്കും എനിക്കും ഭൗതികവാദത്തിന് മൂന്നാം ഗ്രേഡ് മാത്രമാണ് കിട്ടിയത്.

ഞാൻ സമിതിക്കു മുൻപിൽ സാധാരണ ഭാവത്തിൽ നിന്നു. ഒട്ടും പൊങ്ങച്ചം കാണിക്കാതെ അക്ഷോഭ്യയായി ഞാൻ പറഞ്ഞു.

''ഈ ചോദ്യങ്ങൾക്ക് ഉത്തരം പറയാൻ എനിക്ക് സാധിക്കില്ല.''

സമിതി പെട്ടെന്ന് ഉണർന്നു. ഇളകിമറിഞ്ഞു. വളരെ ഉപചാരപൂർവ്വം മറ്റൊരു ചോദ്യപേപ്പർ എടുക്കാൻ അവർ നിർദ്ദേശിച്ചു. ഞാൻ അപ്രകാരം ചെയ്തു.

''ഈ ചോദ്യങ്ങൾക്കും എനിക്ക് ഉത്തരം പറയാൻ അറിയില്ല. ഒന്നും അറിയില്ല.''

''ശരി.''

വലത്തെ അറ്റത്ത് ഇരുന്ന അമ്മാവൻ ആകാംക്ഷാഭരിതനായി ചോദിച്ചു. ''സഖാവ് ക്രൂഷ്ചേവ് പത്രപ്രവർത്തകരെ എന്താണ് വിളിച്ചതെന്ന് പറയാമോ?''

മധ്യത്തിലിരുന്ന തടിയുള്ള അമ്മായി ചുണ്ടുകൾ കൂർപ്പിച്ച് എനിക്ക് ഉത്തരം പറഞ്ഞു തരാൻ ശ്രമിച്ചു. പക്ഷേ എനിക്ക് അത്തരം വിവരങ്ങളൊന്നും മനസ്സിലാക്കാനുള്ള സമയമുണ്ടായിരുന്നില്ല.

''എനിക്കറിയില്ല.'' ഞാൻ പ്രഖ്യാപിച്ചു.

എല്ലാവരും അമ്പരന്നു. അസ്വസ്ഥരായി. രംഗം ചൂടു പിടിച്ചു. ഗൗരവഭാവം സമിതിയെ ഗ്രസിച്ചു.

''പാർട്ടി സഹായി എന്നല്ലേ?'' ചോദ്യം ചോദിച്ച അമ്മാവൻ ശകാരഭാവത്തിൽ എന്നെ ഓർമ്മിപ്പിച്ചു.

''അതെ, ശരിയാണ്.'' ഓർമ്മിക്കുന്നതു പോലെ ഞാൻ പറഞ്ഞു.

നിശ്ശബ്ദത. എന്നെ എപ്പോൾ കഴുത്തിനു പിടിച്ചു തള്ളി പറഞ്ഞു വിടണമെന്നു മാത്രം സമിതിയിലെ അംഗങ്ങൾക്ക് അറിയില്ലായിരുന്നു. അന്തരീക്ഷത്തിൽ ഭയം സാന്ദ്രമായി. എന്റെ പിന്നിൽ എന്റെ ക്ലാസ്സിലെ ഏറ്റവും മിടുക്കരായ കുട്ടികൾ തലപുകച്ച് കാത്തിരുന്നു. അപ്പോഴാണ് എന്നെപ്പോലും അത്ഭുതപ്പെടുത്തുമാറ് എന്റെ നാവിൽ നിന്നും ഒരു പ്രഖ്യാപനമുണ്ടായത്.

''ഇതൊന്നും എനിക്ക് ഒരു പ്രയോജനവുമില്ലാത്ത സംഗതിയാണ്.''

നിശ്ശബ്ദത. അവർക്ക് അവരുടെ ചെവികളെ വിശ്വസിക്കാനായില്ല. ഒരു ബിരുദ വിദ്യാർത്ഥി തന്റെ സർവ്വകലാശാലയുടെ ചുവരുകൾക്കുള്ളിൽ വെച്ച് തന്റെ വിദ്യാഭ്യാസത്തെ തള്ളിപ്പറയുന്നു.

''കൃത്യമായും എന്താണ് നിങ്ങൾക്ക് പ്രയോജനകരമായി തോന്നാത്തത്?'' ഒരു സമിതിയംഗം ശബ്ദമുയർത്തി ചോദിച്ചു.

''എല്ലാം. വിദേശ പ്രസാധകർ.''

സസൂർക്കി നേരെയിരുന്നു. ബഹുഭാഷാ ജ്ഞാനിയായ അയാളുടെ ജീവിതകാലം മുഴുവനുള്ള പരിശ്രമത്തെയാണ് തള്ളിപ്പറഞ്ഞത്.

''മൂന്നു ദിവസങ്ങൾക്കുള്ളിൽ ഖസാക്കിസ്ഥാനിലെ കന്നിമണ്ണിലേക്ക് ഞാൻ പോകുകയാണ്.''

ഒരു തികഞ്ഞ തൊഴിലാളിയുടെ ശക്തിയോടെ ഞാൻ പ്രഖ്യാപിച്ചു.

''നിർമ്മാണ പ്രവർത്തനത്തിനാണ് ഞാൻ പോകുന്നത്. അതാണ് ശരിയെന്ന് എനിക്കു തോന്നുന്നു. എന്തെന്നാൽ ജീവിതത്തെക്കുറിച്ച് എഴുതുന്നതിനു മുൻപ് ഒരാൾ ജീവിതം പഠിക്കണം.''

പരീക്ഷാസമിതി ആകാംക്ഷാഭരിതരായി. താത്ത്വികമായി ശരിയായ കാഴ്ചപ്പാടുള്ള ഒരു ഭാവിയിലെ തൊഴിലാളിയെ അങ്ങനെ പരീക്ഷയിൽ തോൽപ്പിക്കാമോ എന്ന പ്രശ്നത്തെയാണ് അവർ ഇപ്പോൾ അഭിമുഖീകരിച്ചത്. സുസൂർക്കിയും അയാളുടെ വിദേശ പ്രസാധകരും പോയി തുലയട്ടെ. ഈ മന്ദബുദ്ധികൾക്ക് എന്തിനാണ് വിദേശ പ്രസാധകർ? ആരെങ്കിലും എന്നെങ്കിലും അതൊക്കെ വായിക്കുമോ? അത് കമ്മ്യൂണിസ്റ്റ് പ്രസാധകരാണോ അല്ലയോ എന്നതിന് എന്താണു പ്രാധാന്യം? അവയെല്ലാം വിദേശ ഭാഷകളിലാണ്. ആർക്കാണ് അത് മനസ്സിലാകുക? കമ്മ്യൂണിറ്റുകളായിരിക്കാം. പക്ഷേ ഹിന്ദിയോ ജപ്പാൻ ഭാഷയോ അറിയാത്ത അവർ അത്തരം പ്രസിദ്ധീകരണങ്ങൾ എങ്ങനെ വായിക്കും?

ഒരുപക്ഷേ പരീക്ഷാസമിതി ഇപ്രകാരമായിരിക്കാം ചിന്തിച്ചത്: തോൽക്കുന്ന കുട്ടിയെ ഏതെങ്കിലും നിർമ്മാണ പ്രവർത്തനം നടക്കുന്ന മേഖലയിലേക്ക് അവളുടെ തലച്ചോറ് ശുദ്ധീകരിക്കാനായി ഒരു വർഷത്തേക്ക് അയയ്ക്കാറുണ്ട്. ഇവിടെയിതാ ഒരുവൾ സ്വയം പോകാൻ തയ്യാറായിരിക്കുന്നു. അവൾ അതിനെക്കുറിച്ച് ഉച്ചത്തിൽ അഹങ്കാരത്തോടെ പ്രസംഗിക്കുന്നു.

അപ്പോൾ എനിക്ക് തികച്ചും അത് മനസ്സിലായില്ല, പക്ഷേ എന്റെ അഞ്ചുവർഷത്തെ വിദ്യാർത്ഥി ജീവിതത്തിനിടയിൽ ജനവികാരങ്ങളെ മുതലെടുക്കുന്ന രീതികൾ ഞാൻ സ്വായത്തമാക്കിയിരുന്നു. അതായിരുന്നു എന്റെ കമ്മ്യൂണിസ്റ്റ് തത്ത്വങ്ങൾ: കന്നി മണ്ണിൽ പോകുക, കൃഷിക്കാർക്കും സാധാരണ തൊഴിലാളികൾക്കും വേണ്ടി ഒരു തൊഴിലാളിയായി ജോലി ചെയ്യുക. പരീക്ഷാസമിതി ശ്രേഷ്ഠമായ ബോൾഷെവിക് കാഴ്ച്ചപ്പാടുകളുടെ വ്യാംഗ്യാർത്ഥങ്ങൾ മണത്തിട്ടുണ്ടാവാം. ചീഞ്ഞുനാറുന്ന ബുദ്ധിജീവികൾക്കു മേലേ തൊഴിലാളി വർഗ്ഗം പുലർത്തുന്ന മേൽക്കോയ്മ. ആർക്ക് വേണമെങ്കിലും കേന്ദ്ര കമ്മിറ്റിക്ക് കത്തെഴുതാം. അവർ പരസ്പരം പഴിചാരി. ഇത്തരം ആളുകളെ കൈകാര്യം ചെയ്യുന്ന ഒരേയൊരു വഴിയും ഇതു തന്നെയായിരിക്കാം.

ഞാൻ ഉടനെ ക്ലാസ്മുറിയിൽ നിന്നും ഗംഭീരമായി നെറ്റി ഉയർത്തിപ്പിടിച്ച് ഇറങ്ങി നടന്നു. എന്റെ ഹൃദയം പരാജയഭീതിയിൽ തുടിച്ചു. വാതിൽക്കൽ കൂടി നിന്ന വിദ്യാർത്ഥികൾ ചെങ്കടൽ പോലെ രണ്ടായി പകുത്ത് വഴിമാറി. ഞാനൊരു യോദ്ധാവിനെപ്പോലെ പുഞ്ചിരിച്ചു. പിന്നെ ഞാനൊരു മൂലയിൽ ഒളിച്ചു. തീർന്നു. എന്റെ അവസാനമായി.

എന്നെ കാത്തിരിക്കുന്നത് എന്തായിരിക്കും? ബിരുദം അവർ തരില്ല. അതില്ലാതെ ആരും ജോലിക്ക് എടുക്കില്ല. ഏതെങ്കിലും പ്രാദേശിക പത്രത്തിൽ പോലും ബിരുദമില്ലാതെ ജോലിക്ക് എടുക്കില്ല. ഒരു വർഷത്തിനുശേഷം വീണ്ടും ഇതേ പരീക്ഷയ്ക്കു ഹാജരാകണം. ഒരു നശിച്ച ജപ്പാനിലെ കമ്യൂണിസ്റ്റു പ്രസാധകരെക്കുറിച്ച് പഠിക്കണം.

ഞങ്ങളുടെ മാർക്കുകൾ പ്രഖ്യാപിക്കാനായി ഹാളിൽ എല്ലാവരേയും വിളിച്ചു കൂട്ടി. എന്നെ അത്ഭുതപ്പെടുത്തിക്കൊണ്ട് ഏറ്റവും താഴെയുള്ള മൂന്നാം ഗ്രേഡ് തന്ന് എന്നെ വിജയിയായി പ്രഖ്യാപിച്ചു. അപ്രതീക്ഷിത വിജയത്തിൽ ഞാൻ പൊട്ടിച്ചിരിച്ചു. അപരിചിതവും ദൈവനിന്ദയും പോലെ മുഴങ്ങിയ ആ ചിരി യൂണിവേഴ്സിറ്റി വിദ്യാഭ്യാസത്തിന്റെ അവസാന ദിവസം ഗൗരവത്തോടെ നടത്തപ്പെട്ട ബിരുദദാന ചടങ്ങുവരെ എന്നെ പിൻതുടർന്നു.

എന്നെ കടന്നു പോയ പരീക്ഷാസമിതി അംഗങ്ങൾ നദി കടന്നു പോകാൻ അനുവദിച്ച കുഞ്ഞനെലിയെ നോക്കുന്ന ബഹുമുഖ വ്യാളിയുടെ ഭാവത്തിൽ തങ്ങളുടെ കണ്ണുകൾ ഒളിപ്പിച്ചുകൊണ്ട് വിദ്വേഷത്തോടെ നോക്കി. ആ നിമിഷത്തിൽ അവർ എന്നെ തോല്പിക്കുമായിരുന്നു എന്ന് വ്യക്തമായിരുന്നു. പക്ഷേ, എന്തു ചെയ്യാം തുളുമ്പിയ പാൽ തിരിച്ചെടുക്കാനാവില്ലല്ലോ.

ബിരുദം ലഭിച്ചതിനു ശേഷം എന്റെ കയ്യിൽ ഉണ്ടായിരുന്നത് അഞ്ചു റൂബിൾ മാത്രമായിരുന്നു.

ഒരു ദിവസം പ്രഭാതത്തിൽ ലെനിൻ കുന്നുകളിൽ യൂണിവേഴ്സിറ്റിക്ക് സമീപം എത്തിച്ചേർന്ന ഞാൻ ആദ്യം കണ്ട വിദ്യാർത്ഥി സമൂഹത്തിന്റെ നേതാവിന് അഞ്ചു റൂബിൾ കൊടുത്ത് വിദ്യാർത്ഥികളുടെ നിർമ്മാണ സമൂഹത്തിൽ ഞാനും അംഗമായി. ഞങ്ങൾ ഏറ്റവും അടുത്ത ചരക്കു സ്റ്റേഷനിലേക്ക് യാത്ര തിരിച്ചു. അവിടെ കിടന്നിരുന്ന ചരക്കു ട്രെയിനിൽ കയറിയിരുന്ന് ഞാനെന്റെ ഭാവി പരിപാടികൾ ആസൂത്രണം ചെയ്തു. വേനൽക്കാലം മുഴുവൻ ഖസാക്കിസ്ഥാനിലെ കന്നിമണ്ണിൽ വിദ്യാർത്ഥികൾക്കൊപ്പം ജോലി നോക്കിയതിനു ശേഷം അവർ തിരിച്ചു പോരുമ്പോൾ ഞാൻ അവിടെ പുൽത്തകിടികളിൽ തുടർന്നു ജീവിക്കുകയും ഓരോ ചെറുനഗരങ്ങളിൽ നിന്നും മറ്റൊന്നിലേക്ക് സഞ്ചരിക്കുകയും അവിടങ്ങളിലുള്ള ലോക്കൽ പത്രങ്ങളിൽ എഴുതുകയും അങ്ങനെ പണ്ട് പ്രശസ്ത എഴുത്തുകാരനായ ആന്റൺ ചെക്കോവ് യാത്ര ചെയ്തതുപോലെ ശാന്തസമുദ്രം വരെ യാത്ര ചെയ്യുകയും വേണം. ഞാനെന്റെ എഴുത്തിൽ നിന്നുള്ള വരുമാനംകൊണ്ടു ജീവിക്കുകയും സാധാരണ ജനജീവിതം അനുഭവിച്ചറിയുകയും ചെയ്യും. എന്തോ കാരണത്താൽ എനിക്കു ലഭിക്കുന്ന ഏറ്റവും വലിയ നേട്ടമായിരിക്കും അതെന്നു ഞാൻ കരുതി.

പരീക്ഷാ കമ്മിറ്റിക്ക് ഞാൻ കൊടുത്ത വാഗ്ദാനം ഞാൻ ഈ വിധം പാലിക്കുകയായിരുന്നു.

ഒരു സാധാരണ തൊഴിലാളിയായി അവിടെ ജോലി ചെയ്ത് എന്റെ നടുവൊടിഞ്ഞു. അമ്പതു ഡിഗ്രിയോളം ചൂടിൽ കല്ലുചുമടായിരുന്നു പ്രധാന ജോലി. രണ്ടു മാസത്തിൽ രണ്ടു തവണ മാത്രമാണ് കുളിക്കാൻ സാധിച്ചിരുന്നത്. വീപ്പയിൽ ശേഖരിച്ചുവെച്ചിരുന്ന ഉപ്പുള്ള കുടിവെള്ളവും വലിയ ഒരു കഷ്ണം നെയ്യുള്ള ആട്ടിറച്ചിയോടെ വിളമ്പിയിരുന്ന തവിട്ടു നിറത്തിലുള്ള പാസ്തയുമായിരുന്നു മുഖ്യമായ ആഹാരം. എഴുത്തുകൾ അയയ്ക്കാനോ ലഭിക്കാനോ യാതൊരു വഴിയുമുണ്ടായിരുന്നില്ല.

ഒരു മാസത്തെ ഇത്തരം ജീവിതം ഞങ്ങൾക്കു സമ്മാനിച്ചത് തലയിൽ നിറയെ പേനുകളും മുഖം മുഴുവനും മുഖക്കുരുക്കളുമായിരുന്നു.

ഞങ്ങൾ ഒരു സമരം ചെയ്യാൻ വരെ നിർബ്ബന്ധിതരായി. അതായത് ഏതോ തകർന്നു പോയ റോമൻ നടനശാലയെ ഓർമ്മിപ്പിക്കുന്ന അവിടത്തെ പണിതീരാത്ത പത്തായപ്പുരയിൽ ഞങ്ങൾ ജോലിയെടുക്കാൻ വിസമ്മതിച്ച് ഉദാസീനരായി കുത്തിയിരുന്നു. ഇതൊരു ഗൗരവമുള്ള സാമ്പത്തിക കുറ്റകൃത്യമായി കണക്കാക്കാവുന്നതും വേണമെങ്കിൽ ഞങ്ങളെ യൂണിവേഴ്സിറ്റിയിൽ നിന്നും കമ്മ്യൂണിസ്റ്റ് യൂത്ത് ലീഗിൽ നിന്നു പോലും പുറത്താക്കാൻ കാരണമായിത്തീരുകയും ചെയ്യുന്ന കാര്യമായിരുന്നു.

ഞങ്ങളുടെ ഗ്രൂപ്പിന്റെ നേതാവായിരുന്ന ഗണിതശാസ്ത്രത്തിൽ ബിരുദാനന്തര ബിരുദത്തിന് പഠിച്ചിരുന്ന ബലൻസ്കിയുടെ ചിന്താഗതികൾ അതായിരുന്നില്ല. അയാൾ തത്ത്വശാസ്ത്രത്തിന് വലിയ പ്രാധാന്യം കല്പിച്ചില്ല. അയാൾ ഒരു സാധാരണക്കാരനായ നല്ല മനുഷ്യനായിരുന്നു. ഞങ്ങളെ കുറ്റപ്പെടുത്തുന്നതിനു പകരം അയാൾ ഒരു വണ്ടി വാടകയ്ക്കെടുത്ത് ഞങ്ങളെ കളക്റ്റീവ് ഫാമിന്റെ പൊതു കുളിമുറികളിലേക്ക് കൊണ്ടുപോയി. കൂടാതെ ഞങ്ങൾക്ക് മിഠായി വാങ്ങാനും നോട്ടുബുക്കുകളും തപാൽ കവറുകളും വാങ്ങുവാൻ ആവശ്യമുള്ള പണവും തന്നു. (അത് ബലൻസ്ഥിയുടെ സ്വകാര്യ സമ്പാദ്യത്തിൽ നിന്നായിരുന്നു). കളി കഴിഞ്ഞ് തിരിച്ചു പോകാൻ തയ്യാറായി നിന്ന ഞങ്ങളുടെ മുന്നിൽ അപ്രതീക്ഷിതമായി കോരിച്ചൊരിയുന്ന മഴ ആരംഭിച്ചു. കടലുപോലെ കുത്തിയൊലിക്കുന്ന ജലപ്രവാഹത്തിൽ പുൽത്തകിടി ഞങ്ങളുടെ കൺമുന്നിൽ ഹരിതവർണ്ണം പൂണ്ടു കുളിർത്തു നിന്നു. നിമിഷനേരം കൊണ്ട് റോഡുകൾ ചതുപ്പുകളായി പരിണമിച്ചു. നനഞ്ഞു കുതിർന്ന ഞങ്ങൾ ആനന്ദത്തോടെ പാട്ടുകൾ പാടി.

ഇത്തരം ജീവിതം ഒരാഴ്ച കൂടി തുടർന്നു. വിദ്യാർത്ഥികളെ കുത്തിനിറച്ച ഞങ്ങളുടെ ക്യാമ്പിന്റെ അടുപ്പിനരികിൽ കടുത്ത പനിയുമായി ഞാൻ തറയിൽ കിടന്നു. മറ്റു വിദ്യാർത്ഥി ക്യാമ്പുകളിലെ തലവന്മാർ എന്റെ രോഗവിവരം അന്വേഷിക്കാനെത്തി. ബുളായെവ ജില്ലാ കേന്ദ്രത്തിന്റെ നിർദ്ദേശമനുസരിച്ച് വന്നതായിരുന്നു അവർ. ഫ്രാൻസിന്റെ മൂന്നിരട്ടി വലിപ്പമുള്ള ആ ജില്ലയിലെ ഒരേയൊരു പത്രപ്രവർത്തക ബിരുദധാരി ഞാൻ മാത്രമായിരുന്നു. എന്നെ നോക്കി അവർ എന്റെ ജോലിയിൽ ഒരു പുതിയ നിർദ്ദേശം മുന്നോട്ടു വെച്ചു. നിർമ്മാണ പ്രവർത്തനങ്ങൾക്കായി ഖസാക്കിസ്ഥാനിൽ എത്തിയിട്ടുള്ള വിവിധ വിദ്യാർത്ഥി സമൂഹങ്ങളെക്കുറിച്ചുള്ള ഒരു വാർത്താ ബുള്ളറ്റിൻ തയ്യാറാക്കുന്ന ജോലിക്കായി ഞാൻ ബുളായെവ ജില്ലാ കേന്ദ്രത്തിലേക്ക് മാറണമെന്നായിരുന്നു അവർ നിർദ്ദേശിച്ചത്. അതൊരു ചതിയാണോ എന്നു സംശയിച്ച ഞാൻ ആദ്യം അത് തിരസ്കരിച്ചു.

പക്ഷേ പത്തു ദിവസങ്ങൾക്കു ശേഷം അവർ വന്നപ്പോൾ ഞാൻ സമ്മതം മൂളി. ഞാൻ വേഗത്തിൽ സുഖം പ്രാപിച്ചു.

അതൊരു ഗംഭീര ജീവിതമായിരുന്നു. സർവ്വതന്ത്ര സ്വതന്ത്രമായ ജീവിതം. തുറസ്സായ സ്ഥലങ്ങൾ. ക്യാമ്പുകളിൽ നിന്നും ക്യാമ്പുകളിലേക്കുള്ള യാത്രകൾ, അഭിമുഖ സംഭാഷണങ്ങൾ, പാട്ടുകൾ ശേഖരിക്കുക, ഹാസ്യമുണർത്തുന്ന കഥകൾ. എല്ലാം വളരെ രസകരമായിരുന്നു. പക്ഷേ ഞാൻ പത്രപ്രവർത്തക വിദ്യാർത്ഥികളുടെ ക്യാമ്പു മാത്രം സന്ദർശിച്ചില്ല. എന്റെ ഭാവിയിലെ സഹപ്രവർത്തകർ എന്റെ തൊണ്ട നിറച്ചിരുന്നു.

ഞാൻ വളരെ അപൂർവ്വമായ യാത്രകൾ നടത്തി. ചിലപ്പോൾ വണ്ടി വരുന്നതും കാത്ത് മണിക്കുറുകളോളം ഞാൻ ഇളംനീലാകാശത്തിൻ കീഴെ വിശാലമായ പുൽപരപ്പിൽ കിടക്കേണ്ടതായി വന്നു. പുൽമേടിനേക്കാൾ ഭംഗിയുള്ള ഒന്നും ലോകത്തിലില്ല എന്ന് എനിക്കു തോന്നി. ആഴികൾ പോലും ചെറുതും അവസാനമുള്ളതുമാണ്. ശേഷിച്ച എന്റെ ജീവിതത്തിൽ പുൽമേട്ടിലെ സൂര്യോദയങ്ങൾ എനിക്കൊരിക്കലും മറക്കാൻ കഴിഞ്ഞില്ല.

ഉഴുതുമറിച്ച മാന്തളിർ നിറമുള്ള കന്നിമണ്ണും ഒരു കോഴിമുട്ടയുടെ ഭീമാകാരമായ മഞ്ഞക്കരുപോലെ ചക്രവാളത്തിൽ ഉദിച്ചുയരുന്ന പിംഗല വർണ്ണമുള്ള സൂര്യബിംബവും അപൂർവ്വ കാഴ്ചയാണ്. റോഡിൽ ഒരു ലോറി വന്നു നിർത്തുന്നു. പ്രഭാതകിരണങ്ങളിൽ ചുവലുനിറം തോന്നിക്കുന്ന തൂവെള്ള വസ്ത്രങ്ങളണിഞ്ഞ പാൽക്കാരി പെണ്ണങ്ങൾ വണ്ടിയിൽ നിന്നും ചാടിയിറങ്ങുന്നു. അവരുടെ സമീപത്തായി തിരയിളക്കുന്നതുപോലെ നാൽക്കാലിക്കൂട്ടം പ്രത്യക്ഷപ്പെട്ടു. നാൽക്കാലിക്കൂട്ടത്തിന്റെ മദ്ധ്യത്തിലായി കുതിരപ്പുറത്തു സഞ്ചരിക്കുന്ന ഇടയന്മാർ പ്രത്യക്ഷരായി. പെണ്ണുങ്ങളെനോക്കി അവർ കമന്റടിച്ചു. ജർമ്മൻ സ്ത്രീകളായ പാൽക്കാരികൾ ചിരിച്ചുകൊണ്ട് ഇടയന്മാരെ നോക്കി ജർമ്മൻഭാഷയിൽ 'സുപ്രഭാതം' മൊഴിഞ്ഞു. വോൾഗാ നദീതടത്തിൽ നിന്നും സ്റ്റാലിൻ ഖസാക്കിസ്ഥാനിലേക്ക് നാടുകടത്തിയ ജർമ്മൻ വംശജരായിരുന്നു അവർ.

ക്യാമ്പിൽ നിന്നും എല്ലാവരും മോസ്കോവിലേക്ക് തിരിച്ചുപോയി കഴിഞ്ഞപ്പോൾ ഞാൻ ശാന്തമുദ്രത്തിന്റെ ഭാഗത്തേക്ക് യാത്രതിരിക്കാൻ തയ്യാറായി. ജില്ലാ പത്രപ്രവർത്തകരായ ആളുകൾ അപ്പോഴാണ് പ്രധാനപ്പെട്ട ഒരു കാര്യം എനിക്കു പറഞ്ഞുതന്നത്. പ്രാദേശിക പ്രസിദ്ധീകരണങ്ങൾ സ്വതന്ത്ര പത്രപ്രവർത്തകർക്ക് ശമ്പളമോ പ്രതിഫലമോ നൽകാറില്ല. എന്തെങ്കിലും കിട്ടിയാൽ തന്നെ ഒരു കട്ടിൽ വാടകയ്ക്കെടുക്കാൻ പോലും പണം തികയില്ല. സ്ഥിരമായ ജോലി ഒഴിവുകളിലെല്ലാം പാർട്ടിക്കാരെ കുത്തിനിറച്ചിരിച്ചിരിക്കുകയാണ്.

കൂടാതെ ഞാനെടുക്കുന്നതൊന്നും പ്രസിദ്ധീകരിക്കാനും അവർ തയ്യാറാകില്ല. സൃഷ്ടിപരമായ ഒരു രചനകളിലും അവർക്ക് താല്പര്യമുണ്ടായിരുന്നില്ല. അവരുടെ പ്രസാധന രീതികളിലൂടെ ഞാൻ കണ്ണോടിച്ചു. ശരിക്കും അത് ഭീകരമായ വാർത്താരീതികളായിരുന്നു. ഗവണ്മെന്റ് കൂട്ടുകൃഷിക്കളങ്ങളിലെ വിളവുകളെക്കുറിച്ചും അതിന്റെ ചെയർമാന്മാരുടെ അഭിമുഖസംഭാഷണങ്ങളും കൂടാതെ ഔദ്യോഗിക ടാസ് ഏജൻസിയിൽ നിന്നുള്ള താത്ത്വിക അടിത്തറയുള്ള എല്ലാ ചവറുകളും അവർ പ്രസിദ്ധീകരിച്ചിരുന്നു. പ്രാദേശിക പാർട്ടി ഘടകങ്ങൾ അവരുടെ മേൽ സമ്മർദ്ദം ചെലുത്തിയിരുന്നു. തലസ്ഥാനത്തു നിന്നും നിങ്ങൾ എത്ര അതിലേക്കു പോകുന്നുവോ അത്രമാത്രം നിങ്ങൾക്കു ചുറ്റുമുള്ള ലോകം സുതാര്യവും സുവ്യക്തവുമാകുന്നതിനാൽ മുകളിൽ നിന്നും കൂടുതൽ സമ്മർദ്ദം ഉണ്ടാകും. എനിക്കത് അതിജീവിക്കാൻ കഴിയുമായിരുന്നില്ല.

ഖസാക്കിസ്ഥാനിലേക്ക് യാത്ര തിരിക്കുന്നതിനു മുൻപുള്ള വസന്തകാലത്ത് ജോലി സമ്പാദിക്കാൻ ഞാൻ മറ്റൊരു ശ്രമം നടത്തി. എന്റെ അപരിചിതനായ അച്ഛൻ, സ്റ്റിഫാൻ പെത്രുഷേവ്സ്കി 'സയൻസ് ആന്റ് റെലിജിയൻ' എന്ന പ്രസിദ്ധീകരണത്തിന്റെ എഡിറ്റോറിയൽ ബോർഡ് അംഗമായിരുന്നു. ദീർഘനാൾ അച്ഛനെ തിരഞ്ഞു നടന്ന ഞാൻ അവസാനം അദ്ദേഹത്തെ കണ്ടെത്തി. അഞ്ചു വർഷങ്ങൾ ജേർണലിസം പഠിച്ച ഞങ്ങളുടെ ഡിപ്പാർട്ടുമെന്റിന്റെ എതിർവശത്തുള്ള വാതിലായിരുന്നു അച്ഛന്റെ ഓഫീസിലേക്കുള്ള വഴി.

അദ്ദേഹം എന്നെക്കുറിച്ച് കേട്ടിരുന്നു. താത്ത്വികമായി വ്യതിചലിച്ച എന്റെ പെരുമാറ്റങ്ങൾ സൃഷ്ടിച്ച കിംവദന്തികൾ അദ്ദേഹത്തിന്റെ ചെവിയിലും എത്തിയിരുന്നു. ഞാൻ അദ്ദേഹത്തിന്റെ ഓഫീസിലേക്ക് നടന്നുചെന്നപ്പോൾ അല്പം ഭയന്നു പോയി. അദ്ദേഹം ചാടി എഴുന്നേറ്റു. അതിനു മുൻപ് ഒരിക്കൽ മാത്രമേ അദ്ദേഹത്തെ ഞാൻ കണ്ടിരുന്നുള്ളൂ. അതാകട്ടെ, പത്തു വർഷങ്ങൾക്ക് മുൻപായിരുന്നു. എന്നിട്ടു ഞങ്ങൾ പരസ്പരം ഉടനെ തിരിച്ചറിഞ്ഞു. രക്തബന്ധത്തിന്റെ സവിശേഷതയാകാം. ആത്മനിയന്ത്രണം വീണ്ടെടുത്ത അദ്ദേഹം ഒരു ഫ്ളോട്ടിംഗ് റസ്റ്റോറന്റിൽ എന്നെ കുട്ടിക്കൊണ്ടുപോയി ആഹാരം വാങ്ങിത്തന്നു. അവസാനം ശ്രദ്ധാപൂർവ്വം എന്നോട് ചോദിച്ചു.

''പഠിപ്പു കഴിഞ്ഞ് നീ എന്തു ചെയ്യാൻ പോകുന്നു?''

''ഞാൻ ഖസാക്കിസ്ഥാനിലെ കന്നിമണ്ണിലേക്ക് ഒരു സാധാരണ തൊഴിലാളിയെപോലെ ജോലി ചെയ്യാൻ പോകുന്നു.''

അദ്ദേഹത്തിന് ആശ്വാസമായി.

''എല്ലാ ഔദ്യോഗികജീവിതങ്ങളും അങ്ങനെയാണ് ആരംഭിക്കുന്നത്.''

അദ്ദേഹം എനിക്ക് പത്ത് റൂബിൾ തന്നു. ഞാൻ ഒരിക്കൽകൂടി കാരണമൊന്നുമില്ലാതെ അദ്ദേഹത്തെ സന്ദർശിച്ചു. ഒരുപക്ഷേ അദ്ദേഹത്തെ കാണാത്തതിൽ എനിക്ക് വിഷമം തോന്നിയിരിക്കാം. അദ്ദേഹം പറഞ്ഞു.

''നമ്മളിങ്ങനെ കണ്ടുമുട്ടുന്നതിൽ എന്റെ ഭാര്യയ്ക്ക് എതിർപ്പുണ്ട്. പക്ഷേ, ഞാനവളോട് പറഞ്ഞു, ''നിനക്കറിയില്ല, ഒരുപക്ഷേ അവളായിരിക്കും ഒരിക്കൽ നമുക്ക് പ്രയോജനപ്പെടുക.''

പിന്നീട് അദ്ദേഹം എന്നെ ഒരു ഭക്ഷണശാലയിലേക്ക് കൂട്ടിക്കൊണ്ടു പോയി. അത്ഭുതപ്പെടുത്തുന്ന ബുദ്ധിയുള്ള എന്റെ അച്ഛനെ പിന്നീടൊരിക്കലും ഞാൻ കണ്ടിട്ടില്ല. പക്ഷേ, അദ്ദേഹം പറഞ്ഞതുപോലെ എല്ലാം സംഭവിച്ചു.

പെത്രോ പൗലോസ്ക് റേഡിയോ സ്റ്റേഷനിൽ ഞാൻ പ്രത്യക്ഷപ്പെട്ട കഥകളങ്ങനെയാണ്.

അടുത്ത ദിവസം ആവി എഞ്ചിൻ ഘടിപ്പിച്ച ഒരു ലോക്കൽ ട്രയിനിൽ കയറി ഞാൻ പെത്രോ പൗലോസ്ക് റേഡിയോ സ്റ്റേഷനിൽ എത്തിച്ചേർന്നു. അവിടെ നല്ല വെളിച്ചമുള്ള, ഊഷ്മളമായ സ്റ്റുഡിയോവിൽ മൈക്രോഫോണിന്റെ മുന്നിലിരുന്ന് ഞാൻ തയ്യാറാക്കിയ ന്യൂസ് ലെറ്റർ വായിച്ചു. ഓരോ ലേഖനങ്ങളും കവിത തുളുമ്പുന്ന പ്രതിപാദന രീതിയാണ് അവലംബിച്ചിരുന്നത്. നിർമ്മാണസംഘം പാടിയ പാട്ടുകൾ ഒരു ഗിത്താർ വായിച്ചുകൊണ്ട് ഞാൻ പാടി. ഏകദേശം ഒരു മണിക്കൂറോളം പാട്ടുകൾ പാടി. സോവിയറ്റ് റേഡിയോയെ സംബന്ധിച്ച് അതൊരു പുതുമയായിരുന്നു.

സങ്കരവർഗ്ഗം പോലെ തോന്നിക്കുന്ന, തവിട്ടു നിറത്തിൽ മങ്ങിയ വെളുത്ത മുടിയുമായി ബൽബോട്ടം വസ്ത്രങ്ങളും ധരിച്ച് ഒട്ടും ആകർഷകമല്ലാത്ത രീതിയിൽ സ്റ്റുഡിയോവിൽ നിന്നും ഞാൻ ഇറങ്ങി വന്നപ്പോൾ നാല്പതു വയസ്സു പ്രായം തോന്നിക്കുന്ന സുമുഖനായ ഒരാൾ എന്നെ സമീപിച്ചു. മാന്യമായ സ്വരത്തിൽ അയാൾ ചോദിച്ചു.

''നിങ്ങൾ എവിടെ നിന്നാണ് വരുന്നത്?''

''ബുളായെവ എന്ന പട്ടണത്തിൽ നിന്നാണ്.''

''അതെവിടെയാണ്?''

''ഇവിടെ നിന്ന് ഏകദേശം അറുപതു കിലോമീറ്റർ ദൂരെയാണ്.''

''കൊള്ളാം. ഞങ്ങൾ താങ്കളുടെ പരിപാടി കേട്ടു. എന്റെ പേര് കോൺസ്റ്റാന്റിൻ ആർജി എന്നാണ്. 'ലേറ്റ് നൈറ്റ് ന്യൂസ്' എന്ന പരിപാടിയുടെ അവതാരകനാണ് ഞാൻ.''

അകലെ മൂലയിൽ നിന്ന മുപ്പത്തഞ്ചുകാരനും എന്നെ നോക്കി തലകുലുക്കി. തലേന്നാളത്തെ മദ്യപാനത്തിന്റെ ക്ഷീണം അയാളുടെ

കണ്ണുകളിൽ തെളിഞ്ഞു കണ്ടു. ഗോർക്കി പട്ടണത്തിൽ ലോക്കൽ പത്രത്തിൽ പരിശീലനം നേടിയിരുന്നതിനാൽ കഠിന മദ്യപാനികളായ പത്രപ്രതിനിധികൾ ഓരോ ദിവസവും കാട്ടുന്ന മന്ദതകൾ എനിക്ക് പരിചിതമായിരുന്നു.

''ഇതാണ് വാസിലി അനാൻചെൻകൊ, ഞങ്ങൾ ഒരുമിച്ചാണ് വന്നത്. നിങ്ങളുടെ പരിപാടി ഞങ്ങൾക്ക് ഇഷ്ടമായി.''

വാസിലി പുഞ്ചിരിക്കാൻ ശ്രമിച്ചു. അയാളുടെ കണ്ണുകൾക്കും കണ്ണുകൾക്കു കീഴെയുള്ള തടിച്ച സഞ്ചികൾക്കും ഇരുണ്ട നീല നിറമായിരുന്നു. അയാൾ കാലിൽ കാലു കയറ്റി വെച്ച് കുനിഞ്ഞി രുന്നു. അപരിചിതർ പ്രശംസിക്കുമ്പോൾ യുവതികൾ ശ്രദ്ധാപൂർവ്വമേ പ്രതികരിക്കുകയുള്ളൂ. ഞാനെന്റെ ചെവികൾ കൂർപ്പിച്ചു പിടിച്ചു.

''നിങ്ങളൊരു മോസ്കോക്കാരിയായിരുന്നുവെങ്കിൽ ഞങ്ങൾ നിങ്ങളെ ഞങ്ങളു പരിപാടിയിൽ എടുത്തേനേ.''

''ഞാൻ മോസ്കോവിൽ നിന്നാണ്.'' ഞാൻ ഉറപ്പിച്ച് ഉത്തരം പറഞ്ഞു.

''ശരി. കൊള്ളാം. നിങ്ങൾ മോസ്കോവിൽ എത്തുമ്പോൾ വരൂ.''

ഒരു വാഗ്ദാനം നിശ്ശബ്ദമായി പ്രഖ്യാപിക്കപ്പെട്ടു. എല്ലാവരും നിലത്തു നോക്കി നിന്നു.

കോൺസ്റ്റാന്റിനോവിച്ച് ആർജി ഒരു നല്ല മനുഷ്യനായിരുന്നു. അയാൾ പറഞ്ഞു.

''ഇതാ, ഇതാണ് ഫോൺ നമ്പർ. എന്റെ ഭാര്യ അലക്സാന്ദ്ര ഇല്ലിന ലേറ്റ് നൈറ്റ് ഗ്യൂസിന്റെ സാംസ്കാരിക വിഭാഗം നയിക്കുന്ന യാളാണ്.''

ഇത്രയും ആയപ്പോൾ എന്നെ റേഡിയോവിലേക്ക് ക്ഷണിച്ച ഉദ്യോഗസ്ഥൻ ഇടപെടുകയും എന്നെ അദ്ദേഹത്തിന്റെ വീട്ടിലേക്ക് കുട്ടിക്കൊണ്ടുപോകുകയും ചെയ്തു. അയാളുടെ ഭാര്യ എനിക്ക് ഭക്ഷണം തരുകയും പെത്രോ പൗലോസ്ക്കിലെ ജീവിതത്തെക്കുറി ച്ചുള്ള അവരുടെ കഥകൾ പറഞ്ഞുതരുകയും ചെയ്തു.

കുട്ടികൾ എനിക്കു ചുറ്റും ഓടിക്കളിച്ചു. പിന്നീട് രണ്ടു തൂവൽ കിടക്കകളുള്ള ഒരു ചെറിയ മുറി എനിക്കു തന്നു. അതിന്റെ മാർദ്ദവ ത്തിൽ ഞാൻ ആഴ്ന്നിറങ്ങിയപ്പോൾ ഒരു പറ്റം മൂട്ടകൾ പുതുരക്ത ത്തിനായി എന്നെ ആക്രമിച്ചു. പാവം ഞങ്ങളെല്ലാം അങ്ങനെയാണ് ജീവിച്ചത്.

വിദ്യാർത്ഥി ക്യാമ്പുകളെക്കുറിച്ചുള്ള എന്റെ വാർത്താപത്രിക യുടെ കോപ്പികൾ എടുത്തുകൊണ്ട് ഞാൻ മോസ്കോവിലേക്ക് തിരിച്ചു പോന്നു. തന്റെ ശമ്പളം ഒന്നു കൊണ്ടു മാത്രം ജീവിക്കാൻ

കഴിയില്ല എന്ന അമ്മയുടെ വിലാപങ്ങൾക്കിടയിൽ ഒരു മാസം ഞാൻ വീട്ടിൽ കഴിച്ചു കൂട്ടി. മക്കൾ അംഗീകരിക്കാൻ വിസമ്മതിക്കുന്ന അപ്രിയസത്യങ്ങൾ അമ്മമാർ മക്കളെ അറിയിക്കാറുണ്ട്. അസുഖ കരമായ അത്തരം നിമിഷത്തിൽ ആർജി തന്ന ഫോണിൽ വിളിച്ചു.

''നിങ്ങളിതെവിടെയാണ്?'' കാഠിന്യം കുറഞ്ഞ ഒരു സ്ത്രീ ശബ്ദം റിസീവറിൽ മുഴങ്ങി. അത് ആർജിയുടെ ഭാര്യ ഇല്ലീനയായിരുന്നു.

''ഞങ്ങൾ നിങ്ങളുടെ വിളി കാത്തിരിക്കുകയായിരുന്നു. ആർജി എന്നോട് നിങ്ങളെക്കുറിച്ച് എല്ലാം പറഞ്ഞിരുന്നു.''

റേഡിയോ സ്റ്റേഷനിൽ ചെന്നപ്പോൾ നിർമ്മാണജോലികൾക്കു പോയി തിരിച്ചെത്തിയ വിദ്യാർത്ഥികളെക്കുറിച്ച് ഒരു റിപ്പോർട്ട് തയ്യാറാക്കുന്ന ജോലിയാണ് ആദ്യമായി എനിക്കു ലഭിച്ചത്. രണ്ടു മാസങ്ങൾക്കു മുൻപ് നടന്ന കാര്യങ്ങൾ ഇപ്പോൾ നടന്നതുപോലെയാണ് എഴുതേണ്ടിയിരുന്നത്. എന്റെ റിപ്പോർട്ട് ഞാൻ ഇല്ലീനയെ ഏൽപിച്ചു. അവർ അത് വായിച്ചു നോക്കി. തല കുലുക്കിയിട്ട് ഇല്ലീന എന്നെ റെക്കോർഡിംഗ് സ്റ്റുഡിയോയിലേക്ക് അയച്ചു.

അതേ ദിവസം രാത്രി ഞാനും എന്റെ അമ്മയും 'റിക്കോർഡ് 59' എന്ന സർവ്വ സാധാരണമായ വീട്ടിലെ റേഡിയോവിൽ തല ചേർത്തു പിടിച്ച് എന്റെ ആദ്യത്തെ റേഡിയോ പ്രഭാഷണം കേട്ടു. ചിലയ്ക്കുന്നതുപോലെ തുളഞ്ഞു കയറുന്ന ശബ്ദം. എനിക്കൊരു വാക്കു പോലും മനസ്സിലായില്ല. എന്തോ നുണയുന്നതുപോലുള്ള ശബ്ദം പോലെയാണ് തോന്നിയത്. ഞാനവിടെ ഭാഗികമായി ജോലി ചെയ്യാൻ തുടങ്ങി. രണ്ടു മാസങ്ങൾക്കു ശേഷം ഇല്ലീന എന്നെ സ്ഥിരം ജോലിക്കെടുത്തു.

എന്റെ ബുദ്ധിമാനായ അച്ഛൻ പറഞ്ഞത് സത്യമായി ഭവിച്ചു. അച്ഛൻ പ്രവചിച്ചതുപോലെ ഒരു സോഷ്യലിസ്റ്റ് നിർമ്മാണ പ്രവർത്തനം നടക്കുന്നയിടത്ത് പുൽമേടുകളിലാണ് യുവതിയായ എന്റെ ജീവിതം ആരംഭിച്ചത്.

■